ਹਨੇਰੇ ਦੀ ਸ਼ਕਤੀ ਤੋਂ ਛੁਟਕਾਰਾ -

ਵਿਸਤ੍ਰਿਤ ਐਡੀਸ਼ਨ 2025

ਇਹ ਇੱਕ ਅਫ਼ਰੀਕੀ ਦੀ ਸੱਚੀ ਕਹਾਣੀ ਹੈ -

ਪਰਮਾਤਮਾ ਦੀ ਸ਼ਕਤੀਸ਼ਾਲੀ ਸ਼ਕਤੀ ਦੁਆਰਾ ਸਾਬਕਾ ਡੈਣ ਨੂੰ ਬਚਾਇਆ ਗਿਆ - ਵਿਸਤ੍ਰਿਤ ਐਡੀਸ਼ਨ 2025

ਹਨੇਰੇ ਦੀ ਸ਼ਕਤੀ ਤੋਂ ਛੁਟਕਾਰਾ ਸੀਰੀਜ਼ 1

ਨਾਲ

ਇਮੈਨੁਅਲ ਐਨੀ; ਜ਼ਕਰਿਆਸ ਗੋਡਸੀਗਲ ;

ਰਾਜਦੂਤ ਸੋਮਵਾਰ O. O gbe ;

Table of Contents

ਕਿਤਾਬ ਬਾਰੇ - ਡਿਲੀਵਰਡ ਫਰਾਮ ਦ ਪਾਵਰ ਆਫ਼ ਡਾਰਕਨੇਸ - ਐਕਸਪੈਂਡਡ ਐਡੀਸ਼ਨ

2025

ਬਹੁਤ ਮਹੱਤਵਪੂਰਨ — ਇਹ ਇੱਕ ਅਫ਼ਰੀਕੀ ਸਾਬਕਾ ਜਾਦੂਗਰ ਦੀ ਸੱਚੀ ਕਹਾਣੀ ਹੈ ਜਿਸਨੂੰ ਪਰਮਾਤਮਾ ਦੀ ਸ਼ਕਤੀਸ਼ਾਲੀ ਸ਼ਕਤੀ ਦੁਆਰਾ ਛੁਡਾਇਆ ਗਿਆ। ਇਹ ਕਿਤਾਬ ਕਾਲਪਨਿਕ ਨਹੀਂ ਹੈ।

ਰੇਵਰੈਂਡ ਇਮੈਨੁਅਲ ਅਮੋਸ ਏਨੀ ਦੀ ਸੱਚੀ ਗਵਾਹੀ ਹੈ , ਇੱਕ ਆਦਮੀ ਜੋ ਕਦੇ ਜਾਦੂਗਰੀ ਵਿੱਚ ਡੂੰਘਾਈ ਨਾਲ ਸ਼ਾਮਲ ਸੀ, ਜਿਸਨੂੰ ਯਿਸੂ ਮਸੀਹ ਦੀ ਬੇਮਿਸਾਲ ਸ਼ਕਤੀ ਦੁਆਰਾ ਬਚਾਇਆ ਗਿਆ ਸੀ।

"ਜਾਂਦੇ ਜਾਂਦੇ, ਪ੍ਰਚਾਰ ਕਰੋ... 'ਤੁਹਾਨੂੰ ਮੁਫ਼ਤ ਮਿਲਿਆ ਹੈ, ਮੁਫ਼ਤ ਦਿਓ।'"
— ਮੱਤੀ 10:7-8
"ਆਪਣੇ ਦੋਸਤਾਂ ਕੋਲ ਘਰ ਜਾਓ ਅਤੇ ਉਨ੍ਹਾਂ ਨੂੰ ਦੱਸੋ ਕਿ ਪ੍ਰਭੂ ਨੇ ਤੁਹਾਡੇ ਲਈ ਕਿੰਨਾ ਕੁਝ ਕੀਤਾ ਹੈ ਅਤੇ ਉਸਨੇ ਤੁਹਾਡੇ ਉੱਤੇ ਕਿਵੇਂ ਦਯਾ ਕੀਤੀ ਹੈ।" — ਮਰਕੁਸ 5:19
"ਉਨ੍ਹਾਂ ਨੇ ਲੇਲੇ ਦੇ ਲਹੂ ਅਤੇ ਆਪਣੀ ਗਵਾਹੀ ਦੇ ਬਚਨ ਨਾਲ ਉਸ ਉੱਤੇ ਜਿੱਤ ਪ੍ਰਾਪਤ ਕੀਤੀ।" — ਪ੍ਰਕਾਸ਼ ਦੀ ਪੋਥੀ 12:11
"ਧੰਨ ਹਨ ਉਹ ਜਿਹੜੇ ਉਸ ਦੀਆਂ ਗਵਾਹੀਆਂ ਮੰਨਦੇ ਹਨ, ਜੋ ਉਸਨੂੰ ਆਪਣੇ ਪੂਰੇ ਦਿਲ ਨਾਲ ਭਾਲਦੇ ਹਨ।" — ਜ਼ਬੂਰ 119:2
"ਤੁਸੀਂ ਮੇਰੇ ਗਵਾਹ ਹੋ," ਪ੍ਰਭੂ ਕਹਿੰਦਾ ਹੈ, "ਅਤੇ ਮੇਰਾ ਸੇਵਕ ਜਿਸਨੂੰ ਮੈਂ

ਚੁਣਿਆ ਹੈ, ਤਾਂ ਜੋ ਤੁਸੀਂ ਮੈਨੂੰ ਜਾਣੋ ਅਤੇ ਮੇਰੇ ਵਿੱਚ ਵਿਸ਼ਵਾਸ ਕਰੋ, ਅਤੇ ਸਮਝੋ ਕਿ ਮੈਂ ਉਹ ਹਾਂ। ਮੇਰੇ ਤੋਂ ਪਹਿਲਾਂ ਕੋਈ ਪਰਮੇਸ਼ੁਰ ਨਹੀਂ ਬਣਾਇਆ ਗਿਆ ਸੀ, ਨਾ ਹੀ ਮੇਰੇ ਬਾਅਦ ਕੋਈ ਹੋਵੇਗਾ।" — ਯਸਾਯਾਹ 43:10-12

2025 ਦਾ ਵਿਸਤ੍ਰਿਤ ਸੰਸਕਰਣ - ਜਾਗਰਣ ਜਾਰੀ ਹੈ

ਰੈਵਰੈਂਡ ਇਮੈਨੁਅਲ ਅਮੋਸ ਏਨੀ ਦੇ ਨਾਟਕੀ ਛੁਟਕਾਰਾ ਤੋਂ ਚਾਰ ਦਹਾਕੇ ਬਾਅਦ, " *ਡਿਲੀਵਰਡ ਫਰਾਮ ਦ ਪਾਵਰ ਆਫ਼ ਡਾਰਕਨੇਸ"* ਦੁਨੀਆ ਭਰ ਵਿੱਚ ਲੋਕਾਂ ਨੂੰ ਜਗਾਉਣਾ ਜਾਰੀ ਰੱਖਦਾ ਹੈ - ਅਫਰੀਕਾ ਤੋਂ ਏਸ਼ੀਆ ਤੱਕ, ਯੂਰਪ ਤੋਂ ਅਮਰੀਕਾ ਤੱਕ। ਇਸ ਕਿਤਾਬ ਨੂੰ ਪੜ੍ਹਨ ਤੋਂ ਬਾਅਦ, ਜਵਾਨ ਅਤੇ ਬੁੱਢੇ ਪਾਠਕਾਂ ਨੇ ਪਰਮਾਤਮਾ ਨਾਲ ਮੁਲਾਕਾਤਾਂ, ਸੁਪਨਿਆਂ, ਦਰਸ਼ਨਾਂ ਅਤੇ ਪਵਿੱਤਰਤਾ ਲਈ ਨਵੇਂ ਜਨੂੰਨ ਦੀ ਗਵਾਹੀ ਦਿੱਤੀ ਹੈ।

ਇਸ 2025 ਦੇ ਵਿਸਤ੍ਰਿਤ ਸੰਸਕਰਣ ਨੂੰ ਪ੍ਰਾਰਥਨਾਪੂਰਵਕ ਅਪਡੇਟ ਕੀਤਾ ਗਿਆ ਹੈ:

1. ਸਪਸ਼ਟ ਕਰੋ ਅਤੇ ਪ੍ਰਸੰਗਿਕ ਬਣਾਓ

ਕੁਝ ਪਾਠਕਾਂ ਨੇ ਮੂਲ ਕਹਾਣੀ ਵਿੱਚ ਜ਼ਿਕਰ ਕੀਤੇ ਕੁਝ ਸਥਾਨਾਂ ਅਤੇ ਘਟਨਾਵਾਂ (ਜਿਵੇਂ ਕਿ ਬੈਂਡਲ ਅਤੇ ਇਮੋ) ਬਾਰੇ ਭੂਗੋਲਿਕ ਅਤੇ ਇਤਿਹਾਸਕ ਸਵਾਲ ਉਠਾਏ।
ਇਸ ਐਡੀਸ਼ਨ ਵਿੱਚ, ਅਸੀਂ ਸੰਪਾਦਕੀ ਫੁੱਟਨੋਟ ਅਤੇ ਸੰਦਰਭ ਪ੍ਰਦਾਨ ਕਰਦੇ ਹੋਏ ਇਮੈਨੁਅਲ ਏਨੀ ਦੇ ਪ੍ਰਮਾਣਿਕ ਬਿਰਤਾਂਤ ਨੂੰ ਧਿਆਨ ਨਾਲ ਸੁਰੱਖਿਅਤ ਰੱਖਿਆ ਹੈ - ਇਹ ਯਕੀਨੀ ਬਣਾਉਣਾ ਕਿ ਕਹਾਣੀ ਨਾਈਜੀਰੀਆ ਦੀਆਂ

ਇਤਿਹਾਸਕ ਰਾਜ ਸੀਮਾਵਾਂ ਜਾਂ ਸੱਭਿਆਚਾਰਕ ਸ਼ਬਦਾਂ ਤੋਂ ਅਣਜਾਣ ਪਾਠਕਾਂ ਦੀਆਂ ਨਵੀਆਂ ਪੀੜ੍ਹੀਆਂ ਲਈ ਵਫ਼ਾਦਾਰ ਪਰ ਸਮਝਣ ਯੋਗ ਰਹੇ।

2. ਅਧਿਆਤਮਿਕ ਸੂਝ ਅਤੇ ਟਿੱਪਣੀ ਸ਼ਾਮਲ ਕਰੋ

ਇਹ ਐਡੀਸ਼ਨ ਵਿਸ਼ਿਆਂ 'ਤੇ ਡੂੰਘੀਆਂ ਧਾਰਮਿਕ ਵਿਆਖਿਆਵਾਂ ਨੂੰ ਏਕੀਕ੍ਰਿਤ ਕਰਦਾ ਹੈ ਜਿਵੇਂ ਕਿ:

- ਦੂਤਾਂ ਦਾ ਪਤਨ ਅਤੇ ਬੁਰਾਈ ਦੀ ਉਤਪਤੀ
- ਸਮੁੰਦਰੀ ਅਤੇ ਗੁਪਤ ਨੇਮਾਂ ਦੇ ਕੰਮ
- ਸ਼ੈਤਾਨ ਦੇ ਰਾਜ ਦੀ ਬਣਤਰ ਬਨਾਮ ਪਰਮੇਸ਼ੁਰ ਦੀ ਚਾਨਣ ਦੀ ਸਰਕਾਰ
- ਮਸੀਹ ਵਿੱਚ ਰਿਆਸਤਾਂ ਅਤੇ ਵਿਸ਼ਵਾਸੀਆਂ ਦੇ ਅਧਿਕਾਰ ਵਿਚਕਾਰ ਅਦ੍ਰਿਸ਼ ਯੁੱਧ
- ਵਿਸ਼ਵਾਸੀ ਦੀ ਛੁਟਕਾਰਾ ਪ੍ਰਕਿਰਿਆ - *ਪ੍ਰਕਾਸ਼, ਪਰਤਾਵਾ, ਹਮਲਾ, ਅਤੇ ਬਹਾਲੀ*

ਇਹ ਵਾਧੇ **ਧਰਮ-ਗ੍ਰੰਥ** , **ਵਿਸ਼ਵਵਿਆਪੀ ਛੁਟਕਾਰਾ ਗਵਾਹੀਆਂ** , ਅਤੇ *ਜ਼ਕਰਿਆਸ ਗੋਡਸੀਗਲ, ਅੰਬੈਸਡਰ ਸੋਮਵਾਰ ਓ. ਓਗਬੇ, ਅਤੇ ਕੰਫਰਟ ਲਾਡੀ*ਦੁਆਰਾ 40-**ਦਿਨਾਂ ਦੀ ਸ਼ਰਧਾ "ਅੰਧਕਾਰ ਤੋਂ ਡੋਮੀਨੀਅਨ ਤੱਕ" ਤੋਂ ਲਏ ਗਏ ਹਨ।** *ਓਗਬੇ* – ਇਸ ਕਿਤਾਬ ਵਿੱਚ ਹਵਾਲਾ ਦਿੱਤਾ ਗਿਆ ਇੱਕ ਸਾਥੀ ਕੰਮ।

3. ਅਸਲ ਆਧੁਨਿਕ ਮੁਲਾਕਾਤਾਂ ਸ਼ਾਮਲ ਕਰੋ

ਇਹ ਨਵਾਂ ਐਡੀਸ਼ਨ **"ਪਾਠਕ ਸਵਾਲ ਅਤੇ ਗਲੋਬਲ ਗੱਲਬਾਤ" ਪੇਸ਼ ਕਰਦਾ ਹੈ** - ਦੁਨੀਆ ਭਰ ਦੇ ਵਿਸ਼ਵਾਸੀਆਂ ਨਾਲ ਅਸਲ ਚੇਲੇ ਸੰਵਾਦ ਜੋ, ਇਮੈਨੁਅਲ ਦੀ ਗਵਾਹੀ ਨੂੰ ਪੜ੍ਹਨ ਤੋਂ ਬਾਅਦ, ਇਸੇ ਤਰ੍ਹਾਂ ਦੇ ਜਾਗਰਣ ਦਾ ਅਨੁਭਵ ਕਰਨ ਲੱਗ ਪਏ। ਇਹਨਾਂ ਵਿਸ਼ੇਸ਼ਤਾਵਾਂ ਵਿੱਚੋਂ ਇੱਕ ਹੈ **ਭਰਾ** ਦੀ ਸ਼ਾਨਦਾਰ ਕਹਾਣੀ। **ਫ੍ਰਾਂਸਿਸਕੋ** , ਇੱਕ ਇਤਾਲਵੀ ਵਿਸ਼ਵਾਸੀ ਜਿਸਨੇ ਕਿਤਾਬ ਦਾ ਸਾਹਮਣਾ ਕਰਨ ਅਤੇ ਅਣਦੇਖੇ ਸੰਸਾਰ ਦੇ ਸਪਸ਼ਟ ਖੁਲਾਸੇ ਪ੍ਰਾਪਤ ਕਰਨ ਤੋਂ ਬਾਅਦ *ਪਰਮਾਤਮਾ ਦੇ ਈਗਲ ਸੇਵਕਾਈਆਂ ਨੂੰ ਲਿਖਿਆ*। ਉਸਦਾ ਪੱਤਰ ਵਿਹਾਰ, ਜਿਸ ਵਿੱਚ ਪੂਰਾ ਸ਼ਾਮਲ ਹੈ, ਇਹ ਦਰਸਾਉਂਦਾ ਹੈ ਕਿ ਪਵਿੱਤਰ ਆਤਮਾ ਅੱਜ ਵੀ ਆਮ ਵਿਸ਼ਵਾਸੀਆਂ ਨੂੰ ਚੇਲਾ ਕਿਵੇਂ ਬਣਾਉਂਦਾ ਹੈ - ਪ੍ਰਾਰਥਨਾ, ਧਰਮ ਗ੍ਰੰਥ ਅਤੇ ਭਵਿੱਖਬਾਣੀ ਸਲਾਹ ਦੁਆਰਾ।

4. ਮੁਕਤੀ ਅਤੇ ਕਮਿਸ਼ਨਿੰਗ ਦੀਆਂ ਪ੍ਰਾਰਥਨਾਵਾਂ ਨਾਲ ਲੈਸ ਹੋਵੋ

ਮੁੱਖ ਭਾਗਾਂ ਦੇ ਅੰਤ ਵਿੱਚ, ਤੁਹਾਨੂੰ **ਮੁਕਤੀ ਪ੍ਰਾਰਥਨਾਵਾਂ** , **ਰੋਜ਼ਾਨਾ ਘੋਸ਼ਣਾਵਾਂ** , ਅਤੇ ਇੱਕ **ਅੰਤਿਮ ਕਮਿਸ਼ਨਿੰਗ ਪ੍ਰਾਰਥਨਾ ਮਿਲੇਗੀ** - ਜੋ ਪਾਠਕਾਂ ਨੂੰ ਆਜ਼ਾਦੀ ਵਿੱਚ ਕਦਮ ਦਰ ਕਦਮ ਲੈ ਜਾਣ ਲਈ ਤਿਆਰ ਕੀਤੀ ਗਈ ਹੈ।

ਇੱਕ ਵਿਸ਼ੇਸ਼ **"ਹਨੇਰੇ ਤੋਂ ਝੁਕਣ ਦੀ ਪ੍ਰਾਰਥਨਾ" ਅਤੇ ਜਾਗਰੂਕਤਾ ਅਤੇ ਮੁਕਤੀ ਦੀ 40-ਦਿਨਾਂ ਦੀ ਯਾਤਰਾ** ਦਾ ਲਿੰਕ ਵੀ ਹੈ , ਜੋ ਕਿ ਜਿੱਤ ਲਈ ਇੱਕ

ਢਾਂਚਾਗਤ ਮਾਰਗ ਦੀ ਭਾਲ ਕਰਨ ਵਾਲਿਆਂ ਲਈ *ਹਨੇਰੇ ਤੋਂ ਡੋਮੀਨੀਅਨ ਤੱਕ ਉਪਲਬਧ ਹੈ।*

5. ਰੀਸਟੋਰ ਕਰੋ, ਬਦਲੋ ਨਹੀਂ

ਇਹ ਐਡੀਸ਼ਨ ਇਮੈਨੁਅਲ ਏਨੀ ਦੀ ਕਹਾਣੀ ਦੇ ਸਾਰ ਨੂੰ
ਨਹੀਂ ਬਦਲਦਾ। ਉਸਦੀ ਆਵਾਜ਼ ਅਛੂਤੀ ਰਹਿੰਦੀ ਹੈ - ਉਸਦੀ ਗਵਾਹੀ ਅਜੇ ਵੀ ਕੱਚੀ ਪ੍ਰਮਾਣਿਕਤਾ ਅਤੇ ਬ੍ਰਹਮ ਸ਼ਕਤੀ ਨਾਲ ਗਰਜਦੀ ਹੈ।
ਹਾਲਾਂਕਿ, ਵਾਧੂ ਸੂਝ ਉਸਦੇ ਅਨੁਭਵ ਦੇ ਪਿੱਛੇ ਡੂੰਘੇ ਅਰਥ ਨੂੰ ਪ੍ਰਕਾਸ਼ਮਾਨ ਕਰਦੀ ਹੈ, ਇਹ ਦਰਸਾਉਂਦੀ ਹੈ ਕਿ ਕਿਵੇਂ ਉਹੀ ਪਰਮਾਤਮਾ ਜਿਸਨੇ ਉਸਨੂੰ ਬਚਾਇਆ ਸੀ, ਅੱਜ ਵੀ ਕੌਮਾਂ ਵਿੱਚ ਦੂਜਿਆਂ ਨੂੰ ਬਚਾਉਂਦਾ ਰਹਿੰਦਾ ਹੈ।

ਇਹ ਹੁਣ ਕਿਉਂ ਮਾਇਨੇ ਰੱਖਦਾ ਹੈ

ਅਸੀਂ ਇੱਕ ਅਜਿਹੀ ਪੀੜ੍ਹੀ ਵਿੱਚ ਰਹਿੰਦੇ ਹਾਂ ਜਿੱਥੇ ਹਨੇਰਾ ਹੁਣ ਛੁਪਿਆ ਨਹੀਂ ਰਹਿੰਦਾ - ਇਹ ਆਪਣੇ ਆਪ ਨੂੰ ਮਾਰਕੀਟ ਕਰਦਾ ਹੈ। ਫਿਰ ਵੀ ਪਰਮਾਤਮਾ ਆਪਣੇ ਗਵਾਹਾਂ ਨੂੰ ਦੁਬਾਰਾ ਉਠਾ ਰਿਹਾ ਹੈ, ਮਰਦਾਂ ਅਤੇ ਔਰਤਾਂ ਨੂੰ ਧੋਖੇ ਵਿੱਚੋਂ ਬਾਹਰ ਕੱਢ ਕੇ ਰਾਜ ਵਿੱਚ ਬੁਲਾ ਰਿਹਾ ਹੈ।
ਇਹ ਕਿਤਾਬ ਸਮੇਂ ਲਈ ਇੱਕ ਭਵਿੱਖਬਾਣੀ ਤੁਰ੍ਹੀ ਬਣੀ ਹੋਈ ਹੈ - ਲੁਕੀਆਂ ਹੋਈਆਂ ਚੀਜ਼ਾਂ ਨੂੰ ਉਜਾਗਰ ਕਰਨਾ, ਸਹਿਣਯੋਗ ਚੀਜ਼ਾਂ ਦਾ ਸਾਹਮਣਾ ਕਰਨਾ, ਅਤੇ ਵਿਸ਼ਵਾਸੀਆਂ ਨੂੰ ਸਮਝਦਾਰੀ ਅਤੇ ਜਿੱਤ ਵਿੱਚ ਚੱਲਣ ਲਈ ਸ਼ਕਤੀ ਪ੍ਰਦਾਨ ਕਰਨਾ।

ਹਰ ਪਾਠਕ ਜੋ ਇਹਨਾਂ ਪੰਨਿਆਂ ਨੂੰ ਪਲਟਦਾ ਹੈ, ਉਹੀ ਪਰਿਵਰਤਨਸ਼ੀਲ ਕਿਰਪਾ ਦਾ ਅਨੁਭਵ ਕਰੇ ਜਿਸਨੇ ਇਮੈਨੁਅਲ ਏਨੀ ਨੂੰ ਬਚਾਇਆ ਸੀ - ਅਤੇ ਉਨ੍ਹਾਂ ਲੋਕਾਂ ਦੀ ਵਿਸ਼ਵਵਿਆਪੀ ਸੰਗਤ ਵਿੱਚ ਸ਼ਾਮਲ ਹੋਵੇ ਜਿਨ੍ਹਾਂ **ਨੂੰ ਹਨੇਰੇ ਤੋਂ ਛੁਡਾਇਆ ਗਿਆ ਹੈ ਅਤੇ ਉਸਦੀ ਸ਼ਾਨਦਾਰ ਰੌਸ਼ਨੀ ਵਿੱਚ ਭੇਜਿਆ ਗਿਆ ਹੈ।**

"ਸ਼ਾਂਤੀ ਦਾਤਾ ਪਰਮੇਸ਼ੁਰ ਜਲਦੀ ਹੀ ਸ਼ੈਤਾਨ ਨੂੰ ਤੁਹਾਡੇ ਪੈਰਾਂ ਹੇਠ ਮਿੱਧ ਦੇਵੇਗਾ।" —ਰੋਮੀਆਂ 16:20.

ਲੇਖਕ ਬਾਰੇ

(2025 ਦਾ ਵਿਸਤ੍ਰਿਤ ਸੰਸਕਰਣ - ਸੰਪਾਦਕੀ ਸੂਝ ਅਤੇ ਐਨੋਟੇਸ਼ਨਾਂ ਦੇ ਨਾਲ)

ਮੇਰਾ ਨਾਮ **ਇਮੈਨੁਅਲ ਏਨੀ ਹੈ** - ਇਹ ਮੇਰੀ ਜ਼ਿੰਦਗੀ ਉੱਤੇ ਪਰਮਾਤਮਾ ਦੀ ਦਇਆ, ਕਿਰਪਾ ਅਤੇ ਅਟੱਲ ਪਿਆਰ ਦੀ ਇੱਕ ਸੱਚੀ ਕਹਾਣੀ ਹੈ।

ਬਾਈਬਲ ਕਹਿੰਦੀ ਹੈ, *"ਬਾਲਕ ਨੂੰ ਉਹ ਦਾ ਰਾਹ ਸਿਖਲਾ ਜਿਸ ਉੱਤੇ ਉਹ ਚੱਲਣਾ ਚਾਹੀਦਾ ਹੈ, ਅਤੇ ਜਦੋਂ ਵੀ ਉਹ ਬੁੱਢਾ ਹੋ ਜਾਵੇਗਾ, ਉਹ ਉਸ ਤੋਂ ਨਹੀਂ ਹਟੇਗਾ"* (ਕਹਾਉਤਾਂ 22: 6)।

ਇਹ ਪਰਮੇਸ਼ੁਰ ਦੇ ਸ਼ਕਤੀਸ਼ਾਲੀ, ਅਦਭੁਤ ਅਤੇ ਰਹੱਸਮਈ ਕੰਮਾਂ ਦੀ ਕਹਾਣੀ ਹੈ, ਜੋ ਪ੍ਰਭੂ ਯਿਸੂ ਮਸੀਹ ਦੇ ਹੁਕਮ ਦੀ ਪਾਲਣਾ ਵਿੱਚ ਲਿਖੀ ਗਈ ਹੈ, ਜਿਸਨੇ ਮੈਨੂੰ ਕਿਹਾ ਸੀ, *"ਜਾ ਅਤੇ ਗਵਾਹੀ ਦੇ ਜੋ ਮੈਂ ਤੁਹਾਡੇ ਲਈ ਕੀਤਾ ਹੈ।"*

ਅਕਸਰ ਕੋਈ ਵਿਅਕਤੀ ਬਦਕਿਸਮਤੀ ਨੂੰ ਕਿਸਮਤ ਦਾ ਇੱਕ ਅਜਿਹਾ ਕੰਮ ਸਮਝਦਾ ਹੈ ਜਿਸਨੂੰ ਬਦਲਿਆ ਨਹੀਂ ਜਾ ਸਕਦਾ। ਕੁਝ ਹੱਦ ਤੱਕ ਇਹ ਸੱਚ ਹੈ, ਪਰ ਪਰਮੇਸ਼ੁਰ ਦੇ ਬੱਚੇ ਲਈ, ਹਰ ਜੀਵਨ ਬ੍ਰਹਮ ਯੋਜਨਾਬੱਧ ਹੁੰਦਾ ਹੈ (ਕਹਾਉਤਾਂ 16: 9)। ਉਹ ਯੋਜਨਾ ਪੂਰੀ ਹੁੰਦੀ ਹੈ ਜਾਂ ਨਹੀਂ ਇਹ ਕਈ ਚੀਜ਼ਾਂ 'ਤੇ ਨਿਰਭਰ ਕਰਦਾ ਹੈ - ਵਿਅਕਤੀ ਦੀ ਪਰਮੇਸ਼ੁਰ ਨਾਲ ਨੇੜਤਾ, ਜੀਵਨ ਦੇ ਅੰਤਮ ਉਦੇਸ਼ ਦੀ ਸਮਝ, ਅਤੇ ਉਹ ਵਾਤਾਵਰਣ ਜੋ ਉਨ੍ਹਾਂ ਦੇ ਅਧਿਆਤਮਿਕ ਗਠਨ ਨੂੰ ਆਕਾਰ ਦਿੰਦਾ ਹੈ।

ਹਰ ਜੀਵਨ ਦੇ ਰਾਹ ਨੂੰ ਬਾਹਰੀ ਤਾਕਤਾਂ ਦੁਆਰਾ ਲਗਾਤਾਰ ਚੁਣੌਤੀ ਦਿੱਤੀ ਜਾਂਦੀ ਹੈ। ਸੰਕਟ ਉਦੋਂ ਆਉਂਦਾ ਹੈ ਜਦੋਂ ਅਸੀਂ ਆਪਣੀ **ਇੱਛਾ ਨੂੰ ਸਮਰਪਣ ਕਰ ਦਿੰਦੇ ਹਾਂ** - ਚੰਗੇ ਲਈ ਜਾਂ ਬੁਰਾਈ ਲਈ। ਪਰਮਾਤਮਾ ਦੀ ਆਗਿਆ ਮੰਨਣ ਦੀ ਇੱਛਾ ਨਵਜੰਮੇ ਵਿਸ਼ਵਾਸੀ ਦੀ ਸਭ ਤੋਂ ਵੱਡੀ ਸ਼ਕਤੀ ਹੈ, ਜਦੋਂ ਕਿ ਅਣਆਗਿਆਕਾਰੀ ਕਰਨ ਦੀ ਇੱਛਾ ਇੱਕ ਪਾਪੀ ਦੇ ਹੱਥਾਂ ਵਿੱਚ ਸਭ ਤੋਂ ਵਿਨਾਸ਼ਕਾਰੀ ਸ਼ਕਤੀ ਹੈ।

ਦੁਨੀਆਂ ਵਿੱਚ ਇਕੱਲਾ ਰਹਿ ਜਾਣ ਵਾਲਾ ਬੱਚਾ ਜਲਦੀ ਹੀ ਦੋ ਸ਼ਕਤੀਆਂ ਵਿੱਚੋਂ ਇੱਕ ਦੁਆਰਾ ਸ਼ਾਸਨ ਕੀਤਾ ਜਾਂਦਾ ਹੈ: **ਚੰਗਾ ਜਾਂ ਬੁਰਾ** , **ਚਾਨਣ ਜਾਂ ਹਨੇਰਾ** , **ਪਰਮਾਤਮਾ ਜਾਂ ਸ਼ੈਤਾਨ** । ਹਰੇਕ ਆਤਮਾ ਨੂੰ ਇਹ ਚੁਣਨਾ ਚਾਹੀਦਾ ਹੈ ਕਿ ਕਿਸ ਮਾਲਕ ਦੀ ਸੇਵਾ ਕਰਨੀ ਹੈ। ਇਸੇ ਲਈ ਧਰਮ-ਗ੍ਰੰਥ ਕਹਿੰਦਾ ਹੈ, *"ਬੱਚੇ ਨੂੰ ਉਸ ਤਰੀਕੇ ਨਾਲ ਸਿਖਲਾਈ ਦਿਓ ਜਿਸ ਤਰ੍ਹਾਂ ਉਸਨੂੰ ਜਾਣਾ ਚਾਹੀਦਾ ਹੈ, ਅਤੇ ਜਦੋਂ ਉਹ ਵੱਡਾ ਹੋਵੇਗਾ, ਤਾਂ ਉਹ ਇਸ ਤੋਂ ਨਹੀਂ ਹਟੇਗਾ।"*

ਤੁਸੀਂ ਇਸ ਗੱਲ ਨਾਲ ਸਹਿਮਤ ਹੋਵੋਗੇ ਕਿ ਬੱਚੇ ਦੇ ਦਿਲ ਦਾ ਸਭ ਤੋਂ ਪਿਆਰਾ ਅਤੇ ਸਭ ਤੋਂ ਨੇੜੇ ਦਾ ਵਿਅਕਤੀ ਉਸਦੀ ਮਾਂ ਹੁੰਦੀ ਹੈ। ਹਾਲਾਂਕਿ, ਇੱਕ ਅਨਾਥ ਦੁੱਗਣਾ ਕਮਜ਼ੋਰ ਹੁੰਦਾ ਹੈ - ਸਰੀਰਕ ਅਤੇ ਅਧਿਆਤਮਿਕ ਤੌਰ 'ਤੇ। ਇੱਕ ਮਾਂ ਸਰੀਰ ਅਤੇ ਆਤਮਾ ਦੋਵਾਂ ਦੀ ਰੱਖਿਆ ਕਰਦੀ ਹੈ; ਜਦੋਂ ਦੋਵੇਂ ਮਾਪੇ ਗੁਆਚ ਜਾਂਦੇ ਹਨ, ਅਤੇ ਖਾਸ ਕਰਕੇ ਰਹੱਸਮਈ ਹਾਲਾਤਾਂ ਵਿੱਚ, ਬੱਚਾ ਹਨੇਰੇ ਦੇ ਹਮਲਿਆਂ ਦਾ ਸਾਹਮਣਾ ਕਰਦਾ ਹੈ।

ਮੇਰੀ ਕਹਾਣੀ ਦੋ ਦਹਾਕੇ ਪਹਿਲਾਂ **ਅਮੇਰੀ ਨਾਮਕ ਇੱਕ ਛੋਟੇ ਜਿਹੇ ਪਿੰਡ ਵਿੱਚ ਸ਼ੁਰੂ ਹੋਈ ਸੀ। ਇਰੀਗਬੂ ਓਜ਼ੂ ਆਈਟਮ** , ਬੇਂਡੇ ਸਥਾਨਕ ਸਰਕਾਰ ਵਿੱਚ ਸਥਿਤ **(ਹੁਣ ਅਬੀਆ ਰਾਜ ਦਾ ਹਿੱਸਾ ਹੈ, ਪਰ ਇਸ ਕਹਾਣੀ ਦੇ ਸਮੇਂ ਪਹਿਲਾਂ ਇਮੋ ਰਾਜ ਦੇ ਅੰਦਰ ਸੀ)** । ਮੇਰੇ ਮਾਤਾ-ਪਿਤਾ ਅਮੀਰਾਂ ਵਿੱਚੋਂ ਨਹੀਂ ਸਨ, ਫਿਰ ਵੀ ਮੇਰੇ ਪਿਤਾ ਨੂੰ ਮੇਰੇ ਦਾਦਾ ਜੀ ਤੋਂ ਬਤਾਲੀ ਹੈਕਟੇਅਰ ਜ਼ਮੀਨ ਵਿਰਾਸਤ ਵਿੱਚ ਮਿਲੀ ਸੀ - ਇੱਕ ਅਜਿਹਾ ਆਸ਼ੀਰਵਾਦ ਜੋ ਸਾਡੇ ਪਰਿਵਾਰ ਦੇ ਇਤਿਹਾਸ ਵਿੱਚ ਸਭ ਤੋਂ ਡੂੰਘੇ ਦੁਖਾਂਤ ਵਿੱਚ ਬਦਲ ਗਿਆ।

ਇਸ ਵਿਰਾਸਤ ਦੇ ਕਾਰਨ, ਮੇਰੇ ਪਿਤਾ ਜੀ ਨਾਲ ਨੇੜੇ ਅਤੇ ਦੂਰ ਦੇ ਰਿਸ਼ਤੇਦਾਰ ਈਰਖਾ ਕਰਦੇ ਸਨ। ਮੈਨੂੰ ਉਦੋਂ ਇਹ ਸਮਝ ਨਹੀਂ ਆਇਆ, ਪਰ ਈਰਖਾ ਅਤੇ ਲਾਲਚ ਉਹ ਦਰਵਾਜ਼ਾ ਬਣ ਗਏ ਜਿਸ ਰਾਹੀਂ ਸ਼ੈਤਾਨੀ ਨਫ਼ਰਤ ਅਤੇ ਤਬਾਹੀ ਸਾਡੇ ਘਰ ਵਿੱਚ ਦਾਖਲ ਹੋਈ। ਜੋ ਆਮ ਈਰਖਾ ਦੇ ਰੂਪ ਵਿੱਚ ਸ਼ੁਰੂ ਹੋਇਆ ਸੀ ਉਹ ਜਲਦੀ ਹੀ ਅਜੀਬ ਘਟਨਾਵਾਂ ਵਿੱਚ ਬਦਲ ਗਿਆ ਜੋ ਮੇਰੀ ਜ਼ਿੰਦਗੀ ਦਾ ਰਾਹ ਹਮੇਸ਼ਾ ਲਈ ਬਦਲ ਦੇਣਗੀਆਂ।

ਸਮਰਪਣ

ਪਰਮੇਸ਼ੁਰ ਪਿਤਾ, ਪੁੱਤਰ ਅਤੇ ਪਵਿੱਤਰ ਆਤਮਾ ਦੀ ਮਹਿਮਾ ਲਈ - ਜੋ ਸਾਨੂੰ ਹਨੇਰੇ ਤੋਂ ਬਚਾਉਂਦਾ ਹੈ ਅਤੇ ਸਾਨੂੰ ਆਪਣੇ ਸ਼ਾਨਦਾਰ ਪ੍ਰਕਾਸ਼ ਵਿੱਚ ਬੁਲਾਉਂਦਾ ਹੈ।

ਇਹ ਗਵਾਹੀ ਸਭ ਤੋਂ ਪਹਿਲਾਂ **ਸਾਡੇ ਪ੍ਰਭੂ ਅਤੇ ਮੁਕਤੀਦਾਤਾ ਯਿਸੂ ਮਸੀਹ ਨੂੰ ਸਮਰਪਿਤ ਹੈ** ,
ਪਰਮੇਸ਼ੁਰ ਦਾ ਲੇਲਾ ਜੋ ਦੁਨੀਆਂ ਦੇ ਪਾਪ ਦੂਰ ਕਰਦਾ ਹੈ, ਜਿਸਦੀ ਦਇਆ ਹਨੇਰੇ ਦੀਆਂ ਡੂੰਘਾਈਆਂ ਤੱਕ ਪਹੁੰਚ ਗਈ ਅਤੇ ਇੱਕ ਅਜਿਹੀ ਆਤਮਾ ਲਈ ਛੁਟਕਾਰਾ ਲਿਆਇਆ ਜੋ ਕਦੇ ਗੁਆਚੀ ਹੋਈ ਸੀ ਪਰ ਹੁਣ ਉਦੇਸ਼ ਨਾਲ ਬਲਦੀ ਹੈ।

ਰੈਵਰੈਂਡ ਇਮੈਨੁਅਲ ਅਮੋਸ ਏਨੀ ਨੂੰ , ਜਿਨ੍ਹਾਂ ਦੀ ਹਨੇਰੇ ਦੇ ਲੁਕਵੇਂ ਕੰਮਾਂ ਨੂੰ ਪ੍ਰਗਟ ਕਰਨ ਦੀ ਹਿੰਮਤ
ਨੇ ਪੀੜ੍ਹੀਆਂ ਨੂੰ ਰੌਸ਼ਨ ਕੀਤਾ ਹੈ ਅਤੇ ਸੱਚਾਈ ਦੀ ਸ਼ਕਤੀ ਦੁਆਰਾ ਕੈਦੀਆਂ ਨੂੰ ਛੁਡਾਉਣਾ ਜਾਰੀ ਰੱਖਿਆ ਹੈ। ਸਵਰਗੀ ਦਰਸ਼ਨ ਪ੍ਰਤੀ ਤੁਹਾਡੀ ਆਗਿਆਕਾਰੀ ਕੌਮਾਂ ਲਈ ਉਮੀਦ ਅਤੇ ਚੇਤਾਵਨੀ ਦੀ ਇੱਕ ਕਿਰਨ ਬਣੀ ਹੋਈ ਹੈ।

ਯਿਸੂ ਮਸੀਹ ਦੀ ਸ਼ਕਤੀ ਦੁਆਰਾ ਛੁਡਾਏ ਗਏ ਸਾਰਿਆਂ ਲਈ,
ਤੁਹਾਡੀ ਆਜ਼ਾਦੀ ਉਨ੍ਹਾਂ ਲੋਕਾਂ ਲਈ ਗਵਾਹੀ ਬਣੇ ਜੋ ਅਜੇ ਵੀ ਜੰਜ਼ੀਰਾਂ ਵਿੱਚ ਹਨ।

ਪ੍ਰਾਰਥਨਾ ਕਰਨ ਵਾਲੀ ਚਰਚ - ਮਸੀਹ ਦੀ ਲਾੜੀ - ਨੂੰ
ਇਹ ਬਿਰਤਾਂਤ ਪਵਿੱਤਰਤਾ, ਚੌਕਸੀ ਅਤੇ ਹਮਦਰਦੀ ਦੀ ਅੱਗ ਨੂੰ ਦੁਬਾਰਾ ਜਗਾਵੇ।

"ਕਿਉਂਕਿ ਮਨੁੱਖ ਦਾ ਪੁੱਤਰ ਗੁਆਚੇ ਹੋਏ ਨੂੰ ਲੱਭਣ ਅਤੇ ਬਚਾਉਣ ਆਇਆ ਹੈ।"

(ਲੂਕਾ 19:10)

ਧੰਨਵਾਦ

ਡੂੰਘੀ ਸ਼ੁਕਰਗੁਜ਼ਾਰੀ ਨਾਲ, ਅਸੀਂ ਸਵੀਕਾਰ ਕਰਦੇ ਹਾਂ ਅਤੇ ਸਨਮਾਨ ਕਰਦੇ ਹਾਂ:

- **ਰੈਵਰੈਂਡ ਇਮੈਨੁਅਲ ਅਮੋਸ ਏਨੀ** , ਚੁਣਿਆ ਹੋਇਆ ਭਾਂਡਾ ਅਤੇ ਸ਼ੈਤਾਨੀ ਧੋਖੇ ਦੀਆਂ ਡੂੰਘਾਈਆਂ ਤੋਂ ਮੁਕਤੀ ਦਾ ਚਸ਼ਮਦੀਦ ਗਵਾਹ। ਤੁਹਾਡੀ ਗਵਾਹੀ ਇੱਕ ਬ੍ਰਹਮ ਤੁਰ੍ਹੀ ਬਣੀ ਹੋਈ ਹੈ - ਵਿਸ਼ਵਾਸੀਆਂ ਨੂੰ ਅਧਿਆਤਮਿਕ ਹਕੀਕਤਾਂ ਪ੍ਰਤੀ ਜਗਾਉਂਦੀ ਹੈ ਅਤੇ ਯਿਸੂ ਮਸੀਹ ਦੀ ਸਰਵਉੱਚਤਾ ਨੂੰ ਵਧਾਉਂਦੀ ਹੈ। ਤੁਹਾਡਾ ਜੀਵਨ ਇਹ ਸਾਬਤ ਕਰਦਾ ਰਹਿੰਦਾ ਹੈ ਕਿ ਕੋਈ ਵੀ ਹਨੇਰਾ ਪਰਮਾਤਮਾ ਦੀ ਦਇਆ ਲਈ ਬਹੁਤ ਡੂੰਘਾ ਨਹੀਂ ਹੈ।
- **ਪ੍ਰਭੂ ਯਿਸੂ ਮਸੀਹ** , ਮੁਕਤੀ ਦਾ ਲੇਖਕ, ਆਤਮਾਵਾਂ ਦਾ ਮੁਕਤੀਦਾਤਾ, ਅਤੇ ਮਹਿਮਾ ਦਾ ਸਦੀਵੀ ਰਾਜਾ - ਜਿਸਦੀ ਸ਼ਕਤੀ ਹਰ ਲੜੀ ਨੂੰ ਤੋੜਦੀ ਹੈ, ਹਰ ਜ਼ਖ਼ਮ ਨੂੰ ਚੰਗਾ ਕਰਦੀ ਹੈ, ਅਤੇ ਗੁਆਚੇ ਹੋਏ ਲੋਕਾਂ ਨੂੰ ਉਦੇਸ਼ ਬਹਾਲ ਕਰਦੀ ਹੈ।
- **ਪਵਿੱਤਰ ਆਤਮਾ** , ਸੱਚਾਈ ਦਾ ਪ੍ਰਗਟ ਕਰਨ ਵਾਲਾ ਅਤੇ ਛੁਡਾਏ ਹੋਏ ਲੋਕਾਂ ਦਾ ਪਾਲਣਹਾਰ - ਜੋ ਇਮਾਨਦਾਰੀ ਨਾਲ ਮਸੀਹ ਦੀ ਪਾਲਣਾ ਕਰਨ ਵਾਲੇ ਸਾਰਿਆਂ ਨੂੰ ਦੋਸ਼ੀ ਠਹਿਰਾਉਂਦਾ ਹੈ, ਸ਼ਕਤੀ ਪ੍ਰਦਾਨ ਕਰਦਾ ਹੈ ਅਤੇ ਦਿਲਾਸਾ ਦਿੰਦਾ ਹੈ।
- ਦੁਨੀਆਂ ਭਰ ਵਿੱਚ **ਯਿਸੂ ਮਸੀਹ ਦੇ ਵਫ਼ਾਦਾਰ ਸੇਵਕ, ਵਿਚੋਲੇ ਅਤੇ ਚੇਲੇ** , **ਜੋ ਸੱਚਾਈ ਅਤੇ ਯੁੱਧ ਪ੍ਰਾਰਥਨਾ ਦੀ ਮਸ਼ਾਲ ਘਰਾਂ,**

ਮੰਚਾਂ ਅਤੇ ਭਾਈਚਾਰਿਆਂ ਵਿੱਚ ਲੈ ਕੇ ਜਾਂਦੇ ਹਨ। ਧਾਰਮਿਕਤਾ ਲਈ ਤੁਹਾਡਾ ਸਟੈਂਡ ਹਨੇਰੇ ਦੇ ਰਾਜ ਨੂੰ ਹਿਲਾ ਦਿੰਦਾ ਹੈ।

- **ਮਸੀਹ ਦਾ ਵਿਸ਼ਵਵਿਆਪੀ ਸਰੀਰ** , ਅਧਿਆਤਮਿਕ ਚੌਕਸੀ, ਗੁਆਚੇ ਹੋਏ ਲੋਕਾਂ ਲਈ ਹਮਦਰਦੀ, ਅਤੇ ਜੀਵਨ ਅਤੇ ਸਿਧਾਂਤ ਵਿੱਚ ਸ਼ੁੱਧਤਾ ਪ੍ਰਤੀ ਵਚਨਬੱਧਤਾ ਦੀ ਇਸ ਗਵਾਹੀ ਦੁਆਰਾ ਜਾਗਿਆ ਹੋਇਆ ਹੈ।
- *ਗੌਡਜ਼ ਈਗਲ ਮਿਨਿਸਟ੍ਰੀਜ਼ (GEM)* ਅਤੇ Otakada.org ਵਿਖੇ **ਪ੍ਰਕਾਸ਼ਨ ਅਤੇ ਬਹਾਲੀ ਟੀਮ , ਅੰਬੈਸਡਰ ਮੰਡੇ ਓ. ਓਗਬੇ** ਦੀ ਅਗਵਾਈ ਹੇਠ , ਜਿਸਦਾ ਮਿਸ਼ਨ *"ਰਾਸ਼ਟਰਾਂ ਨੂੰ ਰੱਬ ਦੇ ਬਚਨ ਨਾਲ ਬੀਜਣਾ - ਇੱਕ ਸਮੇਂ ਵਿੱਚ ਇੱਕ ਜੀਵਨ"* ਇਹ ਯਕੀਨੀ ਬਣਾਉਂਦਾ ਹੈ ਕਿ ਇਸ ਗਵਾਹੀ ਦੀ ਰੌਸ਼ਨੀ ਧਰਤੀ ਦੇ ਹਰ ਕੋਨੇ ਤੱਕ ਪਹੁੰਚੇ।
- **ਦੁਨੀਆ ਭਰ ਦੇ ਭਾਈਵਾਲ ਅਤੇ ਸਮਰਥਕ** , ਜੋ ਪ੍ਰਾਰਥਨਾ, ਦਾਨ ਅਤੇ ਉਤਸ਼ਾਹ ਰਾਹੀਂ, ਸੱਚਾਈ ਅਤੇ ਉਮੀਦ ਦੀ ਲੋੜ ਵਾਲੇ ਸੰਸਾਰ ਵਿੱਚ ਮੁਕਤੀ, ਚੇਲਾਪਨ ਅਤੇ ਪਰਿਵਰਤਨ ਦੇ ਸੰਦੇਸ਼ ਲਿਆਉਣਾ ਸੰਭਵ ਬਣਾਉਂਦੇ ਰਹਿੰਦੇ ਹਨ।

ਅੰਤ ਵਿੱਚ, ਸਾਰਾ ਧੰਨਵਾਦ **ਉਸ ਇੱਕ ਵੱਲ ਮੁੜਦਾ ਹੈ ਜੋ ਸਦਾ ਲਈ ਰਾਜ ਕਰਦਾ ਹੈ -**

ਅਲਫ਼ਾ ਅਤੇ ਓਮੇਗਾ, ਪਹਿਲਾ ਅਤੇ ਆਖਰੀ, ਜਿਸਦੇ ਅੱਗੇ ਹਰ ਗੋਡਾ ਝੁਕੇਗਾ ਅਤੇ ਹਰ ਜੀਭ ਇਕਰਾਰ ਕਰੇਗੀ:

ਯਿਸੂ ਮਸੀਹ ਪ੍ਰਭੂ ਹੈ।

"ਉਸਨੂੰ ਜਿਸਨੇ ਸਾਨੂੰ ਪਿਆਰ ਕੀਤਾ ਅਤੇ ਆਪਣੇ ਲਹੂ ਨਾਲ ਸਾਨੂੰ ਸਾਡੇ ਪਾਪਾਂ ਤੋਂ ਮੁਕਤ ਕੀਤਾ,
ਅਤੇ ਸਾਨੂੰ ਇੱਕ ਰਾਜ ਅਤੇ ਜਾਜਕ ਬਣਾਇਆ ਤਾਂ ਜੋ ਅਸੀਂ ਉਸਦੇ ਪਰਮੇਸ਼ੁਰ ਅਤੇ ਪਿਤਾ ਦੀ ਸੇਵਾ ਕਰ ਸਕੀਏ -
ਉਸਦੀ ਮਹਿਮਾ ਅਤੇ ਸ਼ਕਤੀ ਹਮੇਸ਼ਾ ਅਤੇ ਹਮੇਸ਼ਾ ਲਈ ਹੋਵੇ। ਆਮੀਨ।"
(ਪ੍ਰਕਾਸ਼ ਦੀ ਪੋਥੀ 1:5-6)

ਪ੍ਰਕਾਸ਼ਕ ਬਾਰੇ - ਗੌਡਸ ਈਗਲ ਮਿਨਿਸਟ੍ਰੀਜ਼ -

Otakada.org

"ਰਾਸ਼ਟਰਾਂ ਨੂੰ ਬੀਜਣਾ, ਜ਼ਿੰਦਗੀਆਂ ਨੂੰ ਬਦਲਣਾ।"

ਗੌਡਜ਼ ਈਗਲ ਮਿਨਿਸਟ੍ਰੀਜ਼ *(GEM)* - ***ਜਿਸਨੂੰ*** Otakada.org *ਵੀ ਕਿਹਾ ਜਾਂਦਾ ਹੈ - ਇੱਕ ਆਤਮਾ-ਅਗਵਾਈ ਵਾਲੀ, ਸਰਹੱਦ ਰਹਿਤ ਈਸਾਈ ਲਹਿਰ ਅਤੇ ਮੀਡੀਆ ਪਲੇਟਫਾਰਮ ਹੈ ਜੋ ਪਰਮੇਸ਼ੁਰ ਦੇ ਬਚਨ ਦੀ ਸਦੀਵੀ ਸੱਚਾਈ ਰਾਹੀਂ ਕੌਮਾਂ ਨੂੰ ਇਲਾਜ, ਮੁਕਤੀ, ਚੇਲਾਪਨ ਅਤੇ ਬਹਾਲੀ ਲਿਆਉਣ ਲਈ ਵਚਨਬੱਧ ਹੈ।*

ਅਸੀਂ ***ਇੱਕ ਚਰਚ ਹਾਂ ਜਿਸ ਵਿੱਚ ਕੰਧਾਂ, ਸਰਹੱਦਾਂ ਜਾਂ ਸੰਪ੍ਰਦਾਵਾਂ ਨਹੀਂ ਹਨ****, ਜੋ ਯੂਹੰਨਾ 17:21-23 ਵਿੱਚ ਯਿਸੂ ਦੇ ਸੱਦੇ ਦਾ ਜਵਾਬ ਦਿੰਦੇ ਹਨ - "ਤਾਂ ਜੋ ਉਹ ਸਾਰੇ ਇੱਕ ਹੋਣ।"*

ਸਾਡਾ ਵਿਜ਼ਨ

ਇੱਕ ਸੰਯੁਕਤ ਈਸਾਈ ਸੰਸਾਰ ਦਾ *ਨਿਰਮਾਣ ਕਰਨਾ - ਜਿੱਥੇ ਵਿਸ਼ਵਾਸੀ ਅਧਿਆਤਮਿਕ ਏਕਤਾ ਵਿੱਚ ਚੱਲਦੇ ਹਨ, ਸੱਚਾਈ ਦੁਆਰਾ ਸ਼ਕਤੀਸ਼ਾਲੀ ਹੁੰਦੇ ਹਨ, ਪਵਿੱਤਰ ਆਤਮਾ ਦੁਆਰਾ ਮਾਰਗਦਰਸ਼ਨ ਕਰਦੇ ਹਨ, ਅਤੇ ਆਗਿਆਕਾਰੀ-ਅਧਾਰਤ ਚੇਲੇਪਨ ਦੁਆਰਾ ਬਦਲਦੇ ਹਨ।*

ਸਾਡਾ ਮਿਸ਼ਨ

"ਪਰਮੇਸ਼ੁਰ ਦੇ ਬਚਨ ਨਾਲ ਕੌਮਾਂ ਨੂੰ ਬੀਜਣਾ- ਇੱਕ ਸਮੇਂ ਇੱਕ ਜੀਵਨ।"

"ਡਿਲਵਰਡ ਫਰਾਮ ਦ ਪਾਵਰ ਆਫ਼ ਡਾਰਕਨੇਸ" ਵਰਗੀਆਂ ਕਿਤਾਬਾਂ ਰਾਹੀਂ, GEM ਯਿਸੂ ਦੀ ਰੋਸ਼ਨੀ ਨੂੰ ਹਨੇਰੇ ਥਾਵਾਂ 'ਤੇ ਚਮਕਾ ਰਿਹਾ ਹੈ, ਬਚਾਉਣ, ਚੰਗਾ ਕਰਨ ਅਤੇ ਬਚਾਉਣ ਦੀ ਉਸਦੀ ਸ਼ਕਤੀ ਨੂੰ ਪ੍ਰਗਟ ਕਰ ਰਿਹਾ ਹੈ।

ਅਸੀਂ ਇਹ ਇਸ ਤਰ੍ਹਾਂ ਕਰਦੇ ਹਾਂ:

- 66 **ਤੋਂ ਵੱਧ ਦੇਸ਼ਾਂ** ਵਿੱਚ **ਈਸਾਈ ਚੇਲੇਪਣ ਅਤੇ ਮੁਕਤੀ ਸਰੋਤਾਂ ਨੂੰ** ਪ੍ਰਕਾਸ਼ਿਤ ਕਰਨਾ ਅਤੇ ਵੰਡਣਾ
- Otakada.org 'ਤੇ ਇੱਕ **ਸਵੈਚਾਲਿਤ** 40-**ਦਿਨਾਂ ਦੀ ਚੇਲਾ ਯਾਤਰਾ ਦੀ ਮੇਜ਼ਬਾਨੀ ਕਰਨਾ**
- **ਵਿਸ਼ਵਵਿਆਪੀ ਸਲਾਹ, ਪ੍ਰਾਰਥਨਾ, ਇਲਾਜ ਅਤੇ ਮੁਕਤੀ** ਸੇਵਕਾਈਆਂ ਵਿੱਚ ਸ਼ਾਮਲ ਹੋਣਾ
- ਮਸੀਹ ਦੇ ਸਰੀਰ ਨੂੰ ਏਕਤਾ ਅਤੇ ਪਰਿਪੱਕਤਾ ਲਈ ਤਿਆਰ ਕਰਨ ਲਈ **ਪੰਜ-ਗੁਣਾ ਸੇਵਕਾਈ ਤੋਹਫ਼ਿਆਂ** ਨਾਲ ਭਾਈਵਾਲੀ ਕਰਨਾ
- ਦੁਨੀਆ ਭਰ ਵਿੱਚ 20 **ਲੱਖ ਤੋਂ ਵੱਧ ਈਸਾਈ-ਕੇਂਦ੍ਰਿਤ ਸਮੱਗਰੀ** ਬਣਾਉਣਾ ਅਤੇ ਪ੍ਰਸਾਰਿਤ ਕਰਨਾ

ਸਾਡੇ ਮੂਲ ਮੁੱਲ

ਦਲੇਰੀ • ਇਮਾਨਦਾਰੀ • ਉੱਤਮਤਾ • ਨਿਡਰਤਾ • ਰਚਨਾਤਮਕਤਾ • ਗਤੀ • ਦਾਨ

ਸਾਡਾ ਜਨੂੰਨ

ਮਸੀਹ ਵਿੱਚ ਪੂਰੀ ਆਜ਼ਾਦੀ ਦਾ ਅਨੁਭਵ ਕਰਨ ਵਿੱਚ ਮਦਦ ਕਰਨ ਲਈ ਭਾਵੁਕ ਹਾਂ - ਆਤਮਾ, ਆਤਮਾ ਅਤੇ ਸਰੀਰ।
"ਹਨੇਰੇ ਦੀ ਸ਼ਕਤੀ ਤੋਂ ਛੁਡਾਇਆ ਗਿਆ" ਵਰਗੀਆਂ ਅਸਲ-ਜੀਵਨ ਗਵਾਹੀਆਂ ਰਾਹੀਂ, ਅਸੀਂ ਸਲੀਬ ਦੀ ਜਿੱਤ ਅਤੇ ਹਰ ਤਰ੍ਹਾਂ ਦੇ ਬੰਧਨ ਉੱਤੇ ਪਵਿੱਤਰ ਆਤਮਾ ਦੀ ਪਰਿਵਰਤਨਸ਼ੀਲ ਸ਼ਕਤੀ ਦਾ ਐਲਾਨ ਕਰਦੇ ਹਾਂ।

ਅਸੀਂ ਜੋ ਕਰਦੇ ਹਾਂ ਉਸ ਦੇ ਸੱਤ ਮੁੱਖ ਪ੍ਰਗਟਾਵੇ

1. **ਚਰਚਾਂ ਨੂੰ ਏਕਤਾ ਦੇ ਸੰਦੇਸ਼ ਨਾਲ ਜੁੜਨਾ:** ਅਸੀਂ ਵੱਖ-ਵੱਖ ਸੰਪਰਦਾਵਾਂ ਨਾਲ ਜੁੜਦੇ ਹਾਂ, ਉਨ੍ਹਾਂ ਨੂੰ ਇੱਕ ਦੂਜੇ ਨਾਲ ਜੁੜਨ ਦੀ ਅਪੀਲ ਕਰਦੇ ਹਾਂ।
2. **ਸਾਲਾਨਾ ਪ੍ਰਾਰਥਨਾ ਅਤੇ ਵਰਤ:** ਹਰ ਸਾਲ, ਅਸੀਂ **ਏਕਤਾ, ਪੁਨਰ ਸੁਰਜੀਤੀ ਅਤੇ ਚੇਲੇਪਨ** ਦੇ ਮੁੱਖ ਵਿਸ਼ੇ ਨਾਲ ਚਰਚ ਅਤੇ ਲੀਡਰਸ਼ਿਪ ਲਈ ਵਿਚੋਲਗੀ ਲਈ 40 **ਦਿਨ** (17 **ਮਾਰਚ** - 26 **ਅਪ੍ਰੈਲ) ਸਮਰਪਿਤ ਕਰਦੇ ਹਾਂ** ।
3. **ਪ੍ਰਕਾਸ਼ਨ:** ਅਸੀਂ ਆਪਣੇ ਦੁਆਰਾ ਲਿਖੀਆਂ 65 **ਤੋਂ ਵੱਧ ਚੇਲੇ-ਪ੍ਰਣਾਲੀ ਦੀਆਂ ਕਿਤਾਬਾਂ ਅਤੇ** ਹੋਰ ਈਸਾਈ ਲੇਖਕਾਂ ਲਈ 100+

ਸਿਰਲੇਖ ਪ੍ਰਕਾਸ਼ਿਤ ਕੀਤੇ ਹਨ, ਜੋ 66 ਦੇਸ਼ਾਂ ਵਿੱਚ ਵੰਡੇ ਗਏ ਹਨ।

4. ***ਗਲੋਬਲ ਸਮੱਗਰੀ ਵੰਡ: ਅਸੀਂ*** *ਵਿਭਿੰਨ ਪੰਜ-ਗੁਣਾ ਸੇਵਕਾਈ ਤੋਹਫ਼ਿਆਂ ਤੋਂ 20* ***ਲੱਖ ਤੋਂ ਵੱਧ ਈਸਾਈ ਸਰੋਤ*** *ਬਣਾਏ ਹਨ, ਇਕੱਠੇ ਕੀਤੇ ਹਨ ਅਤੇ ਪ੍ਰਸਾਰਿਤ ਕੀਤੇ ਹਨ।*
5. ***ਯਿਸੂ ਦੇ ਨਾਲ ਸਵੈਚਾਲਿਤ 40-ਦਿਨਾਂ ਦਾ ਚੇਲਾਪਨ:*** **Otakada.org** *'ਤੇ ਆਯੋਜਿਤ ਇੱਕ ਨਿਰਦੇਸ਼ਿਤ ਯਾਤਰਾ, ਜਿਸਨੂੰ ਦੁਨੀਆ ਭਰ ਦੇ ਵਿਸ਼ਵਾਸੀਆਂ ਦੁਆਰਾ ਐਕਸੈਸ ਕੀਤਾ ਜਾਂਦਾ ਹੈ।*
6. ***ਸਲਾਹ ਅਤੇ ਬਹਾਲੀ:*** *ਅਸੀਂ ਵਿਸ਼ਵ ਪੱਧਰ 'ਤੇ ਈਸਾਈਆਂ ਨੂੰ ਸਲਾਹ ਦਿੰਦੇ ਹਾਂ (ਵੈੱਬ + ਵਿਅਕਤੀਗਤ ਤੌਰ 'ਤੇ) ਕਿਉਂਕਿ ਪਰਮਾਤਮਾ* ***ਇਲਾਜ, ਛੁਟਕਾਰਾ ਅਤੇ ਬਹਾਲੀ ਲਿਆਉਂਦਾ ਹੈ - ਆਤਮਾ, ਆਤਮਾ ਅਤੇ ਸਰੀਰ।***
7. ***ਭਵਿੱਖਬਾਣੀ ਕਾਰਵਾਈ:*** *ਪਵਿੱਤਰ ਆਤਮਾ ਦੀ ਅਗਵਾਈ ਹੇਠ, ਅਸੀਂ* ***ਭਵਿੱਖਬਾਣੀ ਕਾਰਵਾਈਆਂ*** *ਅਤੇ ਪ੍ਰਭੂ ਨੂੰ* ***ਖੇਤਰੀ ਸਮਰਪਣ ਕਰਦੇ ਹਾਂ।***

ਏਕਤਾ ਬਾਰੇ ਥੋੜ੍ਹਾ ਜਿਹਾ (ਬਾਈਬਲ ਦੀ ਸਪੱਸ਼ਟਤਾ)

- **ਆਤਮਾ ਦੀ ਏਕਤਾ (ਅਫ਼ਸੀਆਂ 4:3): ਵਿਸ਼ਵਾਸੀਆਂ ਵਿੱਚ** ਇੱਕ *ਮੌਜੂਦਾ ਹਕੀਕਤ* - ਨਿਮਰਤਾ, ਪਿਆਰ ਅਤੇ ਸ਼ਾਂਤੀ ਦੇ ਬੰਧਨ ਦੁਆਰਾ ਬਣਾਈ ਰੱਖੀ ਗਈ। ਅਸੀਂ ਇਸਨੂੰ ਨਹੀਂ ਬਣਾਉਂਦੇ; ਅਸੀਂ ਇਸਦੀ **ਰਾਖੀ ਕਰਦੇ ਹਾਂ**।

- **ਵਿਸ਼ਵਾਸ ਦੀ ਏਕਤਾ (ਅਫ਼ਸੀਆਂ 4:13)**: ਇੱਕ *ਵਿਕਾਸ ਟੀਚਾ*-ਜਿਵੇਂ-ਜਿਵੇਂ ਚਰਚ **ਆਗਿਆਕਾਰੀ-ਅਧਾਰਤ ਚੇਲੇਪਣ** ਦੁਆਰਾ **ਪਰਮੇਸ਼ੁਰ ਦੇ ਪੁੱਤਰ ਦੇ ਗਿਆਨ ਵਿੱਚ ਪਰਿਪੱਕ ਹੁੰਦਾ ਹੈ, ਪ੍ਰਾਪਤ ਕੀਤਾ ਜਾਂਦਾ ਹੈ** ।

ਇਸਦਾ ਮਤਲਬ ਹੈ ਕਿ ਸਾਡੀ ਏਕਤਾ **ਸੰਬੰਧਤ (ਆਤਮਾ ਵਿੱਚ)** ਅਤੇ **ਰਚਨਾਤਮਕ (ਮਸੀਹ ਵਰਗੀ ਪਰਿਪੱਕਤਾ ਵਿੱਚ) ਹੈ** - ਕਦੇ ਵੀ ਸਿਰਫ਼ ਇਕਸਾਰਤਾ ਨਹੀਂ, ਸਗੋਂ ਸੰਪਰਦਾਵਾਂ ਅਤੇ ਕੌਮਾਂ ਵਿੱਚ **ਯਿਸੂ ਵਿੱਚ ਏਕਤਾ ਹੈ** ।

ਸਾਡੀ ਵਿਸ਼ਵਵਿਆਪੀ ਪਹੁੰਚ

- ***ਅੰਬੈਸਡਰ ਮੰਡੇ ਓ. ਓਗਬੇ*** *ਅਤੇ GEM ਟੀਮ ਦੁਆਰਾ ਲਿਖੀਆਂ 500 ਤੋਂ ਵੱਧ* ***ਕਿਤਾਬਾਂ***
- ***66+ ਦੇਸ਼ਾਂ*** *ਵਿੱਚ ਸਰਗਰਮ ਮੌਜੂਦਗੀ*
- ***500,000+ ਲੋਕਾਂ ਦੀ ਔਨਲਾਈਨ ਅਤੇ ਔਫਲਾਈਨ*** *ਪਹੁੰਚ*
- *ਪੁਨਰ ਸੁਰਜੀਤੀ, ਏਕਤਾ ਅਤੇ ਬਹਾਲੀ ਲਈ* ***ਸਾਲਾਨਾ*** *40-* ***ਦਿਨਾਂ ਗਲੋਬਲ ਪ੍ਰਾਰਥਨਾ ਅਤੇ ਵਰਤ*** *(17* ***ਮਾਰਚ*** *- 26* ***ਅਪ੍ਰੈਲ****)*

🔗 ***ਸਾਡੇ ਮੰਤਰਾਲੇ ਦੇ ਪਲੇਟਫਾਰਮ***

- Otakada.org — *ਚੇਲਾਪਨ, ਛੁਟਕਾਰਾ, ਪ੍ਰਾਰਥਨਾ, ਅਤੇ ਭਵਿੱਖਬਾਣੀ ਸੇਵਕਾਈ*

- Shop.Otakada.org – ਕਿਤਾਬਾਂ, ਈ-ਕੋਰਸ, ਅਤੇ ਈਸਾਈ ਵਿਕਾਸ ਸਾਧਨ
- **ਐਮਾਜ਼ਾਨ ਲੇਖਕ ਪੰਨੇ:**
  - ਜ਼ੈਕਰੀਆਸ ਗੋਡਸੀਗਲ / ਅੰਬੈਸਡਰ ਸੋਮਵਾਰ ਓ. ਓਗਬੇ – ਪੰਨਾ 1 - https://www.amazon.com/stores/Zacharias-Godseagle/author/B0FCZ89D4K
  - ਰਾਜਦੂਤ ਸੋਮਵਾਰ ਓ. ਓਗਬੇ - ਪੰਨਾ 2 https://www.amazon.com/stores/author/B07MSBPFNX/allbooks
- **ਯੂਟਿਊਬ ਚੈਨਲ:**
  - ਰੱਬ ਦੇ ਬਾਜ਼ ਸੇਵਕਾਈ (ਮੁੱਖ) https://www.youtube.com/@godseagleministries – **ਸਿੱਖਿਆਵਾਂ ਅਤੇ ਗਵਾਹੀਆਂ**
  - ਰਾਜਦੂਤ ਸੋਮਵਾਰ ਓ. ਓਗਬੇ (ਨਵੀਨਤਮ) https://www.youtube.com/@AmbassadorMondayogbe – **ਫਿਲਮਾਂ ਅਤੇ ਗਲੋਬਲ ਪ੍ਰਚਾਰ**

ਸਾਡੇ ਨਾਲ ਜੁੜੋ

ਈਮੇਲ: ambassador@otakada.org

ਵਟਸਐਪ / ਫ਼ੋਨ: +1 804-778-2759 (ਵਟਸਐਪ) | +1 302-492-2440 | +234-803-283-5348 (ਵਟਸਐਪ)

ਬਲੌਗ: otakada.org/blog

ਸਾਥੀ ਜਾਂ ਦੇਣ: ਇੱਥੇ ਕਲਿੱਕ ਕਰੋ

ਸਾਡੀ ਗਲੋਬਲ ਮੌਜੂਦਗੀ

- ***ਈਸਟ ਕੋਸਟ ਅਮਰੀਕਾ:*** *3825 ਲੈਂਕੈਸਟਰ ਪਾਈਕ, ਵਿਲਮਿੰਗਟਨ, ਡੀਈ*
- ***ਈਸਟ ਕੋਸਟ ਅਮਰੀਕਾ:*** *4510 ਬਰਕਸ ਪ੍ਰੌਮਿਸ ਡਰਾਈਵ, ਬੋਵੀ, ਮੈਰੀਲੈਂਡ*
- ***ਵੈਸਟ ਕੋਸਟ ਯੂਐਸਏ:*** *1985 ਡੇਲ ਅਮੋ ਬਲਵੀਡ, ਟੋਰੈਂਸ, CA*
- ***ਪੱਛਮੀ ਅਫਰੀਕਾ ਮੁੱਖ ਦਫਤਰ:*** *8 ਸਾਹਬਾ ਨਿਵਾਸ, ਲੁਗਬੇ, ਅਬੂਜਾ*
- ***ਪੱਛਮੀ ਅਫ਼ਰੀਕਾ ਮੁੱਖ ਦਫ਼ਤਰ:*** *14 ਓਲਾਲੇਰੇ ਨੇੜੇ, ਮਿਲੀਅਨੇਅਰ ਕੁਆਰਟਰਾਂ ਤੋਂ ਬਾਹਰ, ਜੋਸ ਨੌਰਥ, ਜੋਸ, ਪਠਾਰ ਰਾਜ*

ਪ੍ਰਕਾਸ਼ਕ ਲੀਡਰਸ਼ਿਪ ਸੰਪਰਕ

ਅੰਬੈਸਡਰ ਮੰਡੇ ੳ. ਓਗਬੇ , ਉਪਨਾਮ - ਜ਼ਕੈਰੀਅਸ ਗੌਡਸੀਗਲ

ਸੰਸਥਾਪਕ, ਲੇਖਕ, ਅਤੇ ਘੁੰਮਣ ਵਾਲਾ ਪ੍ਰਚਾਰਕ
ਰੱਬ ਦੇ ਈਗਲ ਮੰਤਰਾਲੇ - ਕੰਧਾਂ, ਸਰਹੱਦਾਂ ਜਾਂ ਸੰਪ੍ਰਦਾਵਾਂ ਤੋਂ ਬਿਨਾਂ ਇੱਕ ਚਰਚ

"ਇਕੱਠੇ ਮਿਲ ਕੇ, ਸਰੀਰ ਦਾ ਨਿਰਮਾਣ ਕਰੀਏ, ਟੁੱਟੇ ਹੋਏ ਨੂੰ ਚੰਗਾ ਕਰੀਏ, ਅਤੇ ਚਰਚ ਨੂੰ ਇਕਜੁੱਟ ਕਰੀਏ - ਉਸਦੀ ਆਤਮਾ ਦੁਆਰਾ!"
ਸ਼ਾਲੋਮ!

ਸੰਪਾਦਕ ਦੀ ਭੂਮਿਕਾ — 2025 ਬਹਾਲ ਅਤੇ ਵਿਸਤ੍ਰਿਤ ਸੰਸਕਰਣ

"ਅਤੇ ਉਨ੍ਹਾਂ ਨੇ ਲੇਲੇ ਦੇ ਲਹੂ ਅਤੇ ਆਪਣੀ ਗਵਾਹੀ ਦੇ ਬਚਨ ਨਾਲ ਉਸ ਨੂੰ ਜਿੱਤ ਲਿਆ।" —ਪ੍ਰਕਾਸ਼ ਦੀ ਪੋਥੀ 12:11

ਚਾਰ ਦਹਾਕੇ ਪਹਿਲਾਂ, **ਇਮੈਨੁਅਲ ਏਨੀ ਨਾਮ ਦੇ ਇੱਕ ਨਿਮਰ ਆਦਮੀ ਨੂੰ** ਯਿਸੂ ਮਸੀਹ ਦੀ ਅਟੱਲ ਦਇਆ ਨੇ ਹਨੇਰੇ ਦੀਆਂ ਡੂੰਘਾਈਆਂ ਵਿੱਚੋਂ ਕੱਢ ਲਿਆ ਸੀ।
ਉਸਦੀ ਕਹਾਣੀ - ਜੋ ਕਦੇ ਸਧਾਰਨ ਟ੍ਰੈਕਟਾਂ 'ਤੇ ਛਾਪੀ ਜਾਂਦੀ ਸੀ ਅਤੇ ਪੂਰੇ ਅਫਰੀਕਾ ਵਿੱਚ ਹੱਥ-ਪੈਰ ਮਾਰਦੀ ਸੀ - ਉਦੋਂ ਤੋਂ ਹਰ ਮਹਾਂਦੀਪ ਤੱਕ ਪਹੁੰਚ ਗਈ ਹੈ, ਦਿਲਾਂ ਨੂੰ ਬਦਲ ਰਹੀ ਹੈ, ਧੋਖੇ ਦਾ ਪਰਦਾਫਾਸ਼ ਕਰ ਰਹੀ ਹੈ, ਅਤੇ ਚਰਚ ਨੂੰ ਮਨੁੱਖਾਂ ਦੀਆਂ ਰੂਹਾਂ ਲਈ ਅਣਦੇਖੀ ਲੜਾਈ ਲਈ ਜਗਾ ਰਹੀ ਹੈ।

ਇਹ 2025 **ਰੀਸਟੋਰਡ ਅਤੇ ਐਕਸਪੈਂਡਡ ਐਡੀਸ਼ਨ** ਦੁਬਾਰਾ ਲਿਖਣਾ ਨਹੀਂ ਹੈ, ਸਗੋਂ ਇੱਕ *ਪੁਨਰ-ਰੋਸ਼ਨੀ ਹੈ*।
ਅਸੀਂ ਇਮੈਨੁਅਲ ਏਨੀ ਦੀ ਆਵਾਜ਼ ਦੀ ਪ੍ਰਮਾਣਿਕਤਾ ਨੂੰ ਧਿਆਨ ਨਾਲ ਸੁਰੱਖਿਅਤ ਰੱਖਿਆ ਹੈ, ਨਾਲ ਹੀ ਨਵੀਂ ਪੀੜ੍ਹੀ ਲਈ ਸਪਸ਼ਟਤਾ, ਪ੍ਰਮਾਣਿਤ ਸੰਦਰਭ ਅਤੇ ਸ਼ਾਸਤਰੀ ਡੂੰਘਾਈ ਜੋੜੀ ਹੈ ਜੋ ਆਧੁਨਿਕ ਭੇਸ ਵਿੱਚ ਉਹੀ ਪ੍ਰਾਚੀਨ ਸ਼ਕਤੀਆਂ ਦਾ ਸਾਹਮਣਾ ਕਰ ਰਹੀ ਹੈ।

ਅੱਜ, ਹਨੇਰਾ ਨਵੇਂ ਕੱਪੜੇ ਪਹਿਨਦਾ ਹੈ - ਤਕਨਾਲੋਜੀ, ਮਨੋਰੰਜਨ, ਗੁਪਤ ਸਮਝੌਤੇ, ਅਤੇ ਸਵੈ-ਪੂਜਾ। ਫਿਰ ਵੀ ਲੜਾਈ ਉਹੀ ਰਹਿੰਦੀ ਹੈ। ਇੱਥੇ

ਜੋੜੀਆਂ ਗਈਆਂ ਗਵਾਹੀਆਂ ਅਤੇ ਸ਼ਰਧਾ ਦਰਸਾਉਂਦੀਆਂ ਹਨ ਕਿ ਯਿਸੂ ਨੇ ਜੋ ਇੱਕ ਲਈ ਕੀਤਾ, ਉਹ ਅਜੇ ਵੀ ਸਾਰਿਆਂ ਲਈ ਕਰਦਾ ਹੈ। ਨਿਊਯਾਰਕ ਤੋਂ ਨੈਰੋਬੀ ਤੱਕ, ਧਾਰਮਿਕ ਸਥਾਨ ਤੋਂ ਲੈ ਕੇ ਸਕ੍ਰੀਨ ਤੱਕ, ਉਸਦਾ ਪ੍ਰਕਾਸ਼ ਅਜੇ ਵੀ ਹਨੇਰੇ ਦੇ ਹਰ ਖੇਤਰ ਵਿੱਚ ਹਮਲਾ ਕਰਦਾ ਹੈ।

ਸਾਡੀ ਪ੍ਰਾਰਥਨਾ ਹੈ ਕਿ ਜਿਵੇਂ-ਜਿਵੇਂ ਤੁਸੀਂ ਇਹਨਾਂ ਪੰਨਿਆਂ ਨੂੰ ਪੜ੍ਹੋਗੇ, ਡਰ ਵਿਸ਼ਵਾਸ ਨੂੰ ਰਾਹ ਦੇਵੇਗਾ, ਕਿਉਂਕਿ ਵਿਸ਼ਵਾਸ ਸੁਣਨ ਨਾਲ ਆਉਂਦਾ ਹੈ ਅਤੇ ਸੁਣਨਾ ਪਰਮਾਤਮਾ ਦੇ ਬਚਨ ਦੁਆਰਾ ਆਉਂਦਾ ਹੈ ਅਤੇ ਉਤਸੁਕਤਾ ਦ੍ਰਿੜਤਾ ਨੂੰ ਰਾਹ ਦੇਵੇਗੀ। ਕੀ ਤੁਸੀਂ ਸਨਸਨੀਖੇਜ਼ ਤੋਂ ਪਰੇ ਮੁਕਤੀਦਾਤਾ ਵਿੱਚ ਦੇਖ ਸਕਦੇ ਹੋ - ਕਿ ਇਹ ਸਿਰਫ਼ ਇੱਕ ਆਦਮੀ ਦਾ ਇਕਬਾਲ ਨਹੀਂ ਹੈ, ਸਗੋਂ ਇੱਕ ਦਿਆਲੂ ਮੁਕਤੀਦਾਤਾ ਦਾ ਪ੍ਰਕਾਸ਼ ਹੈ।

ਇਸ ਐਡੀਸ਼ਨ ਵਿੱਚ **40-ਦਿਨਾਂ ਦੀ ਮੁਕਤੀ ਯਾਤਰਾ ਵੀ ਸ਼ਾਮਲ ਹੈ** ਜੋ ਪਾਠਕਾਂ ਨੂੰ ਨਾ ਸਿਰਫ਼ ਮੁਕਤੀ ਦਾ ਗਵਾਹ ਬਣਨ ਵਿੱਚ ਮਦਦ ਕਰਨ ਲਈ ਤਿਆਰ ਕੀਤੀ ਗਈ ਹੈ, ਸਗੋਂ ਘਰਾਂ, ਕੌਮਾਂ ਅਤੇ ਡਿਜੀਟਲ ਥਾਵਾਂ 'ਤੇ ਵੀ - ਪ੍ਰਭੂਤਾ ਵਿੱਚ ਚੱਲਣ ਵਿੱਚ ਮਦਦ ਕਰਦੀ ਹੈ। ਹਰ ਦਿਨ ਧਰਮ-ਗ੍ਰੰਥ, ਪ੍ਰਤੀਬਿੰਬ ਅਤੇ ਭਵਿੱਖਬਾਣੀ ਪ੍ਰਾਰਥਨਾ ਨੂੰ ਮਿਲਾਉਂਦਾ ਹੈ, ਜਿਸਦਾ ਸਿੱਟਾ ਵਿਸ਼ਵਾਸੀਆਂ ਨੂੰ ਆਪਣੀ ਪੀੜ੍ਹੀ ਲਈ ਗਵਾਹਾਂ ਅਤੇ ਮੁਕਤੀਦਾਤਾ ਵਜੋਂ ਉੱਠਣ ਲਈ ਇੱਕ ਵਿਸ਼ਵਵਿਆਪੀ ਸੱਦਾ ਵਿੱਚ ਹੁੰਦਾ ਹੈ।

"ਤੁਸੀਂ ਉਹ ਨਹੀਂ ਸਿੱਖ ਸਕਦੇ ਜੋ ਤੁਸੀਂ ਨਹੀਂ ਦਿੱਤਾ;
ਤੁਸੀਂ ਇਹ ਨਹੀਂ ਕਹਿ ਸਕਦੇ ਕਿ ਤੁਸੀਂ ਕਿੱਥੇ ਬੰਨ੍ਹੇ ਹੋਏ ਹੋ।"

ਅਸੀਂ ਤੁਹਾਨੂੰ ਪ੍ਰਾਰਥਨਾ ਨਾਲ, ਸਮਝਦਾਰੀ ਨਾਲ, ਅਤੇ ਖੁੱਲ੍ਹੇ ਦਿਲ ਨਾਲ ਪੜ੍ਹਨ ਲਈ ਸੱਦਾ ਦਿੰਦੇ ਹਾਂ।
ਉਹੀ ਪਰਮਾਤਮਾ ਜਿਸਨੇ ਇਮੈਨੁਅਲ ਏਨੀ ਨੂੰ ਬਚਾਇਆ ਸੀ, ਅੱਜ ਵੀ ਬਚਾਉਂਦਾ ਹੈ। ਅਤੇ ਸਿਰਫ਼ ਉਸੇ ਨੂੰ ਹੀ ਸਾਰੀ ਮਹਿਮਾ, ਸਤਿਕਾਰ ਅਤੇ ਰਾਜ ਹਮੇਸ਼ਾ ਲਈ ਹੋਵੇ।

ਇਸ ਐਡੀਸ਼ਨ ਨੂੰ ਸੰਪਾਦਿਤ ਕਰਦੇ ਸਮੇਂ, ਮੈਂ ਖੁਦ ਦੇਖਿਆ ਹੈ ਕਿ ਇਹ ਕਿਤਾਬ ਹੁਣ ਮਹਾਂਦੀਪਾਂ ਨੂੰ ਕਿਵੇਂ ਜੋੜਦੀ ਹੈ। ਸੁਨੇਹੇ ਰੋਜ਼ਾਨਾ ਆਉਂਦੇ ਹਨ - ਇਟਲੀ, ਜਰਮਨੀ, ਕੀਨੀਆ, ਅਮਰੀਕਾ, ਨਾਈਜੀਰੀਆ, ਅਤੇ ਇਸ ਤੋਂ ਪਰੇ - ਹਰ ਇੱਕ ਸੁਨੇਹਾ ਇੱਕ ਸਵਾਲ, ਇੱਕ ਸੁਪਨਾ, ਜਾਂ ਨਵੀਂ ਆਜ਼ਾਦੀ ਦੀ ਗਵਾਹੀ ਲੈ ਕੇ ਜਾਂਦਾ ਹੈ। ਜਿਹੜੇ ਮਰਦ ਅਤੇ ਔਰਤਾਂ ਕਦੇ ਅਣਦੇਖੇ ਤੋਂ ਡਰਦੇ ਸਨ, ਹੁਣ ਉਹ ਖੋਜਦੇ ਹਨ ਕਿ ਪਰਮਾਤਮਾ ਵੱਲੋਂ ਪ੍ਰਕਾਸ਼ ਅੱਜ ਵੀ ਉਸਦੀ ਆਤਮਾ ਰਾਹੀਂ ਬੋਲਦਾ ਹੈ।

ਇਸ ਵਧਦੀ ਭੁੱਖ ਨੂੰ ਪੂਰਾ ਕਰਨ ਲਈ, ਅਸੀਂ GEM **ਦੇ ਗਲੋਬਲ ਚੇਲੇ ਭਾਈਚਾਰਿਆਂ** (ਇਸ ਖੰਡ ਦੇ ਅੰਤ ਵਿੱਚ ਸੂਚੀਬੱਧ) ਦੇ ਅੰਦਰ ਇੱਕ ਚੱਲ ਰਿਹਾ ਸੰਵਾਦ ਪਲੇਟਫਾਰਮ ਬਣਾਇਆ ਹੈ। ਉੱਥੇ, ਪਾਠਕ ਆਪਣੇ ਅਨੁਭਵ ਸਾਂਝੇ ਕਰ ਸਕਦੇ ਹਨ, ਸਵਾਲ ਜਮ੍ਹਾਂ ਕਰ ਸਕਦੇ ਹਨ, ਅਤੇ ਧਰਮ-ਗ੍ਰੰਥਾਂ ਦਾ ਅਧਿਐਨ ਕਰ ਸਕਦੇ ਹਨ ਜੋ ਇਮੈਨੁਅਲ ਏਨੀ ਦੀ ਕਹਾਣੀ ਨੂੰ ਰੌਸ਼ਨ ਕਰਦੇ ਹਨ - ਜਿਵੇਂ ਕਿ ਇਟਲੀ ਦੇ ਭਰਾ ਫ੍ਰਾਂਸਿਸਕੋ ਨੇ ਕੀਤਾ ਸੀ। ਇਹ ਗੱਲਬਾਤ ਸਾਨੂੰ ਯਾਦ ਦਿਵਾਉਂਦੀ ਹੈ ਕਿ ਕਹਾਣੀ ਖਤਮ ਨਹੀਂ ਹੋਈ ਹੈ; ਇਹ ਵਧ ਰਹੀ ਹੈ। **"ਪਾਠਕ ਪ੍ਰਸ਼ਨ, ਗਲੋਬਲ ਗੱਲਬਾਤ, ਅਤੇ ਮੁਕਤੀ ਸਕੂਲ" ਸਿਰਲੇਖ ਵਿੱਚ ਹੋਰ ਵੇਰਵੇ ਲੱਭੋ।**

ਹਨੇਰੇ ਦੀ ਸ਼ਕਤੀ ਤੋਂ ਛੁਟਕਾਰਾ ਇੱਕ ਕਿਤਾਬ ਅਤੇ ਇੱਕ ਲਹਿਰ ਦੋਵੇਂ ਬਣ ਗਿਆ ਹੈ - ਇੱਕ ਵਿਸ਼ਵਵਿਆਪੀ ਕਲਾਸਰੂਮ ਜਿੱਥੇ ਪਵਿੱਤਰ ਆਤਮਾ ਗੁਰੂ ਹੈ ਅਤੇ ਮਸੀਹ ਸਬਕ ਹੈ।

— ਰਾਜਦੂਤ ਸੋਮਵਾਰ ਓ. ਓਗਬੇ

ਸੰਸਥਾਪਕ, **ਗੌਡਜ਼ ਈਗਲ ਮਿਨਿਸਟ੍ਰੀਜ਼** (GEM)
ਸੰਪਾਦਕ, *ਹਨੇਰੇ ਦੀ ਸ਼ਕਤੀ ਤੋਂ ਛੁਟਕਾਰਾ — ਬਹਾਲ ਅਤੇ ਵਿਸਤ੍ਰਿਤ ਸੰਸਕਰਣ* (2025)

ਅਧਿਆਇ 1 - "ਨਵੀਂ ਜ਼ਿੰਦਗੀ" ਵੱਲ ਮੇਰਾ ਭੱਜਣਾ

(2025 ਦਾ ਵਿਸਤ੍ਰਿਤ ਸੰਸਕਰਣ - ਸੰਪਾਦਕੀ ਸੂਝ ਅਤੇ ਐਨੋਟੇਸ਼ਨਾਂ ਦੇ ਨਾਲ)

"ਬਾਲਕ ਨੂੰ ਉਸ ਰਾਹ ਵਿੱਚ ਸਿਖਲਾਓ ਜਿਸ ਉੱਤੇ ਉਸਨੂੰ ਚੱਲਣਾ ਚਾਹੀਦਾ ਹੈ, ਅਤੇ ਜਦੋਂ ਵੀ ਉਹ ਬੁੱਢਾ ਹੋ ਜਾਵੇਗਾ, ਉਹ ਉਸ ਤੋਂ ਨਹੀਂ ਹਟੇਗਾ" (ਕਹਾਉਤਾਂ 22: 6)।

ਇਹ ਪਰਮੇਸ਼ੁਰ ਦੇ ਕੰਮਾਂ ਦੀ ਕਹਾਣੀ ਹੈ - ਸ਼ਕਤੀਸ਼ਾਲੀ, ਸ਼ਾਨਦਾਰ ਅਤੇ ਰਹੱਸਮਈ - ਯਿਸੂ ਮਸੀਹ ਦੇ ਹੁਕਮ ਦੀ ਪਾਲਣਾ ਵਿੱਚ ਜੋ ਉਸਨੇ ਮੈਨੂੰ ਕਿਹਾ ਸੀ: "ਜਾਓ ਅਤੇ ਗਵਾਹੀ ਦਿਓ ਕਿ ਮੈਂ ਤੁਹਾਡੇ ਲਈ ਕੀ ਕੀਤਾ ਹੈ।"

(ਸੰਪਾਦਕ ਦਾ ਨੋਟ - 2025 ਅੱਪਡੇਟ: ਇਹ ਕਿਤਾਬ ਮਸੀਹ ਦੇ ਗਵਾਹੀ ਦੇਣ ਦੇ ਸੱਦੇ ਦੀ ਸਿੱਧੀ ਆਗਿਆਕਾਰੀ ਨਾਲ ਸ਼ੁਰੂ ਹੁੰਦੀ ਹੈ - ਮਰਕੁਸ 5:19 । ਹਰ ਗਵਾਹੀ ਹਨੇਰੇ ਦੇ ਵਿਰੁੱਧ ਇੱਕ ਹਥਿਆਰ ਹੈ - ਪ੍ਰਕਾਸ਼ ਦੀ ਪੋਥੀ 12:11 ।)

ਆਮ ਤੌਰ 'ਤੇ ਕੋਈ ਵਿਅਕਤੀ ਬਦਕਿਸਮਤੀ ਨੂੰ ਕਿਸਮਤ ਦਾ ਕੰਮ ਸਮਝਦਾ ਹੈ ਅਤੇ ਇਹ ਕਿ ਅਸੀਂ ਆਪਣੇ ਜੀਵਨ ਦੀਆਂ ਘਟਨਾਵਾਂ ਨੂੰ ਬਦਲਣ ਲਈ ਕੁਝ ਨਹੀਂ ਕਰ ਸਕਦੇ। ਕੁਝ ਹੱਦ ਤੱਕ ਇਹ ਸੱਚ ਹੈ। ਪਰਮੇਸ਼ੁਰ ਦੇ ਬੱਚੇ ਦੇ

ਮਾਮਲੇ ਵਿੱਚ, ਉਸਦਾ ਜੀਵਨ ਯੋਜਨਾਬੱਧ ਹੁੰਦਾ ਹੈ (ਕਹਾਉਤਾਂ 16: 9)। ਉਹ ਯੋਜਨਾ ਪੂਰੀ ਹੁੰਦੀ ਹੈ ਜਾਂ ਨਹੀਂ ਇਹ ਕਈ ਕਾਰਕਾਂ 'ਤੇ ਨਿਰਭਰ ਕਰਦਾ ਹੈ, ਵਿਅਕਤੀ ਦੀ ਪਰਮੇਸ਼ੁਰ ਨਾਲ ਨੇੜਤਾ, ਜੀਵਨ ਦੇ ਅੰਤਮ ਉਦੇਸ਼ ਬਾਰੇ ਉਸਦਾ ਦ੍ਰਿਸ਼ਟੀਕੋਣ, ਅਤੇ ਸਮਾਜਿਕ-ਅਧਿਆਤਮਿਕ ਵਾਤਾਵਰਣ ਜਿਸ ਵਿੱਚ ਉਹ ਆਪਣੇ ਆਪ ਨੂੰ ਪਾਉਂਦਾ ਹੈ।

(ਆਤਮਿਕ ਸੂਝ: ਪਰਮਾਤਮਾ ਦੀ ਪ੍ਰਭੂਸੱਤਾ ਮਨੁੱਖੀ ਜ਼ਿੰਮੇਵਾਰੀ ਨੂੰ ਰੱਦ ਨਹੀਂ ਕਰਦੀ। ਉਸਦੀ ਇੱਛਾ ਨਾਲ ਇਕਸਾਰਤਾ ਹੀ ਇੱਕ ਯੋਜਨਾ ਨੂੰ ਕਿਸਮਤ ਵਿੱਚ ਬਦਲਦੀ ਹੈ।)

ਤੁਹਾਡੇ ਜੀਵਨ ਦੇ ਰਾਹ ਨੂੰ ਕੁਝ ਬਾਹਰੀ ਕਾਰਕਾਂ ਦੁਆਰਾ ਚੁਣੌਤੀ ਦਿੱਤੀ ਜਾਂਦੀ ਹੈ। ਸੰਕਟ ਉਦੋਂ ਆਉਂਦਾ ਹੈ ਜਦੋਂ ਤੁਸੀਂ ਆਪਣੀ ਇੱਛਾ ਨੂੰ ਕਿਸੇ ਨਾ ਕਿਸੇ ਤਰੀਕੇ ਨਾਲ, ਚੰਗੇ ਜਾਂ ਬੁਰੇ ਲਈ ਛੱਡ ਦਿੰਦੇ ਹੋ। ਤੁਸੀਂ ਪਿਆਰ ਕਰ ਸਕਦੇ ਹੋ ਜਾਂ ਨਫ਼ਰਤ ਕਰ ਸਕਦੇ ਹੋ। ਤੁਸੀਂ ਸਮਝਣ ਜਾਂ ਗਲਤ ਸਮਝਣ ਦੀ ਇੱਛਾ ਕਰ ਸਕਦੇ ਹੋ। ਆਗਿਆ ਮੰਨਣ ਦੀ ਇੱਛਾ ਇੱਕ ਨਵੇਂ ਜਨਮੇ ਈਸਾਈ ਦੀ ਸਭ ਤੋਂ ਵੱਡੀ ਸ਼ਕਤੀ ਹੈ, ਜਦੋਂ ਕਿ ਅਣਆਗਿਆਕਾਰੀ ਕਰਨ ਦੀ ਇੱਛਾ ਪਾਪੀ ਦੀ ਸਭ ਤੋਂ ਵਿਨਾਸ਼ਕਾਰੀ ਸ਼ਕਤੀ ਹੈ।

ਜਦੋਂ ਇੱਕ ਬੱਚਾ ਦੁਨੀਆਂ ਵਿੱਚ ਇਕੱਲਾ ਛੱਡ ਦਿੱਤਾ ਜਾਂਦਾ ਹੈ ਤਾਂ ਉਸਨੂੰ ਦੋ ਸ਼ਕਤੀਆਂ ਵਿੱਚੋਂ ਇੱਕ ਦੁਆਰਾ ਨਿਯੰਤਰਿਤ ਕੀਤਾ ਜਾਂਦਾ ਹੈ: ਚੰਗਾ ਜਾਂ ਮਾੜਾ, ਸਹੀ ਜਾਂ ਗਲਤ, ਪਰਮਾਤਮਾ ਜਾਂ ਸ਼ੈਤਾਨ। ਹਰ ਕਿਸੇ ਨੂੰ ਜੀਵਨ ਦੀਆਂ ਇਨ੍ਹਾਂ ਦੋ ਸ਼ਕਤੀਆਂ ਦੁਆਰਾ ਚੁਣੌਤੀ ਦਿੱਤੀ ਜਾਂਦੀ ਹੈ, ਅਤੇ ਹਰੇਕ ਨੂੰ ਇਹ ਚੁਣਨਾ ਪੈਂਦਾ ਹੈ ਕਿ ਉਸਨੂੰ ਕਿਹੜਾ ਜੀਵਨ ਜੀਣਾ ਚਾਹੀਦਾ ਹੈ। ਅਤੇ

ਮੇਰਾ ਮੰਨਣਾ ਹੈ ਕਿ ਬਾਈਬਲ ਇਹੀ ਕਹਿੰਦੀ ਹੈ: "ਬੱਚੇ ਨੂੰ ਉਸ ਤਰੀਕੇ ਨਾਲ ਸਿਖਲਾਈ ਦਿਓ ਜਿਸ ਤਰ੍ਹਾਂ ਉਸਨੂੰ ਜਾਣਾ ਚਾਹੀਦਾ ਹੈ ਅਤੇ ਜਦੋਂ ਉਹ ਵੱਡਾ ਹੁੰਦਾ ਹੈ ਤਾਂ ਉਹ ਇਸ ਤੋਂ ਨਹੀਂ ਹਟੇਗਾ।" ਤੁਸੀਂ ਇਸ ਗੱਲ ਨਾਲ ਸਹਿਮਤ ਹੋਵੋਗੇ ਕਿ ਕਿਸੇ ਵੀ ਬੱਚੇ ਦੇ ਦਿਲ ਦਾ ਸਭ ਤੋਂ ਪਿਆਰਾ ਅਤੇ ਨਜ਼ਦੀਕੀ ਵਿਅਕਤੀ ਉਸਦੀ ਮਾਂ ਹੁੰਦੀ ਹੈ। ਇੱਕ ਅਨਾਥ ਇੱਕ ਬਦਕਿਸਮਤ ਬੱਚਾ ਹੁੰਦਾ ਹੈ ਅਤੇ ਮਾਪਿਆਂ ਵਾਲੇ ਬੱਚਿਆਂ ਨਾਲੋਂ ਸ਼ੈਤਾਨ ਦੇ ਹਮਲਿਆਂ ਦਾ ਜ਼ਿਆਦਾ ਸਾਹਮਣਾ ਕਰਦਾ ਹੈ। ਇੱਕ ਮਾਂ ਸਰੀਰ ਅਤੇ ਆਤਮਾ ਦੀ ਰਖਵਾਲਾ ਹੁੰਦੀ ਹੈ ਪਰ ਇਹ ਦੋਹਰੀ ਦੁਖਾਂਤ ਬਣ ਜਾਂਦੀ ਹੈ ਜਦੋਂ ਦੋਵੇਂ ਮਾਪੇ ਗੁਆਚ ਜਾਂਦੇ ਹਨ ਅਤੇ ਜ਼ਿਆਦਾਤਰ ਰਹੱਸਮਈ ਹਾਲਾਤਾਂ ਵਿੱਚ।

(ਸੱਭਿਆਚਾਰਕ ਸੰਦਰਭ: ਬਹੁਤ ਸਾਰੇ ਅਫ਼ਰੀਕੀ ਪਿੰਡਾਂ ਵਿੱਚ, ਅਨਾਥਾਂ ਨੂੰ ਜਾਦੂ-ਟੂਣੇ ਦੇ ਦੋਸ਼ਾਂ ਜਾਂ ਅਧਿਆਤਮਿਕ ਹਮਲੇ ਲਈ ਕਮਜ਼ੋਰ ਨਿਸ਼ਾਨਾ ਮੰਨਿਆ ਜਾਂਦਾ ਹੈ ਕਿਉਂਕਿ ਉਹਨਾਂ ਨੂੰ ਕਵਰ ਅਤੇ ਵਿਰਾਸਤ ਸੁਰੱਖਿਆ ਦੀ ਘਾਟ ਹੁੰਦੀ ਹੈ।)

ਮੇਰੀ ਕਹਾਣੀ 22 ਸਾਲ ਪਹਿਲਾਂ **ਅਮੇਰੀ ਨਾਮਕ ਇੱਕ ਛੋਟੇ ਜਿਹੇ ਪਿੰਡ ਵਿੱਚ ਸ਼ੁਰੂ ਹੋਈ ਸੀ। ਇਰੀਗਬੂ ਬੇਂਡੇ ਸਥਾਨਕ ਸਰਕਾਰੀ ਅਥਾਰਟੀ, ਇਮੋ ਸਟੇਟ** ਵਿੱਚ **ਓਜ਼ੂ ਆਈਟਮ** । ਮੇਰੇ ਮਾਤਾ-ਪਿਤਾ ਨੂੰ ਅਮੀਰਾਂ ਵਿੱਚ ਸ਼੍ਰੇਣੀਬੱਧ ਨਹੀਂ ਕੀਤਾ ਗਿਆ ਸੀ ਪਰ ਮੇਰੇ ਪਿਤਾ ਜੀ ਨੂੰ ਮੇਰੇ ਦਾਦਾ ਜੀ ਤੋਂ 42 ਹੈਕਟੇਅਰ ਜ਼ਮੀਨ ਵਿਰਾਸਤ ਵਿੱਚ ਮਿਲਣ ਦਾ ਸੁਭਾਗ ਪ੍ਰਾਪਤ ਹੋਇਆ ਸੀ, ਇੱਕ ਅਜਿਹਾ ਆਸ਼ੀਰਵਾਦ ਜੋ ਅੱਜ ਪਰਿਵਾਰ ਦੇ ਇਤਿਹਾਸ ਵਿੱਚ ਦਰਜ ਸਭ ਤੋਂ ਵੱਡੀ ਬਦਕਿਸਮਤੀ ਲੈ ਕੇ ਆਇਆ ਹੈ। ਮੇਰੇ ਪਿਤਾ ਜੀ ਆਪਣੇ ਦੂਰ ਅਤੇ ਨੇੜਲੇ ਰਿਸ਼ਤੇਦਾਰਾਂ ਤੋਂ ਬਹੁਤ ਈਰਖਾ ਕਰਦੇ ਸਨ ਜਿਨ੍ਹਾਂ

ਕਾਰਨਾਂ ਕਰਕੇ ਮੈਨੂੰ ਨਹੀਂ ਪਤਾ, ਸ਼ਾਇਦ ਉਨ੍ਹਾਂ ਦੀ ਵਿਸ਼ਾਲ ਜ਼ਮੀਨ ਵਿਰਾਸਤ ਲਈ।

(ਭੂਗੋਲਿਕ ਨੋਟ: ਇਮੋ ਰਾਜ ਨੂੰ ਬਾਅਦ ਵਿੱਚ ਵੰਡ ਦਿੱਤਾ ਗਿਆ, ਜਿਸ ਨਾਲ ਬੇਂਡੇ ਮੌਜੂਦਾ ਅਬੀਆ ਰਾਜ ਵਿੱਚ ਆ ਗਿਆ। ਇਹ ਖੇਤਰ ਡੂੰਘੀਆਂ ਜੜ੍ਹਾਂ ਵਾਲੀਆਂ ਪਰਿਵਾਰਕ ਵਿਰਾਸਤ ਅਤੇ ਜ਼ਮੀਨੀ ਦੁਸ਼ਮਣੀਆਂ ਲਈ ਜਾਣਿਆ ਜਾਂਦਾ ਹੈ ਜੋ ਕਈ ਵਾਰ ਜਾਦੂਈ ਬਦਲਾ ਲੈਣ ਦੇ ਅਭਿਆਸਾਂ ਵਿੱਚ ਫੈਲ ਜਾਂਦੀਆਂ ਹਨ।)

ਅਸੀਂ ਇੱਕ ਖੁਸ਼ ਪਰਿਵਾਰ ਸੀ, ਮੇਰੇ ਮਾਪਿਆਂ ਤੋਂ ਅਸੀਂ ਚਾਰ ਬੱਚੇ ਸੀ: ਲਵ, ਮਾਰਗਰੇਟ, ਇਮੈਨੁਅਲ ਅਤੇ ਚਿਨਯੇਰੇ। ਪਹਿਲੀਆਂ ਦੋ ਧੀਆਂ ਹੋਣ ਤੋਂ ਬਾਅਦ, ਮੇਰੇ ਮਾਪਿਆਂ ਨੇ ਮੈਨੂੰ (ਇਕਲੌਤਾ ਪੁੱਤਰ) ਅਤੇ ਬਾਅਦ ਵਿੱਚ ਮੇਰੀ ਛੋਟੀ ਭੈਣ ਚਿਨਯੇਰੇ ਨੂੰ ਜਨਮ ਦੇਣ ਤੋਂ ਪਹਿਲਾਂ 14 ਸਾਲ ਉਡੀਕ ਕੀਤੀ। ਇਸ ਨਾਲ ਪਰਿਵਾਰ ਵਿੱਚ ਅਸਲ ਖੁਸ਼ੀ ਆਈ ਪਰ ਇਹ ਖੁਸ਼ੀ ਥੋੜ੍ਹੇ ਸਮੇਂ ਲਈ ਰਹੀ ਕਿਉਂਕਿ ਪਹਿਲੀ ਦੁਖਾਂਤ ਵਾਪਰੀ। ਮੇਰੀ ਪਿਆਰੀ ਅਤੇ ਦੇਖਭਾਲ ਕਰਨ ਵਾਲੀ ਮਾਂ ਦੀ ਮੌਤ ਹੋ ਗਈ। ਉਸ 'ਤੇ ਜਾਦੂ-ਟੂਣੇ ਕਾਰਨ ਮੌਤ ਹੋਣ ਦਾ ਦੋਸ਼ ਲਗਾਇਆ ਗਿਆ ਸੀ, ਅਤੇ ਚਾਰ ਸਾਲ ਬਾਅਦ ਮੇਰੇ ਪਿਤਾ ਦੀ ਮੌਤ ਹੋ ਗਈ, ਫਿਰ ਉਸਦੇ ਵਿਰੁੱਧ ਜੁਜੂ ਦੇ ਕਥਿਤ ਕੰਮ ਕਾਰਨ। ਦੋਵਾਂ ਮਾਪਿਆਂ ਦੀ ਮੌਤ ਤੋਂ ਦੋ ਸਾਲ ਬਾਅਦ ਮੇਰੀ ਵੱਡੀ ਭੈਣ, ਲਵ, ਰਹੱਸਮਈ ਢੰਗ ਨਾਲ ਗਾਇਬ ਹੋ ਗਈ ਅਤੇ ਮਾਰਗਰੇਟ, ਮੇਰੇ ਮਾਪਿਆਂ ਦੀ ਦੂਜੀ ਧੀ, ਮਾਨਸਿਕ ਤੌਰ 'ਤੇ ਬਿਮਾਰ ਹੋ ਗਈ। ਇਹ ਇੱਕ ਨਿਮਰ ਅਤੇ ਹੋਰ ਖੁਸ਼ ਪਰਿਵਾਰ ਦੇ ਜੀਵਨ ਵਿੱਚ ਦੁਖਾਂਤਾਂ ਦੀ ਇੱਕ ਲੜੀ ਸੀ।

(ਆਤਮਿਕ ਪ੍ਰਤੀਬਿੰਬ: ਪੀੜ੍ਹੀਆਂ ਦੀ ਈਰਖਾ ਅਤੇ ਜ਼ਮੀਨੀ ਸਰਾਪ ਸ਼ੈਤਾਨੀ ਹਮਲੇ ਲਈ ਆਮ ਪ੍ਰਵੇਸ਼ ਬਿੰਦੂ ਹਨ - ਯਾਕੂਬ 3: 16 "ਕਿਉਂਕਿ ਜਿੱਥੇ ਈਰਖਾ ਅਤੇ ਸੁਆਰਥੀ ਇੱਛਾ ਮੌਜੂਦ ਹੈ, ਉੱਥੇ ਗੜਬੜ ਅਤੇ ਹਰ ਬੁਰਾ ਕੰਮ ਹੁੰਦਾ ਹੈ।")

ਮੇਰੀ ਛੋਟੀ ਭੈਣ ਚਿਨਯੇਰੇ ਅਤੇ ਮੈਨੂੰ ਸਾਡੇ ਦਾਦਾ-ਦਾਦੀ ਕੋਲ ਭੇਜ ਦਿੱਤਾ ਗਿਆ। ਉੱਥੇ ਮੈਂ ਆਪਣੀ ਮੁੱਢਲੀ ਸਿੱਖਿਆ ਪੂਰੀ ਕੀਤੀ ਅਤੇ ਬਾਅਦ ਵਿੱਚ ਮੈਨੂੰ ਆਈਟਮ ਹਾਈ ਸਕੂਲ ਵਿੱਚ ਦਾਖਲ ਕਰਵਾਇਆ ਗਿਆ। ਮੈਂ ਤੀਜੀ ਜਮਾਤ ਤੱਕ ਪੜ੍ਹੀ ਅਤੇ ਫੀਸਾਂ ਆਦਿ ਲਈ ਫੰਡਾਂ ਦੀ ਘਾਟ ਕਾਰਨ ਸਕੂਲ ਛੱਡ ਦਿੱਤਾ। ਇਸ ਤੋਂ ਥੋੜ੍ਹੀ ਦੇਰ ਬਾਅਦ, ਮੇਰੇ ਦਾਦਾ-ਦਾਦੀ ਦੀ ਵੀ ਮੌਤ ਹੋ ਗਈ। ਦਫ਼ਨਾਉਣ ਦੇ ਨਾਲ ਜਾਣ ਵਾਲੀਆਂ ਸਾਰੀਆਂ ਰਸਮਾਂ ਤੋਂ ਬਾਅਦ, ਇੱਕ ਅਣਜਾਣ ਰਿਸ਼ਤੇਦਾਰ ਮੇਰੀ ਛੋਟੀ ਭੈਣ ਚਿਨਯੇਰੇ ਨੂੰ ਇਕੱਠਾ ਕਰ ਗਿਆ, ਅਤੇ ਅੱਜ ਤੱਕ ਮੈਨੂੰ ਉਸਦਾ ਪਤਾ ਨਹੀਂ ਹੈ। ਮੈਨੂੰ ਗੰਭੀਰ ਦੁਰਵਿਵਹਾਰਾਂ ਦੁਆਰਾ ਆਪਣੇ ਪਿਤਾ ਦੇ ਘਰ ਵਾਪਸ ਜਾਣ ਲਈ ਮਜਬੂਰ ਕੀਤਾ ਗਿਆ, ਅਤੇ 13 ਸਾਲ ਦੀ ਉਮਰ ਵਿੱਚ ਉੱਥੇ ਇਕੱਲਾ ਰਹਿਣਾ ਪਿਆ। 13 ਸਾਲ ਦਾ ਬੱਚਾ ਆਪਣੇ ਪਿਤਾ ਦੇ ਦੁਸ਼ਮਣਾਂ ਅਤੇ ਨਤੀਜੇ ਵਜੋਂ ਆਪਣੇ ਦੁਸ਼ਮਣਾਂ ਦੇ ਵਿਚਕਾਰ ਕਿਵੇਂ ਆਪਣਾ ਪੇਟ ਭਰਦਾ ਹੈ? ਮੈਂ ਕਿੰਨਾ ਡਰਿਆ ਹੋਇਆ ਸੀ! ਇਨ੍ਹਾਂ ਘਟਨਾਵਾਂ ਨੇ ਮੈਨੂੰ ਸਾਰਥਕ ਜੀਵਨ ਦੇ ਅੰਤ ਵੱਲ ਲੈ ਜਾਇਆ ਜਾਪਦਾ ਸੀ। ਕੀ ਕੋਈ ਅਜਿਹਾ ਸੀ ਜੋ ਪਰਵਾਹ ਕਰਦਾ ਸੀ? ਕੀ ਕੋਈ ਅਜਿਹਾ ਸੀ ਜੋ "ਇੱਕ ਛੋਟੇ ਮੁੰਡੇ ਦੀ ਬਦਕਿਸਮਤੀ" ਬਾਰੇ ਚਿੰਤਤ ਸੀ?

(ਮਨੋਵਿਗਿਆਨਕ ਨੋਟ: ਦੁਸ਼ਮਣੀ ਹੇਠ ਸ਼ੁਰੂਆਤੀ ਅਨਾਥਤਾ ਅਸਵੀਕਾਰ ਅਤੇ ਡਰ ਦੀ ਡੂੰਘੀ ਭਾਵਨਾ ਪੈਦਾ ਕਰਦੀ ਹੈ ਜਿਸਦਾ

ਦੁਸ਼ਮਣ ਬਾਅਦ ਵਿੱਚ ਸੁਰੱਖਿਆ ਅਤੇ ਸ਼ਕਤੀ ਦੀਆਂ ਝੂਠੀਆਂ ਪੇਸ਼ਕਸ਼ਾਂ ਰਾਹੀਂ ਸ਼ੋਸ਼ਣ ਕਰਦਾ ਹੈ।)

ਇੱਕ ਦਿਨ ਮੈਂ ਆਪਣੇ ਇੱਕ ਦੋਸਤ ਨੂੰ ਮਿਲਿਆ ਜਿਸਨੂੰ ਮੈਂ ਆਪਣੇ ਪ੍ਰਾਇਮਰੀ ਸਕੂਲ ਦੇ ਦਿਨਾਂ ਦੌਰਾਨ ਜਾਣਦਾ ਸੀ, ਜਿਸਦਾ ਨਾਮ **ਚਿਨੇਡਮ ਸੀ। ਓਨਵੁਕਵੇ।** ਚਿਨੇਡਮ ਮੈਨੂੰ ਬਹੁਤ ਪਿਆਰ ਕਰਦਾ ਸੀ ਅਤੇ ਉਸ ਸਭ ਕੁਝ ਸੁਣਨ ਤੋਂ ਬਾਅਦ, ਉਹ ਮੈਨੂੰ ਆਪਣੇ ਮਾਪਿਆਂ ਕੋਲ ਲੈ ਗਿਆ ਜਿਨ੍ਹਾਂ ਨੇ ਮੈਨੂੰ ਖੁਸ਼ੀ ਨਾਲ ਸਵੀਕਾਰ ਕੀਤਾ ਅਤੇ ਮੈਨੂੰ ਦੂਜੇ ਪੁੱਤਰ ਵਜੋਂ ਅਪਣਾ ਲਿਆ। ਜ਼ਿੰਦਗੀ ਫਿਰ ਆਮ ਵਾਂਗ ਹੋ ਗਈ। ਮੇਰੀ ਚੰਗੀ ਤਰ੍ਹਾਂ ਦੇਖਭਾਲ ਕੀਤੀ ਗਈ। ਮੈਂ ਫਿਰ ਖੁਸ਼ ਸੀ: ਫਿਰ ਮੈਨੂੰ ਪਤਾ ਲੱਗਾ ਕਿ ਜਿਸ ਪਰਮਾਤਮਾ ਨੂੰ ਮੇਰੀ ਮਾਂ ਨੇ ਜ਼ਿੰਦਾ ਹੋਣ 'ਤੇ ਪ੍ਰਾਰਥਨਾ ਕੀਤੀ ਸੀ, ਉਹ ਕਿਤੇ ਜ਼ਿੰਦਾ ਸੀ, ਇਸ ਲਈ ਉਸਨੇ ਮੈਨੂੰ ਨਵੇਂ ਮਾਪੇ ਪ੍ਰਦਾਨ ਕੀਤੇ ਸਨ, ਇਸ ਲਈ ਮੈਂ ਆਪਣੇ ਮਨ ਵਿੱਚ ਸੋਚਿਆ। ਮੈਂ ਲਗਭਗ ਦੋ ਸਾਲਾਂ ਤੱਕ ਇਸ ਚੰਗਿਆਈ ਦਾ ਆਨੰਦ ਮਾਣਿਆ ਅਤੇ ਫਿਰ ਸ਼ੈਤਾਨ ਨੇ ਫਿਰ ਹਮਲਾ ਕੀਤਾ।

ਚਿਨੇਡਮ ਅਤੇ ਉਸਦੇ ਮਾਤਾ-ਪਿਤਾ ਉਮੁਆਹੀਆ ਜਾ ਰਹੇ ਸਨ ਅਤੇ ਉਨ੍ਹਾਂ ਦੀ ਕਾਰ ਲੈਟੇਰਾਈਟਸ ਲੈ ਕੇ ਜਾ ਰਹੇ ਇੱਕ ਟਿੱਪਰ ਨਾਲ ਟਕਰਾ ਗਈ। ਚਿਨੇਡਮ ਅਤੇ ਉਸਦੇ ਮਾਤਾ-ਪਿਤਾ ਦੀ ਮੌਕੇ 'ਤੇ ਹੀ ਮੌਤ ਹੋ ਗਈ! ਖ਼ਬਰ ਸੁਣਦੇ ਹੀ ਮੈਂ ਢਹਿ ਗਿਆ। ਮੇਰੇ ਦੁੱਖ ਦੀ ਬਿਹਤਰ ਕਲਪਨਾ ਕੀਤੀ ਜਾ ਸਕਦੀ ਹੈ। ਮੈਂ ਦਫ਼ਨਾਉਣ ਦੀ ਰਸਮ ਦੌਰਾਨ ਬਚਣ ਵਿੱਚ ਕਾਮਯਾਬ ਰਿਹਾ, ਖਾਣਾ ਪਕਾਉਣ ਵਾਲਿਆਂ ਨੂੰ ਬਾਲਣ ਸਪਲਾਈ ਕੀਤਾ ਅਤੇ ਕੰਮ ਚਲਾਏ: ਜਿਸ ਦੇ ਅੰਤ ਵਿੱਚ ਮੈਂ ਆਪਣੇ ਪਿਤਾ ਦੇ ਘਰ ਵਾਪਸ ਚਲਾ ਗਿਆ ਅਤੇ ਖਾਣਾ ਖੁਆਉਣ ਦੇ ਯੋਗ ਹੋਣ ਲਈ ਮਾਮੂਲੀ ਕੰਮ ਦੁਬਾਰਾ ਸ਼ੁਰੂ ਕੀਤੇ।

(ਸੰਪਾਦਕ ਦਾ ਪ੍ਰਤੀਬਿੰਬ: ਵਾਰ-ਵਾਰ ਨੁਕਸਾਨ ਇੱਕ ਸਦਮੇ ਦਾ ਚੱਕਰ ਪੈਦਾ ਕਰਦਾ ਹੈ ਜਿਸਦਾ ਸ਼ੋਸ਼ਣ ਅਕਸਰ ਹਨੇਰੀਆਂ ਸ਼ਕਤੀਆਂ ਕੁੜੱਤਣ ਜਾਂ ਬਦਲਾ ਲੈਣ ਦੀ ਇੱਛਾ ਦੁਆਰਾ ਇੱਕ ਆਤਮਾ ਨੂੰ ਭਰਤੀ ਕਰਨ ਲਈ ਕਰਦੀਆਂ ਹਨ।)

ਮੈਂ ਫਾਰਮ 'ਤੇ, ਬਾਗਾਂ ਵਿੱਚ, ਬਜ਼ੁਰਗਾਂ ਨਾਲ ਮੱਛੀਆਂ ਫੜਨ ਜਾਂਦਾ ਰਿਹਾ, ਇੱਕ ਦਿਨ ਤੱਕ, ਮੇਰੇ ਅਹਾਤੇ ਦੇ ਇੱਕ ਆਦਮੀ ਨੇ ਮੈਨੂੰ 50 ਹਜ਼ਾਰ ਵਿੱਚ ਆਪਣੇ ਫਾਰਮ ਵਿੱਚ ਕੰਮ ਕਰਨ ਲਈ ਰੱਖਿਆ। ਫਾਰਮ 'ਤੇ ਉਸਨੇ ਮੈਨੂੰ ਕਈ ਸਵਾਲ ਪੁੱਛੇ। ਪਹਿਲਾਂ, ਉਸਨੇ ਮੈਨੂੰ ਮੇਰੇ ਪਿਤਾ ਦੀਆਂ ਜ਼ਮੀਨਾਂ ਦਿਖਾਉਣ ਲਈ ਕਿਹਾ; ਦੂਜਾ, ਅਜਿਹੀਆਂ ਜ਼ਮੀਨਾਂ ਇੱਕ ਆਦਮੀ ਨੂੰ ਸੌਂਪਣ ਲਈ, ਭਾਵੇਂ ਉਹ ਕਿੰਨਾ ਵੀ ਨੇੜਲਾ ਰਿਸ਼ਤੇਦਾਰ ਕਿਉਂ ਨਾ ਹੋਵੇ। ਦੋਵਾਂ ਮਾਮਲਿਆਂ ਵਿੱਚ ਮੈਂ ਇਤਰਾਜ਼ ਕੀਤਾ ਅਤੇ ਉਹ ਨਾਰਾਜ਼ ਸੀ। ਫਿਰ ਉਸਨੇ ਮੈਨੂੰ ਜੰਗਲ ਵਿੱਚ ਮਾਰਨ ਦੀ ਸਹੁੰ ਖਾਧੀ। ਮੈਂ ਡਰ ਗਿਆ ਅਤੇ ਭੱਜਿਆ ਅਤੇ ਮਦਦ ਲਈ ਚੀਕਿਆ। ਬਦਕਿਸਮਤੀ ਨਾਲ, ਕਿਉਂਕਿ ਇਹ ਇਲਾਕਾ ਸੰਘਣੇ ਜੰਗਲ ਵਿੱਚ ਬਹੁਤ ਦੂਰ ਸੀ, ਕੋਈ ਨਹੀਂ ਆਇਆ ਪਰ ਮਦਦ ਰੱਬ ਵੱਲੋਂ ਆਈ। ਉਸਨੇ ਆਪਣੇ ਚਾਕੂ ਨਾਲ ਮੇਰਾ ਪਿੱਛਾ ਕੀਤਾ ਪਰ ਛੋਟਾ ਹੋਣ ਕਰਕੇ ਮੈਂ ਉਸ ਲਈ ਬਹੁਤ ਤੇਜ਼ ਸੀ ਅਤੇ ਲਗਭਗ 1.82 ਮੀਟਰ ਡੂੰਘੇ ਟੋਏ ਵਿੱਚ ਡਿੱਗ ਪਿਆ ਅਤੇ ਉਸ ਵਿੱਚ ਘਾਹ ਭਰ ਗਿਆ। ਉਸਨੇ ਮੈਨੂੰ ਲੱਭਿਆ ਅਤੇ ਕੁਝ ਦੇਰ ਬਾਅਦ ਉਸਨੇ ਹਾਰ ਮੰਨ ਲਈ। ਮੈਂ ਬਾਅਦ ਵਿੱਚ ਟੋਏ ਵਿੱਚੋਂ ਬਾਹਰ ਨਿਕਲਣ ਲਈ ਸੰਘਰਸ਼ ਕੀਤਾ ਅਤੇ ਕਿਸੇ ਹੋਰ ਰਸਤੇ ਰਾਹੀਂ ਪਿੰਡ ਵਾਪਸ ਆ ਗਿਆ। ਮੈਂ ਅਹਾਤੇ ਵਿੱਚ ਬਜ਼ੁਰਗਾਂ ਨੂੰ ਘਟਨਾ ਦੀ ਜਾਣਕਾਰੀ ਦਿੱਤੀ ਪਰ ਕੋਈ ਕਾਰਵਾਈ ਨਹੀਂ ਕੀਤੀ ਗਈ - ਅਨਾਥਾਂ ਦੀ ਆਮ ਦੁਰਦਸ਼ਾ।

(ਇਤਿਹਾਸਕ ਨੋਟ: 1970 ਦੇ ਦਹਾਕੇ ਵਿੱਚ ਨਾਈਜੀਰੀਆ ਵਿੱਚ 50 ਕੋਬੋ ਇੱਕ ਨਾਇਰਾ ਦਾ ਅੱਧਾ ਸੀ- ਅੱਜ ਦਸ ਅਮਰੀਕੀ ਸੈਂਟ ਤੋਂ ਵੀ ਘੱਟ- ਉਸ ਯੁੱਗ ਦੇ ਗਰੀਬੀ ਪੈਮਾਨੇ ਨੂੰ ਦਰਸਾਉਂਦਾ ਹੈ।)

ਇਸ ਘਟਨਾ ਨੇ ਮੇਰੇ ਜਵਾਨ ਦਿਲ ਵਿੱਚ ਅਸਲ ਨਫ਼ਰਤ ਪੈਦਾ ਕਰ ਦਿੱਤੀ; ਕੋਈ ਮੈਨੂੰ ਪਿਆਰ ਨਹੀਂ ਕਰਦਾ ਸੀ, ਕਿਸੇ ਨੂੰ ਪਰਵਾਹ ਨਹੀਂ ਸੀ। ਮੈਂ ਆਪਣੇ ਮਨ ਵਿੱਚ ਸੋਚਿਆ ਕਿ ਕੋਈ ਮੈਨੂੰ ਕਿਉਂ ਮਾਰਨਾ ਚਾਹੇਗਾ, ਇਹ ਜਾਣਦੇ ਹੋਏ ਕਿ ਮੇਰੇ ਕੋਈ ਮਾਪੇ ਨਹੀਂ ਹਨ। ਜ਼ਿੰਦਗੀ ਦੁੱਖਾਂ ਨਾਲ ਭਰੀ ਹੋਈ ਸੀ। ਹੁਣ ਮੈਨੂੰ ਪਤਾ ਹੈ ਕਿ ਪਰਮਾਤਮਾ ਨੇ ਆਪਣੇ ਪਿਆਰ ਵਿੱਚ ਸ਼ੈਤਾਨ ਨੂੰ ਮੈਨੂੰ ਖੁਦਕੁਸ਼ੀ ਦਾ ਸੁਝਾਅ ਦੇਣ ਤੋਂ ਰੋਕਿਆ।

ਮੈਂ ਚਰਚ ਵੱਲ ਮੁੜਿਆ ਅਤੇ ਆਪਣੇ ਪਿੰਡ ਵਿੱਚ ਅਸੈਂਬਲੀਜ਼ ਆਫ਼ ਗੌਡ ਚਰਚ ਦਾ ਪੂਰਾ ਮੈਂਬਰ ਬਣ ਗਿਆ (ਮੈਂ ਅਜੇ ਵੀ ਹਾਂ) ਪਰ ਬਦਕਿਸਮਤੀ ਨਾਲ ਕਿਸੇ ਨੇ ਵੀ ਪਰਵਾਹ ਨਹੀਂ ਕੀਤੀ ਜਦੋਂ ਕੁਝ ਮੈਂਬਰ ਮੇਰੇ ਬਾਰੇ ਜਾਣਦੇ ਸਨ। ਇਹ ਧਿਆਨ ਦੇਣਾ ਮਹੱਤਵਪੂਰਨ ਹੈ ਕਿ ਮੈਂ ਯਿਸੂ ਮਸੀਹ ਨੂੰ ਜਾਣੇ ਬਿਨਾਂ ਚਰਚ ਦਾ ਪੂਰਾ ਮੈਂਬਰ ਬਣ ਗਿਆ। ਮੈਨੂੰ ਕਦੇ ਨਹੀਂ ਪਤਾ ਸੀ ਕਿ ਦੁਬਾਰਾ ਜਨਮ ਲੈਣ ਦਾ ਕੀ ਅਰਥ ਹੈ। ਜੇਕਰ ਤੁਸੀਂ ਯਿਸੂ ਮਸੀਹ ਦੇ ਚਰਚ ਵਿੱਚ ਹੋ ਅਤੇ ਆਪਣੇ ਆਪ ਨੂੰ ਉਸ ਸਥਿਤੀ ਵਿੱਚ ਪਾਉਂਦੇ ਹੋ ਜਿਸ ਵਿੱਚ ਮੈਂ ਆਪਣੇ ਆਪ ਨੂੰ ਪਾਇਆ ਹੈ, ਤਾਂ ਆਪਣਾ ਜੀਵਨ ਪ੍ਰਭੂ ਯਿਸੂ ਮਸੀਹ ਨੂੰ ਸੌਂਪ ਦਿਓ। ਧਰਮ-ਗ੍ਰੰਥ ਕਹਿੰਦਾ ਹੈ: "ਉਸਨੂੰ ਸਾਡੀਆਂ ਸਾਰੀਆਂ ਚਿੰਤਾਵਾਂ ਅਤੇ ਚਿੰਤਾਵਾਂ ਤੋਂ ਦੂਰ ਰੱਖੋ, ਕਿਉਂਕਿ ਉਹ ਹਮੇਸ਼ਾ ਤੁਹਾਡੇ ਬਾਰੇ ਸੋਚਦਾ ਰਹਿੰਦਾ ਹੈ ਅਤੇ ਹਰ ਉਸ ਚੀਜ਼ ਨੂੰ ਦੇਖਦਾ ਰਹਿੰਦਾ ਹੈ ਜੋ ਤੁਹਾਨੂੰ ਚਿੰਤਾ ਕਰਦੀ ਹੈ" (1 ਪਤਰਸ 5: 7 - ਜੀਵਤ ਨਵਾਂ ਨੇਮ)।

(ਸਿਧਾਂਤਕ ਨੋਟ: ਚਰਚ ਦੀ ਮੈਂਬਰਸ਼ਿਪ ਮੁਕਤੀ ਨਹੀਂ ਹੈ। ਮੁਕਤੀ ਮਸੀਹ ਵਿੱਚ ਵਿਸ਼ਵਾਸ ਦੁਆਰਾ ਇੱਕ ਨਿੱਜੀ ਪੁਨਰ ਜਨਮ ਹੈ- ਯੂਹੰਨਾ 3: 3-7।)

ਇਨ੍ਹਾਂ ਸਾਰੀਆਂ ਮੁਸ਼ਕਲਾਂ ਅਤੇ ਦੁੱਖਾਂ ਦੇ ਵਿਚਕਾਰ ਐਲਿਸ ਪ੍ਰਗਟ ਹੋਈ! ਐਲਿਸ ਇੱਕ ਕੁੜੀ ਸੀ ਜਿਸਨੂੰ ਮੈਂ ਆਪਣੇ ਐਲੀਮੈਂਟਰੀ ਸਕੂਲ ਦੇ ਦਿਨਾਂ ਦੌਰਾਨ ਜਾਣਦੀ ਸੀ। ਉਹ ਪੰਜ ਸਾਲ ਵੱਡੀ ਸੀ ਅਤੇ ਉਸੇ ਪਿੰਡ ਦੀ ਸੀ। ਅਸੀਂ ਇੱਕੋ ਕਲਾਸ ਵਿੱਚ ਸੀ, ਇੱਕੋ ਬੈਂਚ 'ਤੇ ਬੈਠਦੇ ਸੀ ਅਤੇ ਬਹੁਤ ਦੋਸਤਾਨਾ ਬਣ ਗਏ। ਇਸ ਬਚਪਨ ਦੇ 'ਪਿਆਰ' ਮਾਮਲੇ ਨਾਲ, ਅਸੀਂ ਵਾਅਦਾ ਕੀਤਾ ਸੀ ਕਿ ਜਦੋਂ ਅਸੀਂ ਬੁੱਢੇ ਹੋਵਾਂਗੇ ਤਾਂ 'ਵਿਆਹ ਕਰਾਂਗੇ'। ਹਾਸੋਹੀਣਾ! ਉਸ ਸਮੇਂ 11 ਸਾਲਾਂ ਦਾ ਬੱਚਾ, ਮਾਪਿਆਂ ਤੋਂ ਬਿਨਾਂ, ਕੋਈ ਸਿੱਖਿਆ ਨਹੀਂ, ਖਾਣ ਲਈ ਭੋਜਨ ਨਹੀਂ, ਆਪਣੇ ਤੋਂ ਪੰਜ ਸਾਲ ਵੱਡੀ ਕੁੜੀ ਨਾਲ ਵਿਆਹ ਦਾ ਵਾਅਦਾ ਕਰਕੇ! ਐਲਿਸ ਬਾਅਦ ਵਿੱਚ ਆਪਣੀ ਸੈਕੰਡਰੀ ਸਿੱਖਿਆ ਲਈ ਅਕੂਰੇ ਚਲੀ ਗਈ ਅਤੇ ਮੈਨੂੰ ਦਰਜਨਾਂ 'ਪਿਆਰ' ਪੱਤਰ ਭੇਜੇ।

ਅਗਲੀ ਵਾਰ ਜਦੋਂ ਮੈਂ ਐਲਿਸ ਨੂੰ ਮਿਲਿਆ, ਮੈਂ 15 ਸਾਲਾਂ ਦੀ ਸੀ ਅਤੇ ਉਹ 20 ਸਾਲਾਂ ਦੀ ਸੀ। ਉਸਨੇ ਆਪਣੀ ਸੈਕੰਡਰੀ ਸਕੂਲ ਦੀ ਪੜ੍ਹਾਈ ਪੂਰੀ ਕਰ ਲਈ ਸੀ ਅਤੇ ਸਟੈਂਡਰਡ ਬੈਂਕ ਲਾਗੋਸ (ਹੁਣ ਫਸਟ ਬੈਂਕ) ਵਿੱਚ ਕੰਮ ਕਰ ਰਹੀ ਸੀ, ਜਿੱਥੇ ਉਸਦੇ ਮਾਪੇ ਰਹਿੰਦੇ ਸਨ।

ਐਲਿਸ ਨੇ ਮੇਰੇ ਪਿਛੋਕੜ ਅਤੇ ਮੇਰੀ ਦੁਰਦਸ਼ਾ ਨੂੰ ਜਾਣਿਆ ਸੀ, ਇਸ ਦਾ ਫਾਇਦਾ ਉਠਾਇਆ। ਉਸਨੇ ਮੈਨੂੰ ਲਾਗੋਸ ਵਿੱਚ ਆਪਣੇ ਨਾਲ ਆਉਣ ਲਈ ਕਿਹਾ ਅਤੇ N50 (ਨਾਈਜੀਰੀਆ ਦੀ ਰਾਸ਼ਟਰੀ ਮੁਦਰਾ) ਦੇ ਨਾਲ ਆਪਣੇ ਘਰ ਦਾ ਪਤਾ ਦਿੱਤਾ! ਇਹ 15 ਸਾਲਾਂ ਦੇ ਇੱਕ ਨੌਜਵਾਨ ਮੁੰਡੇ ਲਈ ਇੱਕ

ਕਿਸਮਤ ਸੀ ਜਿਸਨੇ ਕਦੇ ਵੀ ਇੱਕ ਦਿਨ ਵਿੱਚ N2 ਤੱਕ ਨਹੀਂ ਕਮਾਇਆ ਸੀ! ਇਹ ਸਵਰਗ ਤੋਂ ਮੰਨ ਸੀ ਅਤੇ ਇਸਦਾ ਮਤਲਬ ਸੀ ਕਿ ਲਾਗੋਸ ਇੱਕ ਸ਼ਾਨਦਾਰ ਜਗ੍ਹਾ ਹੋਣੀ ਚਾਹੀਦੀ ਹੈ ਜਿੱਥੇ ਬਹੁਤ ਸਾਰਾ ਪੈਸਾ ਅਤੇ ਸਾਰਿਆਂ ਲਈ ਜੀਵਨ ਦੀਆਂ ਚੰਗੀਆਂ ਚੀਜ਼ਾਂ ਦਾ ਆਨੰਦ ਮਾਣਨਾ ਹੈ। ਫਿਰ ਮੈਨੂੰ ਆਪਣੇ ਪੈਸੇ ਕਮਾਉਣ ਅਤੇ ਦੌਲਤ ਵੀ ਪ੍ਰਾਪਤ ਕਰਨ ਲਈ ਲਾਗੋਸ ਜਾਣਾ ਚਾਹੀਦਾ ਹੈ। ਮੇਰੇ ਮਨ ਵਿੱਚ ਲਾਗੋਸ ਜਾਣਾ ਹੀ ਮੇਰਾ ਬਚਣ ਦਾ ਇੱਕੋ ਇੱਕ ਤਰੀਕਾ ਸੀ। ਮੇਰੇ ਪਿਤਾ ਦੇ ਦੁਸ਼ਮਣਾਂ ਤੋਂ ਬਚੋ, ਮੇਰੇ ਦੁਸ਼ਮਣਾਂ ਤੋਂ ਬਚੋ, ਭੁੱਖਮਰੀ ਤੋਂ ਬਚੋ ਅਤੇ ਮੇਰੀਆਂ ਸਾਰੀਆਂ ਸਮੱਸਿਆਵਾਂ ਤੋਂ ਬਚੋ। ਬਚੋ! ਬਚੋ! ਹਾਂ, ਉਸ ਸਭ ਤੋਂ ਬਚੋ ਜੋ ਬੁਰਾਈ ਹੈ!!!

(ਸੰਪਾਦਕ ਦਾ ਪ੍ਰਤੀਬਿੰਬ: "ਬਚਾਅ" ਇਸ ਗਵਾਹੀ ਦੌਰਾਨ ਇੱਕ ਅਧਿਆਤਮਿਕ ਵਿਸ਼ਾ ਬਣ ਜਾਂਦਾ ਹੈ- ਮਨੁੱਖਤਾ ਦਾ ਦਰਦ ਤੋਂ ਭੱਜਣ ਦੀ ਪੁਕਾਰ, ਸਿਰਫ ਇਹ ਖੋਜਣ ਲਈ ਕਿ ਮਸੀਹ ਤੋਂ ਬਿਨਾਂ ਆਜ਼ਾਦੀ ਡੂੰਘੇ ਬੰਧਨ ਵਿੱਚ ਲੈ ਜਾਂਦੀ ਹੈ। ਸੱਚਾ ਛੁਟਕਾਰਾ ਸਿਰਫ਼ ਯਿਸੂ ਮਸੀਹ ਵਿੱਚ ਮਿਲਦਾ ਹੈ।)

ਅਧਿਆਇ 1 ਤੋਂ ਛੁਟਕਾਰਾ ਕੁੰਜੀਆਂ

- ਤੁਹਾਡੇ ਜੀਵਨ ਲਈ ਪਰਮਾਤਮਾ ਦੀ ਯੋਜਨਾ ਦੁਖਾਂਤ ਦੇ ਬਾਵਜੂਦ ਵੀ ਕਾਇਮ ਰਹਿੰਦੀ ਹੈ।
- ਕੁੜੱਤਣ ਬੰਧਨ ਦਾ ਦਰਵਾਜ਼ਾ ਖੋਲ੍ਹਦੀ ਹੈ; ਮਾਫ਼ੀ ਆਜ਼ਾਦੀ ਦਾ ਦਰਵਾਜ਼ਾ ਖੋਲ੍ਹਦੀ ਹੈ।

- ਪੁਨਰ ਜਨਮ ਤੋਂ ਬਿਨਾਂ ਚਰਚ ਦੀ ਹਾਜ਼ਰੀ ਕੋਈ ਪਰਦਾ ਨਹੀਂ ਦਿੰਦੀ।
- ਮਸੀਹ ਤੋਂ ਬਾਹਰ "ਭੱਜਣ" ਦੀ ਹਰ ਕੋਸ਼ਿਸ਼ ਦੁਸ਼ਮਣ ਦਾ ਜਾਲ ਬਣ ਜਾਂਦੀ ਹੈ।

ਪ੍ਰਤੀਬਿੰਬ ਦੀ ਪ੍ਰਾਰਥਨਾ

ਪ੍ਰਭੂ ਯਿਸੂ, ਦੁੱਖਾਂ ਵਿੱਚ ਵੀ ਮੈਨੂੰ ਕਦੇ ਨਾ ਛੱਡਣ ਲਈ ਤੁਹਾਡਾ ਧੰਨਵਾਦ। ਮੈਂ ਹਰ ਲੁਕਿਆ ਹੋਇਆ ਦਰਦ, ਹਰ ਡਰ, ਅਤੇ ਤੁਹਾਡੇ ਤੋਂ ਬਿਨਾਂ ਬਚਣ ਦੀ ਹਰ ਕੋਸ਼ਿਸ਼ ਨੂੰ ਤਿਆਗ ਦਿੰਦਾ ਹਾਂ। ਮੈਨੂੰ ਹਰ ਪੀੜ੍ਹੀ ਦੇ ਸਰਾਪ ਤੋਂ ਬਚਾਓ ਅਤੇ ਮੈਨੂੰ ਆਪਣੇ ਉਦੇਸ਼ ਵੱਲ ਲੈ ਜਾਓ। ਆਮੀਨ।

ਅਧਿਆਇ 2 - ਸ਼ੁਰੂਆਤ

(2025 ਵਿਸਤ੍ਰਿਤ ਸੰਸਕਰਣ — ਸੰਖੇਪ ਵਿਆਖਿਆਵਾਂ)

«ਇੱਕ ਅਜਿਹਾ ਰਾਹ ਹੈ ਜੋ ਮਨੁੱਖ ਨੂੰ ਸਿੱਧਾ ਜਾਪਦਾ ਹੈ , ਪਰ ਉਸਦਾ ਅੰਤ ਮੌਤ ਦੇ ਰਾਹ ਹਨ।» ਕਹਾਉਤਾਂ 14:12

«ਪਰ ਦੁਸ਼ਟ ਉਛਲਦੇ ਸਮੁੰਦਰ ਵਾਂਗ ਹਨ, ਜਦੋਂ ਇਹ ਸ਼ਾਂਤ ਨਹੀਂ ਹੋ ਸਕਦਾ, ਜਿਸਦੇ ਪਾਣੀ ਚਿੱਕੜ ਅਤੇ ਗੰਦਗੀ ਉਛਾਲਦੇ ਹਨ। ਕੋਈ ਸ਼ਾਂਤੀ ਨਹੀਂ, ਮੇਰਾ ਪਰਮੇਸ਼ੁਰ ਦੁਸ਼ਟਾਂ ਨੂੰ ਕਹਿੰਦਾ ਹੈ।» ਯਸਾਯਾਹ 57:20-21

(ਅੰਤਦਰਸ਼ਟੀ: ਇਹ ਆਇਤਾਂ ਅਧਿਆਇ ਨੂੰ ਫਰੇਮ ਕਰਦੀਆਂ ਹਨ— ਮਸੀਹ ਤੋਂ ਬਾਹਰ ਜੋ "ਮਦਦ" ਅਤੇ "ਆਜ਼ਾਦੀ" ਵਰਗਾ ਲੱਗਦਾ ਹੈ ਉਹ ਗੁਲਾਮੀ ਅਤੇ ਅਸ਼ਾਂਤੀ ਵਿੱਚ ਇੱਕ ਗਲਿਆਰਾ ਹੈ। ਯੂਹੰਨਾ8:44; ਯੂਹੰਨਾ10:10 ਵੇਖੋ।)

ਅਤੇ ਯਿਸੂ ਮਸੀਹ ਤੋਂ ਬਾਹਰ ਜੀਵਨ ਬਿਲਕੁਲ ਉਸੇ ਤਰ੍ਹਾਂ ਹੈ ਜਿਵੇਂ ਉਪਰੋਕਤ ਸ਼ਾਸਤਰਾਂ ਵਿੱਚ ਦੱਸਿਆ ਗਿਆ ਹੈ। ਮੈਂ N50 ਅਤੇ ਐਲਿਸ ਦੁਆਰਾ ਦਿੱਤੇ ਗਏ ਪਤੇ ਨਾਲ ਲੈਸ ਹੋ ਕੇ ਆਪਣਾ ਪਿੰਡ ਛੱਡ ਦਿੱਤਾ, ਆਜ਼ਾਦੀ, ਆਜ਼ਾਦੀ, ਆਨੰਦ ਅਤੇ ਉਨ੍ਹਾਂ ਸਭ ਕੁਝ ਵੱਲ ਭੱਜ ਰਿਹਾ ਸੀ ਜੋ ਉਨ੍ਹਾਂ ਦੇ ਨਾਲ ਜਾਂਦਾ ਹੈ: ਪਰ ਜਿਵੇਂ ਕਿ ਤੁਸੀਂ ਬਾਅਦ ਵਿੱਚ ਦੇਖੋਗੇ ਇਹ ਉਸ ਤੋਂ ਬਹੁਤ ਦੂਰ ਸੀ ਜੋ ਮੈਂ ਆਪਣੇ ਜਵਾਨ ਦਿਲ ਵਿੱਚ ਕਲਪਨਾ ਕੀਤੀ ਸੀ। ਜਦੋਂ ਮੈਂ ਲਾਗੋਸ ਪਹੁੰਚਿਆ, ਤਾਂ ਇਹ ਮੇਰੀਆਂ ਨਜ਼ਰਾਂ ਵਿੱਚ ਬਹੁਤ ਸੁੰਦਰ ਸੀ

ਅਤੇ ਮੈਂ ਇਸਦੀ ਤੁਲਨਾ ਸਵਰਗ ਨਾਲ ਕੀਤੀ, ਸਵਰਗ ਜੋ ਵੀ ਹੈ। ਮੈਂ ਉਹ ਸਾਰੀਆਂ ਉੱਚੀਆਂ ਅਤੇ ਸੁੰਦਰ ਇਮਾਰਤਾਂ ਵੇਖੀਆਂ ਅਤੇ ਹਰ ਚਿਹਰੇ 'ਤੇ ਮੈਂ ਖੁਸ਼ੀ ਦੇਖ ਸਕਦਾ ਸੀ (ਇਸ ਲਈ ਮੈਂ ਸੋਚਿਆ)। ਲੋਕ ਬਹੁਤ ਰੁੱਝੇ ਹੋਏ ਦਿਖਾਈ ਦਿੱਤੇ, ਹਰ ਇੱਕ ਆਪਣੇ ਕੰਮ ਵਿੱਚ ਰੁੱਝਿਆ ਹੋਇਆ ਸੀ। ਮੈਂ ਉਤਸ਼ਾਹਿਤ ਸੀ ਅਤੇ ਆਪਣੇ ਆਪ ਨੂੰ ਕਿਹਾ, "ਹੁਣ ਮੈਨੂੰ ਪਤਾ ਹੈ ਕਿ ਮੈਂ ਆਜ਼ਾਦ ਹਾਂ!"

(ਇਤਿਹਾਸਕ ਨੋਟ: 1970 ਦੇ ਦਹਾਕੇ ਦੇ ਅਖੀਰ ਵਿੱਚ, ਲਾਗੋਸ - ਉਸ ਸਮੇਂ ਨਾਈਜੀਰੀਆ ਦੀ ਰਾਜਧਾਨੀ - ਨੇ ਖੁਸ਼ਹਾਲੀ ਅਤੇ ਆਧੁਨਿਕਤਾ ਦਾ ਅਨੁਮਾਨ ਲਗਾਇਆ। ਬਹੁਤ ਸਾਰੇ ਪੇਂਡੂ ਨੌਜਵਾਨ ਉੱਥੇ ਚਲੇ ਗਏ, ਜਿਸ ਨਾਲ ਸ਼ਹਿਰ ਚਰਚਾਂ ਅਤੇ ਗੁਪਤ ਜਾਦੂਈ ਸਮਾਜਾਂ ਦੋਵਾਂ ਲਈ ਇੱਕ ਗਰਮ ਸਥਾਨ ਬਣ ਗਿਆ।)

ਮੈਂ ਵਿਕਟੋਰੀਆ ਆਈਲੈਂਡ ਦੇ ਅਕਿੰਟੋਲਾ ਰੋਡ 'ਤੇ ਪਹੁੰਚਿਆ ਅਤੇ ਐਲਿਸ ਅਤੇ ਉਸਦੇ ਮਾਪਿਆਂ ਨੇ ਮੇਰਾ ਸਵਾਗਤ ਕੀਤਾ। ਮਾਪੇ ਮੈਨੂੰ ਅਤੇ ਮੇਰੇ ਪਿਛੋਕੜ ਨੂੰ ਜਾਣਦੇ ਸਨ ਕਿਉਂਕਿ ਅਸੀਂ ਇੱਕੋ ਪਿੰਡ ਤੋਂ ਆਏ ਸੀ ਪਰ ਉਨ੍ਹਾਂ ਨੂੰ ਆਪਣੀ ਧੀ ਨਾਲ ਮੇਰੇ ਰਿਸ਼ਤੇ ਬਾਰੇ ਕਦੇ ਪਤਾ ਨਹੀਂ ਸੀ। ਫਿਰ ਐਲਿਸ ਨੇ ਮੈਨੂੰ ਉਨ੍ਹਾਂ ਨਾਲ ਇੱਕ ਅਜਿਹੇ ਆਦਮੀ ਵਜੋਂ ਮਿਲਾਇਆ ਜਿਸਨੂੰ ਉਸਨੇ ਵਿਆਹ ਲਈ 'ਚੁਣਿਆ' ਹੈ। ਮਾਪੇ ਹੈਰਾਨ ਰਹਿ ਗਏ ਪਰ ਉਸ ਨਾਲ ਕੁਝ ਵਿਚਾਰ-ਵਟਾਂਦਰੇ ਤੋਂ ਬਾਅਦ, ਇਸ ਸ਼ਰਤ 'ਤੇ ਸਹਿਮਤ ਹੋਏ ਕਿ ਉਹ ਮੇਰੀ ਸਿੱਖਿਆ ਨੂੰ ਅੱਗੇ ਵਧਾਉਣਗੇ। ਐਲਿਸ ਨੇ ਉਨ੍ਹਾਂ ਦੀ ਪੇਸ਼ਕਸ਼ ਨੂੰ ਠੁਕਰਾ ਦਿੱਤਾ ਅਤੇ ਬੇਨਤੀ ਕੀਤੀ ਕਿ ਮੈਨੂੰ ਉਸਦੇ ਨਾਲ ਉਸਦੇ ਆਪਣੇ ਫਲੈਟ ਵਿੱਚ ਰਹਿਣ ਦੀ ਇਜਾਜ਼ਤ ਦਿੱਤੀ ਜਾਵੇ। ਮਾਪੇ ਇਸਨੂੰ ਸਵੀਕਾਰ ਨਹੀਂ ਕਰ ਸਕੇ

ਪਰ ਉਸਨੇ ਜ਼ਿੱਦ ਕੀਤੀ। ਉਨ੍ਹਾਂ ਦਾ ਚਾਰ ਦਿਨਾਂ ਤੱਕ ਜ਼ੋਰਦਾਰ ਬਹਿਸ ਹੋਈ ਅਤੇ ਕਿਸੇ ਅਣਜਾਣ ਪ੍ਰਭਾਵ ਹੇਠ ਉਹ ਸਹਿਮਤ ਹੋ ਗਏ ਅਤੇ ਮੈਂ ਐਲਿਸ ਨਾਲ ਰਹਿਣ ਲੱਗ ਪਈ।

(ਵਿਵੇਕਸ਼ੀਲਤਾ ਦਾ ਸੰਕੇਤ: ਹੇਰਾਫੇਰੀ ਵਾਲਾ ਦਬਾਅ+ "ਅਣਜਾਣ ਪ੍ਰਭਾਵ" ਅਧਿਆਤਮਿਕ ਨਿਯੰਤਰਣ ਦੇ ਕਲਾਸਿਕ ਸੰਕੇਤਕ ਹਨ। ਗਲਾਤੀਆਂ 3:1; 2 ਕੁਰਿੰਥੀਆਂ 11:3 ਵੇਖੋ।)

ਐਲਿਸ, ਇੱਕ ਬਹੁਤ ਹੀ ਸੁੰਦਰ ਕੁੜੀ, ਨੇ ਮੈਨੂੰ ਦੱਸਿਆ ਕਿ ਉਹ ਸਟੈਂਡਰਡ ਬੈਂਕ ਵਿੱਚ ਇੱਕ ਅਕਾਊਂਟੈਂਟ ਹੈ ਅਤੇ ਉਹ ਮੈਨੂੰ ਅਮੀਰ ਬਣਾ ਦੇਵੇਗੀ ਅਤੇ ਮੈਨੂੰ ਉਹ ਸਭ ਕੁਝ ਦੇਵੇਗੀ ਜੋ ਮੈਨੂੰ ਇਸ ਜ਼ਿੰਦਗੀ ਵਿੱਚ ਚਾਹੀਦਾ ਹੈ ਅਤੇ ਕਿਹਾ: "ਬਸ ਸੈਟਲ ਹੋ ਜਾਓ ਅਤੇ ਆਪਣੇ ਆਪ ਦਾ ਆਨੰਦ ਮਾਣੋ!" ਲਾਗੋਸ ਬਾਰੇ ਮੇਰਾ ਪਹਿਲਾ ਪ੍ਰਭਾਵ ਸੱਚ ਸੀ; ਕੁਝ ਮਹੀਨੇ ਪਹਿਲਾਂ ਮੈਂ ਨਫ਼ਰਤ, ਭੁੱਖਮਰੀ ਅਤੇ ਦੁੱਖਾਂ ਨਾਲ ਘਿਰੇ ਇੱਕ ਛੋਟੇ ਜਿਹੇ ਪਿੰਡ ਵਿੱਚ ਇੱਕ ਛੋਟੀ ਜਿਹੀ ਝੌਂਪੜੀ ਵਿੱਚ ਸੀ ਅਤੇ ਮੈਂ ਇੱਥੇ ਹਾਂ, ਇੱਕ ਵੱਡੇ ਸ਼ਹਿਰ ਵਿੱਚ, ਇੱਕ ਸੁੰਦਰ 'ਪਤਨੀ' ਦੇ ਨਾਲ ਇੱਕ ਵਧੀਆ ਸਜਾਏ ਹੋਏ ਫਲੈਟ ਵਿੱਚ ਰਹਿ ਰਹੀ ਹਾਂ ਜਿਸਨੇ ਮੈਨੂੰ ਉਹ ਸਭ ਕੁਝ ਦੇਣ ਦਾ ਵਾਅਦਾ ਕੀਤਾ ਸੀ ਜੋ ਜ਼ਿੰਦਗੀ ਦੇ ਸਕਦੀ ਹੈ। ਉਸਨੇ ਮੈਨੂੰ ਤੋਹਫ਼ੇ, ਪੈਸੇ, ਕੱਪੜੇ, 'ਪਿਆਰ' ਆਦਿ ਨਾਲ ਨਸ਼ਟ ਕੀਤਾ। ਮੈਨੂੰ ਕਦੇ ਨਹੀਂ ਪਤਾ ਸੀ ਕਿ ਦੁਨੀਆਂ ਇਨ੍ਹਾਂ 'ਚੰਗੀਆਂ ਚੀਜ਼ਾਂ' ਨਾਲ ਭਰੀ ਹੋਈ ਹੈ । ਸ਼ੈਤਾਨ ਸੱਚਮੁੱਚ ਇੱਕ ਧੋਖੇਬਾਜ਼ ਹੈ! ਧਰਮ-ਗ੍ਰੰਥ ਸਹੀ ਕਹਿੰਦਾ ਹੈ: "ਚੋਰ ਚੋਰੀ ਕਰਨ, ਮਾਰਨ ਅਤੇ ਤਬਾਹ ਕਰਨ ਤੋਂ ਇਲਾਵਾ ਨਹੀਂ ਆਉਂਦਾ। ਸਿਰਫ਼ ਮਨੁੱਖ ਦਾ ਪੁੱਤਰ (ਯਿਸੂ ਮਸੀਹ) ਹੀ ਜੀਵਨ ਦੇ ਸਕਦਾ ਹੈ ਅਤੇ ਇਸਨੂੰ ਹੋਰ ਵੀ ਭਰਪੂਰ ਰੂਪ ਵਿੱਚ ਦੇ ਸਕਦਾ ਹੈ3" (ਯੂਹੰਨਾ

10:10)। ਪਿਆਰੇ ਪਾਠਕ, ਸ਼ੈਤਾਨ ਕੋਲ ਕੋਈ ਮੁਫ਼ਤ ਦਾਤ ਨਹੀਂ ਹੈ! ਉਹ ਤੁਹਾਨੂੰ ਜੋ ਵੀ ਦਿੰਦਾ ਹੈ ਉਹ ਤੁਹਾਡੀ ਆਤਮਾ ਨਾਲ ਬਦਲੀ ਲਈ ਹੈ। ਖੁਸ਼ੀ ਦੀ ਇਹ ਸਥਿਤੀ ਥੋੜ੍ਹੇ ਸਮੇਂ ਲਈ ਸੀ, ਕਿਉਂਕਿ ਤਿੰਨ ਮਹੀਨਿਆਂ ਬਾਅਦ ਅਜੀਬੋ-ਗਰੀਬ ਚੀਜ਼ਾਂ ਹੋਣ ਲੱਗ ਪਈਆਂ।

(ਆਤਮਿਕ ਕਾਨੂੰਨ: ਸ਼ੈਤਾਨ ਦੇ "ਦਾਤਾਂ" ਕਰਜ਼ਾ (ਬੰਧਨ) ਪੈਦਾ ਕਰਦੇ ਹਨ। ਯਿਸੂ ਦਾ ਤੋਹਫ਼ਾ ਆਜ਼ਾਦੀ (ਕਿਰਪਾ) ਪੈਦਾ ਕਰਦਾ ਹੈ। ਰੋਮੀਆਂ 6:23; ਅਫ਼ਸੀਆਂ 2:8-9 ।)

ਰਹੱਸਮਈ ਅਨੁਭਵ

ਇੱਕ ਰਾਤ, ਮੈਂ ਰਾਤ ਦੇ ਹਨੇਰੇ ਵਿੱਚ ਜਾਗਿਆ ਅਤੇ ਆਪਣੇ ਕੋਲ ਇੱਕ ਬੋਆ-ਕੰਸਟ੍ਰਕਟਰ ਪਾਇਆ। ਮੈਂ ਚੀਕਣਾ ਚਾਹੁੰਦਾ ਸੀ ਪਰ ਨਹੀਂ ਕਰ ਸਕਿਆ। ਕੁਝ ਰਾਤਾਂ, ਮੈਂ ਐਲਿਸ ਦੇ ਸਰੀਰ ਨੂੰ ਸੈਲੋਫੇਨ ਬੈਗ ਵਾਂਗ ਪਾਰਦਰਸ਼ੀ ਦੇਖਦਾ ਸੀ। ਕੁਝ ਰਾਤਾਂ, ਉਹ ਗਾਇਬ ਹੋ ਜਾਂਦੀ ਸੀ ਅਤੇ ਦੁਬਾਰਾ ਪ੍ਰਗਟ ਹੁੰਦੀ ਸੀ। ਕੁਝ ਰਾਤਾਂ ਮੈਨੂੰ ਅਜੀਬ ਆਵਾਜ਼ਾਂ ਜਾਂ ਲਿਵਿੰਗ ਰੂਮ ਵਿੱਚ ਨੱਚਣ ਆਦਿ ਸੁਣਾਈ ਦਿੰਦੀ ਸੀ। ਮੈਂ ਹੁਣ ਇਹਨਾਂ ਡਰਾਉਣੀਆਂ ਘਟਨਾਵਾਂ ਨੂੰ ਬਰਦਾਸ਼ਤ ਨਹੀਂ ਕਰ ਸਕਦਾ ਸੀ ਇਸ ਲਈ ਮੈਂ ਉਸਨੂੰ ਪੁੱਛਣ ਦਾ ਫੈਸਲਾ ਕੀਤਾ, ਅਤੇ ਪਹਿਲਾ ਪ੍ਰਤੀਕਰਮ ਹਿੰਸਾ ਅਤੇ ਗੰਭੀਰ ਚੇਤਾਵਨੀ ਸੀ। ਉਸਨੇ ਕਿਹਾ: "ਮੈਨੂੰ ਇਹ ਸਵਾਲ ਦੁਬਾਰਾ ਨਾ ਪੁੱਛੋ ਨਹੀਂ ਤਾਂ ਮੈਂ ਤੁਹਾਡੇ ਨਾਲ ਨਜਿੱਠ ਲਵਾਂਗੀ।"

(ਪ੍ਰਗਟਾਵੇ: ਅਧਰੰਗ, ਆਕਾਰ ਬਦਲਣ ਵਾਲੇ ਭਰਮ, ਅਤੇ ਪੋਲਟਰਜੀਸਟ ਗਤੀਵਿਧੀ ਸ਼ੈਤਾਨੀ ਜ਼ੁਲਮ ਵਿੱਚ ਆਮ ਹਨ। ਲੂਕਾ 4:33-36; ਮਰਕੁਸ 9:17-27 I)

ਉਦੋਂ ਤੋਂ ਮੈਨੂੰ ਪਤਾ ਲੱਗਾ ਕਿ ਮੇਰੀ ਜਾਨ ਖ਼ਤਰੇ ਵਿੱਚ ਹੈ। ਫਿਰ ਮੈਨੂੰ ਪਿੰਡ ਦੇ ਦੁੱਖਾਂ ਨਾਲੋਂ ਜ਼ਿਆਦਾ ਪਸੰਦ ਆਇਆ ਜੋ ਮੈਨੂੰ ਪਤਾ ਲੱਗਾ। ਮੈਂ ਉਸ ਤੋਂ ਡਰਨ ਲੱਗ ਪਈ। ਦੋ ਦਿਨ ਬੀਤ ਗਏ ਅਤੇ ਉਹ ਮੁਸਕਰਾਹਟਾਂ, ਤੋਹਫ਼ਿਆਂ ਨਾਲ ਆਈ ਅਤੇ ਮੈਨੂੰ ਜੱਫੀ ਪਾਈ। ਉਸਨੇ ਮੈਨੂੰ ਦੱਸਿਆ ਕਿ ਉਹ ਮੈਨੂੰ ਕਿੰਨਾ ਪਿਆਰ ਕਰਦੀ ਹੈ ਅਤੇ ਮੇਰੀ ਦੇਖਭਾਲ ਕਰਦੀ ਹੈ ਅਤੇ ਮੈਨੂੰ ਡਰਨ ਲਈ ਉਤਸ਼ਾਹਿਤ ਕਰਦੀ ਹੈ ਅਤੇ ਬਾਅਦ ਵਿੱਚ ਮੈਨੂੰ ਚੀਜ਼ਾਂ ਸਮਝਾਉਣ ਦਾ ਵਾਅਦਾ ਕਰਦੀ ਹੈ। ਉਹ ਮੈਨੂੰ ਇੱਕ ਨਾਈਟ ਕਲੱਬ ਲੈ ਗਈ ਅਤੇ ਉੱਥੇ ਮੈਨੂੰ ਅਮੀਰ ਬਣਾਉਣ ਦੇ ਆਪਣੇ ਵਾਅਦੇ ਦੀ ਯਾਦ ਦਿਵਾਈ, ਅਤੇ ਮੈਨੂੰ ਕਿਹਾ: "ਇੱਕ ਦਿਨ ਤੁਸੀਂ ਉਹ ਸਭ ਕੁਝ ਜਾਣ ਜਾਓਗੇ ਜੋ ਮੈਂ ਜਾਣਦਾ ਹਾਂ!" ਅਸੀਂ ਵਾਪਸ ਆ ਗਏ ਅਤੇ ਸਾਡੇ ਵਿਚਕਾਰ ਜ਼ਿੰਦਗੀ ਆਮ ਵਾਂਗ ਚੱਲਦੀ ਰਹੀ। ਅੰਦਰੋਂ ਮੈਨੂੰ ਪਤਾ ਸੀ ਕਿ ਮੈਂ ਖ਼ਤਰੇ ਵਿੱਚ ਹਾਂ, ਪਰ ਮੈਂ ਕਿਵੇਂ ਬਚ ਸਕਦਾ ਹਾਂ ਅਤੇ ਮੈਂ ਕਿੱਥੇ ਭੱਜ ਜਾਵਾਂਗਾ? ਇੱਥੇ ਇਹ ਨੋਟ ਕਰਨਾ ਮਹੱਤਵਪੂਰਨ ਹੈ ਕਿ ਐਲਿਸ ਦੇ ਮਾਪਿਆਂ ਨੂੰ ਨਹੀਂ ਪਤਾ ਸੀ ਕਿ ਉਨ੍ਹਾਂ ਦੀ ਧੀ, ਭਾਵੇਂ ਛੋਟੀ ਹੈ, ਜਾਦੂਗਰੀ ਅਤੇ ਅਧਿਆਤਮਵਾਦ ਵਿੱਚ ਗੰਭੀਰਤਾ ਨਾਲ ਸ਼ਾਮਲ ਸੀ ਅਤੇ ਉਸਨੇ ਮੈਨੂੰ ਗੰਭੀਰਤਾ ਨਾਲ ਚੇਤਾਵਨੀ ਦਿੱਤੀ ਕਿ ਮੈਂ ਉਨ੍ਹਾਂ ਨੂੰ ਕਦੇ ਨਾ ਦੱਸਾਂ ਕਿ ਕੀ ਮੈਂ ਆਪਣੀ ਜ਼ਿੰਦਗੀ ਨੂੰ ਪਿਆਰ ਕਰਦੀ ਹਾਂ। ਪਿਆਰੇ ਪਾਠਕ, ਕੀ ਤੁਸੀਂ ਕਲਪਨਾ ਕਰ ਸਕਦੇ ਹੋ, ਇੱਕ 20 ਸਾਲ ਦੀ ਕੁੜੀ ਇਹ ਸਭ ਕੁਝ ਕਰ ਰਹੀ ਹੈ? ਬਾਹਰੀ ਦੁਨੀਆਂ ਉਸਨੂੰ ਇੱਕ ਵੱਡੇ ਬੈਂਕ ਵਿੱਚ ਕੰਮ ਕਰਨ ਵਾਲੀ ਇੱਕ ਬਹੁਤ ਹੀ ਸੁੰਦਰ ਅਤੇ ਨੁਕਸਾਨ ਰਹਿਤ ਕੁੜੀ ਵਜੋਂ ਦੇਖਦੀ ਸੀ ਪਰ

ਉਹ ਸ਼ੈਤਾਨ ਦੀ ਏਜੰਟ ਸੀ। ਅੱਜ ਦੁਨੀਆਂ ਵਿੱਚ ਬਹੁਤ ਸਾਰੀਆਂ ਐਲਿਸਾਂ ਹਨ ਜਿਵੇਂ ਕਿ ਤੁਹਾਨੂੰ ਇਸ ਕਿਤਾਬ ਵਿੱਚ ਬਾਅਦ ਵਿੱਚ ਪਤਾ ਲੱਗੇਗਾ।

(ਪਰਿਵਾਰਾਂ ਨੂੰ ਚੇਤਾਵਨੀ: ਗੁਪਤਤਾ+ ਅੱਤਵਾਦੀ ਧਮਕੀਆਂ ("ਨਾ ਦੱਸੋ ਨਹੀਂ ਤਾਂ") ਚਿੰਤਾਜਨਕ ਹਨ। ਮਾਪੇ/ਸਰਪ੍ਰਸਤ - ਅਧਿਆਤਮਿਕ ਅਤੇ ਵਿਵਹਾਰਕ ਤੌਰ 'ਤੇ ਚੌਕਸ ਰਹੋ। 1 ਪਤਰਸ 5:8 ।)

ਇੱਕ ਭਿਆਨਕ ਖੋਜ

ਇੱਕ ਦਿਨ, ਜਦੋਂ ਉਹ ਕੰਮ ਤੇ ਚਲੀ ਗਈ, ਮੈਂ ਫਲੈਟ ਦੀ ਤਲਾਸ਼ੀ ਲੈਣ ਦਾ ਫੈਸਲਾ ਕੀਤਾ। ਭਾਵੇਂ ਉਹ ਛੋਟੀ ਸੀ, ਫਲੈਟ ਚੰਗੀ ਤਰ੍ਹਾਂ ਸਜਾਇਆ ਹੋਇਆ ਸੀ। ਉਸਦੇ ਚਾਰ ਫਰਿੱਜ ਸਨ ਅਤੇ ਇੱਕ ਖੋਲ੍ਹਣ 'ਤੇ, ਮੈਂ ਮਨੁੱਖੀ ਖੋਪੜੀਆਂ ਵੇਖੀਆਂ, ਮਨੁੱਖੀ ਸਰੀਰ ਦੇ ਵੱਖ-ਵੱਖ ਹਿੱਸੇ ਤਾਜ਼ੇ ਅਤੇ ਸੁੱਕੇ ਦੋਵੇਂ। ਛੱਤ ਦੇ ਅੰਦਰ ਪਿੰਜਰ ਸਨ। ਇੱਕ ਕਮਰੇ ਦੇ ਇੱਕ ਹੋਰ ਕੋਨੇ ਵਿੱਚ ਮੈਂ ਦੇਖਿਆ (ਜਿਸਨੂੰ ਮੈਂ ਬਾਅਦ ਵਿੱਚ 'ਚੈਂਬਰ' ਵਜੋਂ ਜਾਣਿਆ) ਖ਼ੂਨ ਨਾਲ ਭਰਿਆ ਇੱਕ ਪਾਣੀ ਦਾ ਘੜਾ ਅਤੇ ਘੜੇ ਦੇ ਵਿਚਕਾਰ ਇੱਕ ਛੋਟਾ ਜਿਹਾ ਰੁੱਖ, ਇੱਕ ਕੈਲਾਬੈਸ਼ ਅਤੇ ਇਸਦੇ ਕੋਲ ਇੱਕ ਲਾਲ ਕੱਪੜਾ। ਮੈਂ ਜਾਰੀ ਨਹੀਂ ਰੱਖ ਸਕਿਆ। ਹੁਣ ਮੈਨੂੰ ਪਤਾ ਸੀ ਕਿ ਮੈਂ ਇੱਕ ਮੁਰਦਾ ਆਦਮੀ ਸੀ ਅਤੇ ਕਿਉਂਕਿ ਮੇਰੇ ਕੋਲ ਭੱਜਣ ਲਈ ਕਿਤੇ ਵੀ ਨਹੀਂ ਸੀ। ਮੈਂ ਆਪਣੀ ਜਾਨ ਜੋ ਵੀ ਆਵੇ, ਜ਼ਿੰਦਗੀ ਜਾਂ ਮੌਤ ਦੇ ਹਵਾਲੇ ਕਰ ਦਿੱਤੀ ਅਤੇ ਆਪਣੇ ਬੁੱਲ੍ਹਾਂ ਨੂੰ ਬੰਦ ਕਰ ਦਿੱਤਾ। ਐਲਿਸ ਕੰਮ ਤੋਂ ਵਾਪਸ ਆਈ ਅਤੇ ਜਿਸ ਤਰ੍ਹਾਂ ਉਸਨੇ ਮੈਨੂੰ ਦੇਖਿਆ, ਮੈਨੂੰ ਪਤਾ ਸੀ ਕਿ ਉਸਦੇ ਦਫ਼ਤਰ ਵਿੱਚ ਹੀ ਉਹ ਜਾਣਦੀ ਸੀ ਕਿ ਮੈਂ ਘਰ ਵਿੱਚ ਕੀ ਕਰਦਾ ਹਾਂ।

(ਜਾਦੂਈ ਤਕਨੀਕ: "ਜੀਉਂਦੇ ਰੁੱਖ ਵਾਲਾ ਖੂਨ ਦਾ ਘੜਾ" = ਭੋਜਨ/ ਨਵੀਨੀਕਰਣ ਨੇਮਾਂ ਲਈ ਵੇਦੀ। ਕੈਲਾਬਾਸ਼/ ਲਾਲ ਕੱਪੜਾ= ਰਸਮੀ ਭਾਂਡੇ/ ਮੋਹਰਾਂ। ਹਿਜ਼ਕੀਏਲ 8; ਜ਼ਬੂਰ 16:4 ।)

-

ਪਿੱਛੇ ਜਾਣ ਲਈ ਕਿਹਾ। ਮੈਂ ਪਹਿਲਾਂ ਹੀ ਕੈਦੀ ਸੀ ਅਤੇ ਮੇਰੇ ਕੋਲ ਕੋਈ ਵਿਕਲਪ ਨਹੀਂ ਸੀ। ਅਸੀਂ ਲਾਗੋਸ ਦੇ ਬਾਹਰਵਾਰ ਇੱਕ ਬਹੁਤ ਵੱਡੀ ਇਮਾਰਤ ਵਿੱਚ ਗਏ। ਪਹੁੰਚਣ 'ਤੇ (ਇਮਾਰਤ ਵਿੱਚ ਇੱਕ ਭੂਮੀਗਤ ਕਾਨਫਰੰਸ ਹਾਲ ਸੀ), ਐਲਿਸ ਨੇ ਮੈਨੂੰ ਪਿੱਛੇ ਵੱਲ ਜਾਣ ਲਈ ਕਿਹਾ। ਮੈਂ ਆਗਿਆ ਮੰਨੀ ਅਤੇ ਆਪਣੀ ਪਿੱਠ ਨਾਲ ਅੰਦਰ ਦਾਖਲ ਹੋਇਆ, ਉਸਨੇ ਵੀ ਅਜਿਹਾ ਹੀ ਕੀਤਾ। ਹਾਲ ਇੰਨਾ ਵੱਡਾ ਸੀ ਕਿ ਲਗਭਗ 500 ਨੌਜਵਾਨ ਮਰਦ ਅਤੇ ਔਰਤਾਂ ਇੱਕ ਚੱਕਰ ਵਿੱਚ ਬੈਠੇ ਸਨ, ਅਤੇ ਉਨ੍ਹਾਂ ਦੇ ਉੱਪਰ ਇੱਕ ਆਦਮੀ ਬੈਠਾ ਸੀ ਜਿਸਦਾ ਸਿਰ ਸਿਰਫ਼ ਦੇਖਿਆ ਜਾ ਸਕਦਾ ਸੀ ਅਤੇ ਬਿਨਾਂ ਸਰੀਰ ਦੇ, ਨੇਤਾ ਦੇ ਰੂਪ ਵਿੱਚ। ਇਨ੍ਹਾਂ ਨੌਜਵਾਨਾਂ ਵਿੱਚੋਂ ਕੁਝ ਵਿਦਿਆਰਥੀ, ਅੰਡਰਗ੍ਰੈਜੁਏਟ, ਗ੍ਰੈਜੂਏਟ, ਅਧਿਆਪਕ ਆਦਿ ਸਨ। ਐਲਿਸ ਨੇ ਕੰਧ 'ਤੇ ਇੱਕ ਬਟਨ ਦਬਾਇਆ ਅਤੇ ਜ਼ਮੀਨ ਤੋਂ ਇੱਕ ਸੀਟ ਬਾਹਰ ਆਈ ਅਤੇ ਮੈਂ ਬੈਠ ਗਿਆ। ਉਸਨੇ ਵੀ ਅਜਿਹਾ ਹੀ ਕੀਤਾ ਅਤੇ ਇੱਕ ਹੋਰ ਉਸਦੇ ਲਈ ਬਾਹਰ ਆਈ ਅਤੇ ਉਹ ਬੈਠ ਗਈ। ਉਸਨੇ ਮੈਨੂੰ ਇੱਕ ਨਵੇਂ ਮੈਂਬਰ ਵਜੋਂ ਕਲੀਸਿਯਾ ਨਾਲ ਜਾਣੂ ਕਰਵਾਇਆ ਅਤੇ ਉਨ੍ਹਾਂ ਨੇ ਤਾੜੀਆਂ ਮਾਰੀਆਂ ਅਤੇ ਮੇਰਾ ਸਵਾਗਤ ਕੀਤਾ। ਇਸ ਦੇ ਨਤੀਜੇ ਵਜੋਂ ਐਲਿਸ ਨੂੰ ਤਰੱਕੀ ਦਿੱਤੀ ਗਈ। ਮੀਟਿੰਗ ਵਿੱਚ ਉਨ੍ਹਾਂ ਨੇ ਜੋ ਵੀ ਚਰਚਾ ਕੀਤੀ ਉਹ ਸਭ ਮੈਨੂੰ ਕਦੇ ਸਮਝ ਨਹੀਂ ਆਇਆ। ਇਸਦੇ ਅੰਤ ਵਿੱਚ ਅਤੇ ਜਿਵੇਂ ਹੀ ਅਸੀਂ ਜਾਣ ਵਾਲੇ ਸੀ, ਮੈਨੂੰ

ਅਗਲੇ ਦਿਨ ਨੇਤਾ ਦੁਆਰਾ ਇਕੱਲੇ ਵਾਪਸ ਆਉਣ ਲਈ ਕਿਹਾ ਗਿਆ। ਇਹ ਮੇਰਾ ਜਾਦੂਈ ਸੰਸਾਰ ਨਾਲ ਪਹਿਲਾ ਸਾਹਮਣਾ ਸੀ।

(ਨੋਟ: ਪਿਛਾਂਹ ਵੱਲ ਐਂਟਰੀ ਉਲਟਾਪਣ ਦੀ ਨਕਲ ਕਰਦੀ ਹੈ—ਪਰਮਾਤਮਾ ਦੇ ਕ੍ਰਮ ਨੂੰ ਜਾਣਬੁੱਝ ਕੇ ਉਲਟਾਉਣਾ। ਯਸਾਯਾਹ 5:20; 2 ਥੱਸਲੁਨੀਕੀਆਂ 2:9-10।)

ਉਸੇ ਰਾਤ, ਸਵੇਰੇ 2.00 ਵਜੇ (ਅਤੇ ਇਹ ਹਨੇਰੇ ਦੀਆਂ ਸਾਰੀਆਂ ਤਾਕਤਾਂ ਅਤੇ ਉਨ੍ਹਾਂ ਦੇ ਏਜੰਟਾਂ ਦੁਆਰਾ ਮੀਟਿੰਗਾਂ ਅਤੇ ਖਤਰਨਾਕ ਕਾਰਵਾਈਆਂ ਦਾ ਆਮ ਸਮਾਂ ਹੈ), ਐਲਿਸ ਨੇ ਮੈਨੂੰ ਜਗਾਇਆ ਅਤੇ ਮੈਨੂੰ ਕੁਝ ਗੱਲਾਂ ਦੱਸੀਆਂ। ਉਸਨੇ ਕਿਹਾ: "ਮੈਂ ਕੋਈ ਆਮ ਇਨਸਾਨ ਨਹੀਂ ਹਾਂ। ਮੈਂ ਅੱਧਾ ਇਨਸਾਨ ਅਤੇ ਅੱਧਾ ਆਤਮਾ ਹਾਂ ਪਰ ਮੁੱਖ ਤੌਰ 'ਤੇ ਆਤਮਾ ਦਾ।
ਤੁਸੀਂ ਮੇਰੇ ਕਮਰੇ ਵਿੱਚ ਜੋ ਦੇਖਦੇ ਹੋ ਉਹੀ ਹੈ ਜੋ ਮੈਂ ਹਰ ਸਵੇਰ ਆਪਣੀਆਂ ਪ੍ਰਾਰਥਨਾਵਾਂ ਦੌਰਾਨ ਵਰਤਦੀ ਹਾਂ, ਤਾਂ ਜੋ ਆਤਮਾਵਾਂ ਦਿਨ ਭਰ ਮੇਰਾ ਮਾਰਗਦਰਸ਼ਨ ਕਰਨ। ਪਿੰਜਰਾਂ ਬਾਰੇ ਮੈਂ ਤੁਹਾਨੂੰ ਬਾਅਦ ਵਿੱਚ ਦੱਸਾਂਗੀ।"

(ਸਮਾਂ: 12-3 ਵਜੇ ਅਕਸਰ ਜਾਦੂਗਰੀ ਗਤੀਵਿਧੀਆਂ ਲਈ ਨਿਸ਼ਾਨਾ ਬਣਾਇਆ ਜਾਂਦਾ ਹੈ। ਵਿਸ਼ਵਾਸੀ ਜਾਗਦੇ ਪ੍ਰਾਰਥਨਾ ਨਾਲ ਇਸਦਾ ਜਵਾਬ ਦਿੰਦੇ ਹਨ—ਲੂਕਾ 6:12; ਰਸੂਲਾਂ ਦੇ ਕਰਤੱਬ 16:25।)

ਮੈਂ ਕਦੇ ਇੱਕ ਸ਼ਬਦ ਵੀ ਨਹੀਂ ਕਿਹਾ। ਉਹ ਮੇਰੇ ਪੜ੍ਹਨ ਲਈ ਸੰਸਾਰ ਦੇ ਰਹੱਸਾਂ ਬਾਰੇ ਕੁਝ ਕਿਤਾਬਾਂ ਲੈ ਕੇ ਆਈ, ਅਤੇ ਆਪਣੇ ਜਿਗਿਆਸੂ ਮਨ ਨਾਲ ਮੈਂ ਉਨ੍ਹਾਂ ਨੂੰ ਪੜ੍ਹਨ ਦਾ ਫੈਸਲਾ ਕੀਤਾ। ਥੋੜ੍ਹੀ ਦੇਰ ਬਾਅਦ ਮੈਨੂੰ ਦਿਲਚਸਪੀ ਹੋ ਗਈ ਅਤੇ ਉਸਨੇ ਤੁਰੰਤ ਦੇਖਿਆ ਕਿ ਹੁਣ ਮੈਂ ਦਿਲਚਸਪੀ ਲੈ ਰਿਹਾ ਹਾਂ।

ਮੈਨੂੰ ਪਤਾ ਨਹੀਂ ਸੀ ਕਿ ਉਸਨੇ ਮੇਰਾ ਨਾਮ ਭਾਰਤ ਵਿੱਚ ਇੱਕ ਜਾਦੂਗਰੀ ਸਮਾਜ ਨੂੰ ਭੇਜਿਆ। ਜਿਵੇਂ ਕਿ ਪਹਿਲਾਂ ਦੱਸਿਆ ਗਿਆ ਸੀ, ਅਗਲੇ ਦਿਨ ਮੈਂ ਇਕੱਲਾ ਸਮਾਜ ਵਿੱਚ ਵਾਪਸ ਗਿਆ ਅਤੇ ਉੱਥੇ ਨੈਂ ਹੋਰ ਲੋਕਾਂ ਅਤੇ ਕੁਝ ਗਵਾਹਾਂ ਨੂੰ ਮਿਲਿਆ। ਸਾਨੂੰ ਦੀਖਿਆ ਦਿੱਤੀ ਜਾਣੀ ਸੀ। ਸਾਨੂੰ ਹਾਲ ਦੇ ਕੇਂਦਰ ਵਿੱਚ ਬੁਲਾਇਆ ਗਿਆ ਅਤੇ ਸਾਨੂੰ ਹੇਠ ਲਿਖੀਆਂ ਗੱਲਾਂ ਕੀਤੀਆਂ ਗਈਆਂ:

1. ਸਾਡੇ ਸਰੀਰਾਂ 'ਤੇ ਇੱਕ ਮਿਸ਼ਰਣ ਜੋ ਕਿ ਪੁਟੀ ਵਰਗਾ ਲੱਗਦਾ ਸੀ, ਰਗੜਿਆ ਗਿਆ ਸੀ। ਇਹ ਤੁਹਾਨੂੰ ਇੱਕ ਪੂਰੇ ਮੈਂਬਰ ਵਜੋਂ ਯੋਗ ਬਣਾਉਂਦਾ ਹੈ।
2. ਸਾਨੂੰ ਤੇਲ ਵਰਗੇ ਤਰਲ ਦਾ ਇੱਕ ਗਲਾਸ ਸ਼ਾਟ ਪੀਣ ਲਈ ਦਿੱਤਾ ਗਿਆ ਸੀ। ਇਹ ਤੁਹਾਨੂੰ ਏਜੰਟ ਬਣਨ ਦੇ ਯੋਗ ਬਣਾਉਂਦਾ ਹੈ।
3. ਸਾਡੇ ਸਿਰਾਂ 'ਤੇ ਬਾਰੂਦ ਵਰਗਾ ਪਦਾਰਥ ਮਲਿਆ ਗਿਆ ਸੀ। ਇਹ ਤੁਹਾਨੂੰ ਉਨ੍ਹਾਂ ਦੇ ਰਹੱਸਾਂ ਦਾ ਅਧਿਐਨ ਕਰਨ ਦੇ ਯੋਗ ਬਣਾਉਂਦਾ ਹੈ।

   ਮੈਨੂੰ ਵੀ ਪਤਾ ਨਹੀਂ ਸੀ ਕਿ ਇਹ ਦੀਖਿਆ ਸਮਾਰੋਹ ਭਾਰਤ ਵਿੱਚ ਰਿਕਾਰਡ ਕੀਤਾ ਜਾ ਰਿਹਾ ਸੀ ਅਤੇ ਅਗਲੇ ਦਿਨ ਮੈਨੂੰ ਉਨ੍ਹਾਂ ਤੋਂ ਇੱਕ ਪੱਤਰ ਮਿਲਿਆ। ਪੱਤਰ ਵਿੱਚ ਮੈਨੂੰ ਹਦਾਇਤ ਕੀਤੀ ਗਈ ਸੀ ਕਿ ਮੈਂ ਪੱਤਰ ਨੂੰ ਆਪਣੇ ਖ਼ੂਨ ਨਾਲ ਰੰਗਾਂ ਅਤੇ ਇਸਨੂੰ ਉਨ੍ਹਾਂ ਦੁਆਰਾ ਦੱਸੇ ਗਏ ਸਾਧਨ ਰਾਹੀਂ ਉਨ੍ਹਾਂ ਨੂੰ ਵਾਪਸ ਭੇਜਾਂ, ਡਾਕਘਰ ਦੁਆਰਾ ਨਹੀਂ। ਮੈਂ ਕੀਤਾ। ਇਸ ਬਿੰਦੂ ਤੋਂ, ਕੋਈ ਪਿੱਛੇ ਮੁੜਨ ਦੀ ਲੋੜ ਨਹੀਂ ਸੀ; ਵਾਪਸ ਮੁੜਨ ਦਾ ਮਤਲਬ ਮੌਤ ਸੀ ਜਿਵੇਂ ਕਿ

ਹਮੇਸ਼ਾ ਯਾਦ ਦਿਵਾਇਆ ਜਾਂਦਾ ਸੀ ਅਤੇ ਮੈਨੂੰ ਪਤਾ ਸੀ ਕਿ ਮੇਰੇ ਲਈ ਹੋਰ ਕੋਈ ਉਮੀਦ ਨਹੀਂ ਸੀ।

(ਆਤਮਿਕ ਕਾਨੂੰਨ: ਖ਼ੂਨ ਨਾਲ ਦਸਤਖਤ ਕੀਤੇ ਦਸਤਾਵੇਜ਼ ਆਤਮਾ ਵਿੱਚ ਕਾਨੂੰਨੀ ਦਾਅਵਿਆਂ ਵਜੋਂ ਕੰਮ ਕਰਦੇ ਹਨ। ਸਿਰਫ਼ ਯਿਸੂ ਦਾ ਲਹੂ ਹੀ ਅਜਿਹੇ ਦਾਅਵਿਆਂ ਨੂੰ ਰੱਦ ਕਰਦਾ ਹੈ। ਕੁਲੁੱਸੀਆਂ 2:14-15; ਇਬਰਾਨੀਆਂ 9:14 ।)

ਐਲਿਸ ਨਾਲ ਇਕਰਾਰਨਾਮਾ

ਇੱਕ ਸਵੇਰੇ ਤੜਕੇ, ਉਸਨੇ ਮੈਨੂੰ ਦੱਸਿਆ ਕਿ ਘਰ ਵਿੱਚ ਇੱਕ ਮਹੱਤਵਪੂਰਨ ਰਸਮ ਹੋਣੀ ਹੈ। 2.00 ਵਜੇ ਉਹ ਇੱਕ ਰੀਂਗਦੀ ਹੋਈ ਬੱਚੀ, ਇੱਕ ਕੁੜੀ, ਨੂੰ ਜ਼ਿੰਦਾ ਲੈ ਆਈ। ਮੇਰੀਆਂ ਅੱਖਾਂ ਦੇ ਸਾਹਮਣੇ, ਐਲਿਸ ਨੇ ਆਪਣੀਆਂ ਉਂਗਲਾਂ ਦੀ ਵਰਤੋਂ ਕੀਤੀ ਅਤੇ ਬੱਚੀ ਦੀਆਂ ਅੱਖਾਂ ਕੱਢ ਦਿੱਤੀਆਂ। ਉਸ ਬੱਚੀ ਦੇ ਰੋਣ ਨੇ ਮੇਰਾ ਦਿਲ ਤੋੜ ਦਿੱਤਾ। ਫਿਰ ਉਸਨੇ ਬੱਚੇ ਨੂੰ ਟੁਕੜਿਆਂ ਵਿੱਚ ਕੱਟ ਦਿੱਤਾ ਅਤੇ ਖ਼ੂਨ ਅਤੇ ਮਾਸ ਦੋਵੇਂ ਇੱਕ ਟ੍ਰੇ ਵਿੱਚ ਪਾ ਦਿੱਤੇ ਅਤੇ ਮੈਨੂੰ ਖਾਣ ਲਈ ਕਿਹਾ। ਮੈਂ ਇਨਕਾਰ ਕਰ ਦਿੱਤਾ। ਉਸਨੇ ਸਿੱਧਾ ਮੇਰੇ ਵੱਲ ਦੇਖਿਆ ਅਤੇ ਉਸਦੀਆਂ ਅੱਖਾਂ ਵਿੱਚੋਂ ਜੋ ਨਿਕਲਿਆ ਉਸਨੂੰ ਲਿਖਤੀ ਰੂਪ ਵਿੱਚ ਨਹੀਂ ਸਮਝਾਇਆ ਜਾ ਸਕਦਾ। ਇਸ ਤੋਂ ਪਹਿਲਾਂ ਕਿ ਮੈਂ ਜਾਣਦਾ ਕਿ ਕੀ ਹੋ ਰਿਹਾ ਹੈ, ਮੈਂ ਨਾ ਸਿਰਫ਼ ਮਾਸ ਚਬਾ ਰਹੀ ਸੀ, ਸਗੋਂ ਖ਼ੂਨ ਵੀ ਚੱਟ ਰਹੀ ਸੀ। ਜਦੋਂ ਇਹ ਹੋ ਰਿਹਾ ਸੀ ਤਾਂ ਉਸਨੇ ਕਿਹਾ: "ਇਹ ਸਾਡੇ ਵਿਚਕਾਰ ਇੱਕ ਨੇਮ ਹੈ, ਤੁਸੀਂ ਕਦੇ ਵੀ ਧਰਤੀ ਦੇ ਕਿਸੇ ਵੀ ਮਨੁੱਖ ਨੂੰ ਕੁਝ ਵੀ ਨਹੀਂ ਕਹੋਗੇ ਜੋ ਤੁਸੀਂ ਮੈਨੂੰ ਕਰਦੇ ਹੋਏ ਦੇਖੋਗੇ ਜਾਂ ਮੇਰੇ ਬਾਰੇ ਕੁਝ ਵੀ ਨਹੀਂ ਕਹੋਗੇ। ਜਿਸ ਦਿਨ

ਤੁਸੀਂ ਇਸ ਨੇਮ ਨੂੰ ਤੋੜੋਗੇ ਤੁਹਾਡਾ ਆਪਣਾ ਹੀ ਚਲਾ ਗਿਆ ਹੈ।" ਮਤਲਬ ਕਿ ਜਿਸ ਦਿਨ ਮੈਂ ਇਹ ਨੇਮ ਤੋੜਾਂਗੀ ਮੈਨੂੰ ਮਾਰ ਦਿੱਤਾ ਜਾਵੇਗਾ।

(ਚਰਵਾਹਿਆਂ ਦੀ ਦੇਖਭਾਲ: ਇਹ ਹਵਾਲਾ ਦੁਖਦਾਈ ਹੈ। ਜੇਕਰ ਤੁਸੀਂ ਪੜ੍ਹ ਰਹੇ ਹੋ ਅਤੇ ਸਦਮਾ ਜਾਂ ਸੋਗ ਮਹਿਸੂਸ ਕਰ ਰਹੇ ਹੋ, ਤਾਂ ਰੁਕੋ ਅਤੇ ਜ਼ਬੂਰ 91; ਫ਼ਿਲਿੱਪੀਆਂ 4:7 ਪ੍ਰਾਰਥਨਾ ਕਰੋ। ਸਦਮਾ ਮਸੀਹ ਦੀ ਸ਼ਾਂਤੀ ਲਈ ਉਪਜਦਾ ਹੈ।)

ਇਸ ਘਟਨਾ ਤੋਂ ਬਾਅਦ ਮੇਰੇ ਅੰਦਰ ਅਜੀਬ ਭਾਵਨਾਵਾਂ ਆਉਣ ਲੱਗ ਪਈਆਂ। ਮੈਂ ਬਦਲ ਗਈ ਸੀ ਅਤੇ ਹੁਣ ਆਪਣੇ ਆਪ ਨੂੰ ਕਾਬੂ ਨਹੀਂ ਕਰ ਸਕਦੀ ਸੀ। ਮਾਵਾਂ ਲਈ ਚੇਤਾਵਨੀ ਦਾ ਇੱਕ ਸ਼ਬਦ। ਕੀ ਤੁਹਾਨੂੰ ਪਤਾ ਹੈ ਕਿ ਤੁਹਾਡਾ ਘਰ ਮਦਦ ਕਰਦਾ ਹੈ? ਉਸਦਾ ਪਿਛੋਕੜ ਕਿਹੋ ਜਿਹਾ ਹੈ? ਕੀ ਤੁਸੀਂ ਆਪਣੇ ਬੱਚਿਆਂ ਆਦਿ ਦੀਆਂ ਜ਼ਿੰਦਗੀਆਂ ਉਸਨੂੰ ਸੌਂਪਣ ਤੋਂ ਪਹਿਲਾਂ ਉਸ ਬਾਰੇ ਸਭ ਕੁਝ ਜਾਣਨਾ ਚਾਹੁੰਦੇ ਹੋ? ਤੁਸੀਂ ਪੁੱਛ ਸਕਦੇ ਹੋ ਕਿ ਐਲਿਸ ਨੇ ਉਸ ਛੋਟੇ ਬੱਚੇ ਨੂੰ ਕਿਵੇਂ ਪ੍ਰਾਪਤ ਕੀਤਾ ਜਿਸਨੂੰ ਉਸਨੇ ਮਾਰਿਆ ਸੀ । ਇਸ ਲਈ ਮਾਪੇ, ਆਪਣੇ ਘਰ ਦੀ ਪਿਛੋਕੜ ਨੂੰ ਜਾਣੋ।

(ਚਰਵਾਹੇ ਦਾ ਨੋਟ: ਪਸ਼ੂਆਂ ਦੇ ਡਾਕਟਰ; ਜਵਾਬਦੇਹੀ ਬਣਾਈ ਰੱਖੋ; ਰੋਜ਼ਾਨਾ ਆਪਣੇ ਘਰ ਲਈ ਪ੍ਰਾਰਥਨਾ ਕਰੋ। ਅੱਯੂਬ 1:5; ਜ਼ਬੂਰ 127:1 ।)

ਜਦੋਂ ਐਲਿਸ ਨੇ ਦੇਖਿਆ ਕਿ ਉਹ ਮੈਨੂੰ ਪੂਰੀ ਤਰ੍ਹਾਂ ਪ੍ਰੇਤਵਾਦ ਵਿੱਚ ਸ਼ਾਮਲ ਕਰਨ ਵਿੱਚ ਸਫਲ ਹੋ ਗਈ ਹੈ ਅਤੇ ਇਸ ਵਿੱਚ ਤੇਜ਼ੀ ਨਾਲ ਵਧ ਰਹੀ ਹੈ, ਤਾਂ ਉਹ ਸੰਤੁਸ਼ਟ ਹੋ ਗਈ ਅਤੇ ਜਾਣਦੀ ਸੀ ਕਿ ਉਸਦਾ ਮਿਸ਼ਨ ਪੂਰਾ ਹੋ ਗਿਆ

ਹੈ। ਉਸਨੇ ਮੇਰੇ ਲਈ ਇੱਕ ਫਲੈਟ ਲੱਭਿਆ, ਇਸਨੂੰ ਸਜਾਉਣ ਵਿੱਚ ਮਦਦ ਕੀਤੀ ਅਤੇ ਇਸ ਤੋਂ ਬਾਅਦ ਰਿਸ਼ਤਾ ਤੋੜ ਦਿੱਤਾ।

(ਰਣਨੀਤੀ: ਇੱਕ ਵਾਰ ਬੰਧਨ ਸੁਰੱਖਿਅਤ ਹੋ ਜਾਣ ਤੋਂ ਬਾਅਦ, ਹੈਂਡਲਰ ਅਕਸਰ ਕਿਤੇ ਹੋਰ ਪ੍ਰਭਾਵ ਦੇ ਜਾਲ ਨੂੰ ਡੂੰਘਾ ਕਰਨ ਲਈ ਭਰਤੀ ਨੂੰ "ਰਿਹਾਈ" ਦਿੰਦੇ ਹਨ।)

ਭਾਰਤ ਵਿੱਚ ਨੇਮ

ਦਿੱਲੀ, ਭਾਰਤ ਦੀ ਸੋਸਾਇਟੀ ਨੇ ਮੈਨੂੰ ਇੱਕ ਦੂਜਾ ਪੱਤਰ ਭੇਜਿਆ ਜਿਸ ਵਿੱਚ ਮੈਨੂੰ ਭਾਰਤ ਆਉਣ ਲਈ ਕਿਹਾ ਗਿਆ ਸੀ। ਇਸ ਵਿੱਚ ਮੈਨੂੰ ਇਹ ਵੀ ਹਦਾਇਤ ਕੀਤੀ ਗਈ ਸੀ ਕਿ ਮੈਂ ਹੇਠ ਲਿਖੇ ਕੰਮ ਕਰਾਂ: "ਮੂਤਰ ਖਾਵਾਂ, ਸੜਨ ਵਾਲੇ ਬਦਬੂਦਾਰ ਚੂਹੇ ਖਾਵਾਂ, ਅਤੇ ਰਾਤ ਨੂੰ ਕਬਰਸਤਾਨ ਵਿੱਚ ਆਤਮਾਵਾਂ ਨਾਲ ਸੰਭੋਗ ਕਰਾਂ।" ਉਪਰੋਕਤ ਨੂੰ ਪੂਰਾ ਕਰਨ ਤੋਂ ਬਾਅਦ ਮੈਂ ਧਰਤੀ 'ਤੇ ਕਿਸੇ ਵੀ ਔਰਤ ਨਾਲ ਕਦੇ ਵੀ ਸੰਭੋਗ ਨਾ ਕਰਨ ਲਈ ਪਾਬੰਦ ਸੀ। ਮੈਂ ਉਨ੍ਹਾਂ ਦੇ ਪੱਤਰ ਦਾ ਜਵਾਬ ਭੇਜਿਆ ਜਿਸ ਵਿੱਚ ਉਨ੍ਹਾਂ ਨੂੰ ਦੱਸਿਆ ਗਿਆ ਕਿ ਮੇਰੇ ਕੋਲ ਨਾ ਤਾਂ ਵੀਜ਼ਾ ਹੈ ਅਤੇ ਨਾ ਹੀ ਮੈਨੂੰ ਪਤਾ ਹੈ ਕਿ ਭਾਰਤ ਕਿਵੇਂ ਜਾਣਾ ਹੈ। ਇਸ ਸਮੇਂ ਮੈਂ 'ਕਾਰੋਬਾਰ' ਕਰਨਾ ਸ਼ੁਰੂ ਕਰ ਦਿੱਤਾ ਸੀ। ਮੈਂ ਇੱਕ ਗੰਭੀਰ ਤਸਕਰ ਸੀ ਪਰ ਮੇਰੇ ਪਿੱਛੇ ਇਨ੍ਹਾਂ ਸ਼ਕਤੀਆਂ ਕਾਰਨ ਮੈਨੂੰ ਕਸਟਮ ਆਦਿ ਨਾਲ ਕੋਈ ਸਮੱਸਿਆ ਨਹੀਂ ਸੀ।

(ਪਤਨ ਸੰਸਕਾਰ: ਸ਼ੈਤਾਨੀ ਨੇਮ ਅਕਸਰ ਮਨੁੱਖ ਵਿੱਚ ਪਰਮੇਸ਼ੁਰ ਦੇ ਸਰੂਪ ਨੂੰ ਵਿਗਾੜਨ ਅਤੇ ਕੁਦਰਤੀ ਪਿਆਰ ਨੂੰ ਤੋੜਨ ਲਈ ਅਪਵਿੱਤਰ ਕੰਮਾਂ ਦੀ ਮੰਗ ਕਰਦੇ ਹਨ। ਰੋਮੀਆਂ 1:24-28।)

ਮੇਰੇ ਕੋਲ ਬਹੁਤ ਪੈਸੇ ਹੋਣ ਲੱਗ ਪਏ, ਖਾਣਾ ਅਤੇ ਸਾਮਾਨ ਹੁਣ ਘੱਟ ਨਹੀਂ ਰਿਹਾ। ਇੱਕ ਦਿਨ, ਮੈਂ ਆਪਣਾ ਫਲੈਟ ਤਾਲਾ ਲਗਾ ਕੇ ਬਾਹਰ ਚਲਾ ਗਿਆ; ਵਾਪਸ ਆਉਂਦਿਆਂ, ਮੈਂ ਦਰਵਾਜ਼ਾ ਖੋਲ੍ਹਿਆ ਅਤੇ ਵੇਖਿਆ ਕਿ ਇੱਕ ਆਦਮੀ ਪਾਰਲਰ ਵਿੱਚ ਬੈਠਾ ਸੀ। ਮੈਂ ਡਰ ਗਿਆ। ਉਸਨੇ ਕਿਹਾ: "ਕੀ ਤੁਸੀਂ ਇਮੈਨੁਅਲ ਅਮੋਸ ਨਹੀਂ ਹੋ?" ਮੈਂ ਕਿਹਾ ਕਿ ਮੈਂ ਹਾਂ। ਉਸਨੇ ਕਿਹਾ: "ਮੈਨੂੰ ਤੁਹਾਨੂੰ ਭਾਰਤ ਲੈਣ ਲਈ ਆਉਣ ਲਈ ਭੇਜਿਆ ਗਿਆ ਹੈ, ਇਸ ਲਈ ਤਿਆਰ ਹੋ ਜਾਓ।" ਮੈਂ ਹਰ ਜਗ੍ਹਾ ਤਾਲਾ ਲਗਾ ਦਿੱਤਾ, ਗਿਆ ਅਤੇ ਅਗਲੇ ਆਰਡਰ ਲਈ ਤਿਆਰ ਗੱਦੇ 'ਤੇ ਉਸਦੇ ਕੋਲ ਬੈਠ ਗਿਆ। ਪਰ ਬਿਜਲੀ ਵਾਂਗ, ਉਸਨੇ ਮੈਨੂੰ ਛੂਹਿਆ ਅਤੇ ਅਸੀਂ ਗਾਇਬ ਹੋ ਗਏ।

ਅਗਲੀ ਜਗ੍ਹਾ ਜਿੱਥੇ ਮੈਂ ਆਪਣੇ ਆਪ ਨੂੰ ਦੇਖਿਆ ਉਹ ਦਿੱਲੀ, ਭਾਰਤ ਦੇ ਇੱਕ ਵੱਡੇ ਕਾਨਫਰੰਸ ਹਾਲ ਵਿੱਚ ਸੀ, ਜਿੱਥੇ ਇੱਕ ਵੱਡੀ ਸੰਗਤ ਪਹਿਲਾਂ ਹੀ ਬੈਠੀ ਸੀ ਅਤੇ ਸਾਡਾ ਸਵਾਗਤ ਕਰਨ ਲਈ ਉਡੀਕ ਕਰ ਰਹੀ ਸੀ। ਉਹ ਫਾਈਲਾਂ ਬਾਹਰ ਲਿਆਏ ਜਿੱਥੇ ਮੇਰਾ ਨਾਮ ਪਹਿਲਾਂ ਹੀ ਲਿਖਿਆ ਹੋਇਆ ਸੀ ਅਤੇ ਮੈਨੂੰ ਇਸਦੇ ਕੋਲ ਦਸਤਖਤ ਕਰਨ ਲਈ ਕਿਹਾ। ਮੈਂ ਕੀਤਾ। ਮਨੁੱਖੀ ਮਾਸ ਵਾਲੀ ਇੱਕ ਟ੍ਰੇ, ਜਿਸ ਵਿੱਚ ਟੁਕੜਿਆਂ ਵਿੱਚ ਕੱਟਿਆ ਹੋਇਆ ਸੀ, ਖੂਨ ਦੇ ਇੱਕ ਬੇਸਿਨ ਨਾਲ ਲਿਆਂਦਾ ਗਿਆ। ਹਰੇਕ ਵਿਅਕਤੀ ਨੂੰ ਇੱਕ ਖਾਲੀ ਜੱਗ ਦਿੱਤਾ ਗਿਆ, ਫਿਰ ਇੱਕ ਬਿਨਾਂ ਸਿਰ ਵਾਲਾ ਆਦਮੀ ਜੱਗ ਵਿੱਚ ਖੂਨ ਅਤੇ ਮਾਸ ਡੋਲ੍ਹਦਾ ਹੋਇਆ ਘੁੰਮਦਾ ਰਿਹਾ। ਵੱਖ-ਵੱਖ ਮੋਮਬੱਤੀਆਂ ਅਤੇ ਧੂਪ ਵੀ ਜਲਾਏ ਜਾ ਰਹੇ ਸਨ। ਸਿਰਹੀਣ ਆਦਮੀ ਨੇ ਕੁਝ ਮੰਤਰ ਕੀਤੇ ਅਤੇ ਸਾਰਿਆਂ ਨੇ ਖੂਨ ਪੀਤਾ ਅਤੇ ਮਾਸ ਖਾਧਾ ਅਤੇ ਮੀਟਿੰਗ ਖਤਮ ਹੋ ਗਈ।

(ਨੋਟ: ਨਕਲੀ ਸੰਗਤ—ਖੂਨ/ਮਾਸ ਦੀਆਂ ਰਸਮਾਂ ਪ੍ਰਭੂ ਦੇ ਰਾਤ ਦੇ ਖਾਣੇ ਦੀ ਪੈਰੋਡੀ ਕਰਦੀਆਂ ਹਨ, ਉਪਾਸਕਾਂ ਨੂੰ ਸ਼ੈਤਾਨੀ "ਮੇਜ਼ਾਂ" ਨਾਲ ਬੰਨ੍ਹਦੀਆਂ ਹਨ। 1 ਕੁਰਿੰਥੀਆਂ 10:20-21।)

ਭਾਰਤ ਵਿੱਚ ਸ਼ੁਰੂਆਤ ਹੁਣ ਮੇਰੀ ਪ੍ਰੀਖਿਆ ਦਾ ਸਮਾਂ ਆ ਗਿਆ ਸੀ। ਮੈਨੂੰ ਲਗਭਗ 200

ਮੀਟਰ ਡੂੰਘੀ ਘਾਟੀ ਵਿੱਚ ਭੇਜਿਆ ਗਿਆ ਸੀ। ਇਸ ਵਿੱਚ ਕਈ ਤਰ੍ਹਾਂ ਦੇ ਖਤਰਨਾਕ ਸੱਪ ਅਤੇ ਜੰਗਲੀ ਜਾਨਵਰ ਸਨ। ਇਹ ਮੈਨੂੰ ਤਸੀਹੇ ਦੇਣ ਲਈ ਸਨ। ਮੈਂ ਚੀਕਣ ਲਈ ਨਹੀਂ ਸੀ, ਕਿਉਂਕਿ ਜੇ ਮੈਂ ਅਜਿਹਾ ਕੀਤਾ, ਤਾਂ ਮੈਂ ਪ੍ਰੀਖਿਆ ਵਿੱਚ ਫੇਲ੍ਹ ਹੋ ਗਿਆ ਅਤੇ ਨਤੀਜਾ ਮੌਤ ਸੀ। ਸੱਤ ਦਿਨਾਂ ਦੀ ਪੀੜਾ ਤੋਂ ਬਾਅਦ ਮੈਨੂੰ ਬਾਹਰ ਲਿਆਂਦਾ ਗਿਆ ਅਤੇ 'ਭਾਰਤ ਜੰਗਲ' ਨਾਮਕ ਜਗ੍ਹਾ 'ਤੇ ਭੇਜਿਆ ਗਿਆ।

ਇਸ ਜੰਗਲ ਵਿੱਚ, ਮੈਂ ਵੱਖ-ਵੱਖ ਕਿਸਮਾਂ ਦੇ ਸ਼ੈਤਾਨੀ ਪੰਛੀ ਦੇਖੇ; ਸ਼ੈਤਾਨੀ ਕਿਉਂਕਿ ਕੁਝ ਦੇ ਚਿਹਰੇ ਕੁੱਤਿਆਂ ਵਰਗੇ ਸਨ, ਕੁਝ ਦੇ ਬਿੱਲੀਆਂ ਵਰਗੇ, ਆਦਿ। ਫਿਰ ਵੀ ਖੰਭ ਸਨ। ਇਸ ਜੰਗਲ ਦੇ ਅੰਦਰ ਇੱਕ ਗੁਫਾ ਸੀ, ਅਤੇ ਇਹ ਗੁਫਾ ਸਿਰਫ਼ ਇਨ੍ਹਾਂ ਸ਼ੈਤਾਨੀ ਪੰਛੀਆਂ ਦੁਆਰਾ ਖੋਲ੍ਹੀ ਜਾਂਦੀ ਹੈ। ਉਨ੍ਹਾਂ ਨੇ ਗੁਫਾ ਖੋਲ੍ਹੀ ਅਤੇ ਮੈਂ ਅੰਦਰ ਚਲਾ ਗਿਆ। ਮੈਂ ਜੋ ਦੇਖਿਆ ਉਹ ਸਮਝਾਉਣਾ ਔਖਾ ਹੈ। ਉੱਥੇ ਭਿਆਨਕ ਜੀਵ ਸਨ, ਕੁਝ ਮਨੁੱਖਾਂ ਵਰਗੇ ਦਿਖਾਈ ਦਿੰਦੇ ਸਨ ਪਰ ਪੂਛਾਂ ਵਾਲੇ ਅਤੇ ਮਨੁੱਖੀ ਚਿਹਰਿਆਂ ਤੋਂ ਬਿਨਾਂ, ਆਦਿ। ਇਹ ਤਸੀਹੇ ਦੀ ਇੱਕ ਹੋਰ ਜਗ੍ਹਾ ਸੀ। ਉੱਥੇ ਤਸੀਹੇ ਨੂੰ ਸਭ ਤੋਂ ਵਧੀਆ ਅਰਧ-ਨਰਕ ਵਜੋਂ ਦਰਸਾਇਆ ਜਾ ਸਕਦਾ ਹੈ। ਮੈਂ 7 ਦਿਨਾਂ ਤੱਕ ਉਸ ਹਾਲਤ ਵਿੱਚ ਰਿਹਾ ਅਤੇ ਮੈਨੂੰ ਬਾਹਰ ਲਿਆਂਦਾ ਗਿਆ। ਫਿਰ ਮੈਨੂੰ ਇੱਕ ਬਹੁਤ ਵੱਡੀ ਲਾਇਬ੍ਰੇਰੀ ਵਿੱਚ

ਭੇਜਿਆ ਗਿਆ ਜਿਸ ਵਿੱਚ ਪੜ੍ਹਨ ਲਈ ਰਹੱਸਵਾਦੀ ਕਿਤਾਬਾਂ ਦੀਆਂ ਵੱਡੀਆਂ ਖੰਡਾਂ ਸਨ। ਮੈਂ ਬਾਅਦ ਵਿੱਚ ਦੋ ਕਿਤਾਬਾਂ ਚੁਣੀਆਂ: ਐਬੀਸੀਨੀਆ , ਜਿਸਦਾ ਅਰਥ ਹੈ ਵਿਨਾਸ਼, ਅਤੇ ਅਸੀਨਾ , ਜਿਸਦਾ ਅਰਥ ਹੈ ਜੀਵਨ ਦੇਣਾ ਜਾਂ ਇਲਾਜ ਕਰਨਾ। ਬਾਅਦ ਵਿੱਚ ਮੈਨੂੰ ਹੋਰ ਕਿਤਾਬਾਂ ਦਿੱਤੀਆਂ ਗਈਆਂ। ਮੈਨੂੰ ਨਾਈਜੀਰੀਆ ਵਾਪਸ ਆਉਂਦੇ ਹੀ ਇੱਕ ਚੈਂਬਰ ਬਣਾਉਣ ਦੀ ਹਦਾਇਤ ਦਿੱਤੀ ਗਈ ਜਿਸ ਵਿੱਚ ਹੇਠ ਲਿਖੀਆਂ ਚੀਜ਼ਾਂ ਹੋਣ: "ਮਨੁੱਖੀ ਖੂਨ ਨਾਲ ਭਰਿਆ ਇੱਕ ਦੇਸੀ ਪਾਣੀ ਦਾ ਘੜਾ, ਅੰਦਰ ਇੱਕ ਜੀਵਤ ਰੁੱਖ, ਇੱਕ ਮਨੁੱਖੀ ਖੋਪੜੀ, ਗਿਰਝਾਂ ਦੇ ਖੰਭ, ਜੰਗਲੀ ਜਾਨਵਰਾਂ ਦੀਆਂ ਛਿੱਲਾਂ, ਬੋਆ ਦੀ ਚਮੜੀ ਅਤੇ ਘੜੇ ਦੇ ਕੋਲ ਇੱਕ ਵੱਡਾ ਚਮਕਦਾਰ ਲੈਟਰਾਈਟ ।" ਪਾਣੀ ਦੇ ਘੜੇ ਦੇ ਅੰਦਰ ਖੂਨ ਹਰ ਸਵੇਰ ਇੱਕ ਜਾਦੂ ਨਾਲ ਲਿਆ ਜਾਣਾ ਹੈ। ਮੈਨੂੰ ਇਹ ਵੀ ਹਦਾਇਤ ਕੀਤੀ ਗਈ ਸੀ ਕਿ ਮੈਂ ਕਦੇ ਵੀ ਮਨੁੱਖਾਂ ਦੁਆਰਾ ਪਕਾਇਆ ਗਿਆ ਕੋਈ ਵੀ ਭੋਜਨ ਨਾ ਖਾਵਾਂ ਪਰ ਮੈਨੂੰ ਅਲੌਕਿਕ ਤੌਰ 'ਤੇ ਖੁਆਇਆ ਜਾਵੇਗਾ। ਇਨ੍ਹਾਂ ਸਾਰੀਆਂ ਹਦਾਇਤਾਂ ਦੇ ਨਾਲ ਮੈਂ ਉਸੇ ਤਰ੍ਹਾਂ ਨਾਈਜੀਰੀਆ ਵਾਪਸ ਆਇਆ ਜਿਵੇਂ ਮੈਂ ਗਿਆ ਸੀ, ਅਤੇ ਸਭ ਕੁਝ ਪੂਰਾ ਕੀਤਾ।

(ਨਿਰੀਖਣ: ਗੁਪਤ ਗਿਆਨ ਦੀਆਂ ਲਾਇਬ੍ਰੇਰੀਆਂ = ਹਨੇਰੇ ਲਈ ਚੇਲੇਪਨ ਪ੍ਰਣਾਲੀਆਂ। ਪਰਮਾਤਮਾ ਦਾ ਐਂਟੀਡੋਟ ਸ਼ਬਦ ਅਤੇ ਆਤਮਾ ਹੈ (ਇਬਰਾਨੀਆਂ 4:12; ਯੂਹੰਨਾ 16:13) ।)

ਨਾਈਜੀਰੀਆ ਵਾਪਸ ਘਰ,

ਮੈਂ ਹੁਣ ਆਤਮਿਕ ਸੰਸਾਰ ਦਾ ਇੱਕ ਹਿੱਸਾ ਬਣ ਗਿਆ ਸੀ ਅਤੇ ਆਪਣੀ ਮਰਜ਼ੀ ਨਾਲ ਦੁਨੀਆ ਦੇ ਕਿਸੇ ਵੀ ਹਿੱਸੇ ਵਿੱਚ ਯਾਤਰਾ ਕਰ ਸਕਦਾ ਸੀ। ਮੇਰੇ ਦੁਆਰਾ ਲਿਆਂਦੀਆਂ ਕਿਤਾਬਾਂ ਦੇ ਅਨੁਸਾਰ, ਆਤਮਿਕ ਜੀਵ ਪੁਲਾੜ

ਵਿੱਚ ਰਹਿੰਦੇ ਹਨ। ਸ਼ਾਇਦ ਉਹ ਮੇਰੀਆਂ ਸ਼ਕਤੀਆਂ ਨੂੰ ਵਧਾਉਣਗੇ, ਇਸ ਲਈ ਮੈਂ ਕੋਸ਼ਿਸ਼ ਕਰਨ ਦਾ ਫੈਸਲਾ ਕੀਤਾ। ਮੈਂ ਆਪਣੇ ਘਰ ਤੋਂ ਬਾਹਰ ਆਇਆ, ਕੁਝ ਮੰਤਰ ਕੀਤੇ ਅਤੇ ਵਾਵਰੋਲੇ ਨੂੰ ਬੁਲਾਇਆ ਅਤੇ ਅਲੋਪ ਹੋ ਗਿਆ। ਮੈਂ ਆਪਣੇ ਆਪ ਨੂੰ ਪੁਲਾੜ ਵਿੱਚ ਪਾਇਆ ਅਤੇ ਇਨ੍ਹਾਂ ਆਤਮਿਕ ਜੀਵਾਂ ਨੂੰ ਦੇਖਿਆ। ਤੁਸੀਂ ਕੀ ਚਾਹੁੰਦੇ ਹੋ ਉਨ੍ਹਾਂ ਨੇ ਪੁੱਛਿਆ; ਮੈਂ ਉਨ੍ਹਾਂ ਨੂੰ ਕਿਹਾ ਕਿ ਮੈਨੂੰ ਸ਼ਕਤੀਆਂ ਚਾਹੀਦੀਆਂ ਹਨ। ਮੈਂ ਉਨ੍ਹਾਂ ਤੋਂ ਸ਼ਕਤੀਆਂ ਪ੍ਰਾਪਤ ਕਰਨ ਤੋਂ ਦੋ ਹਫ਼ਤਿਆਂ ਬਾਅਦ ਧਰਤੀ 'ਤੇ ਵਾਪਸ ਆਇਆ। ਜਿਵੇਂ ਕਿ ਮੈਂ ਪਹਿਲਾਂ ਕਿਹਾ ਸੀ, ਮੈਂ ਹੁਣ ਆਪਣੇ ਆਪ ਨੂੰ ਕਾਬੂ ਨਹੀਂ ਕਰ ਸਕਦਾ ਸੀ। ਇਨ੍ਹਾਂ ਸਾਰੀਆਂ ਸ਼ਕਤੀਆਂ ਦੇ ਬਾਵਜੂਦ ਜੋ ਮੈਂ ਪਹਿਲਾਂ ਹੀ ਪ੍ਰਾਪਤ ਕਰ ਚੁੱਕਾ ਸੀ, ਮੈਨੂੰ ਅਜੇ ਵੀ ਹੋਰ ਅਤੇ ਹੋਰ ਸ਼ਕਤੀਆਂ ਦੀ ਲੋੜ ਸੀ! ਫਿਰ ਮੈਂ ਅੰਡਰਵਰਲਡ ਵਿੱਚ ਜਾਣ ਦਾ ਫੈਸਲਾ ਕੀਤਾ ਤਾਂ ਜੋ ਮੈਨੂੰ ਦਿੱਤੀਆਂ ਗਈਆਂ ਕਿਤਾਬਾਂ ਵਿੱਚ ਕੀ ਲਿਖਿਆ ਹੈ ਇਹ ਸਾਬਤ ਕੀਤਾ ਜਾ ਸਕੇ। ਇੱਕ ਦਿਨ ਮੈਂ ਝਾੜੀ ਵਿੱਚ ਇੱਕ ਲੁਕਵੀਂ ਜਗ੍ਹਾ 'ਤੇ ਗਿਆ, ਕਿਤਾਬਾਂ ਵਿੱਚ ਦੱਸੇ ਅਨੁਸਾਰ ਕੁਝ ਮੰਤਰ ਕੀਤੇ ਅਤੇ ਜ਼ਮੀਨ ਨੂੰ ਖੋਲ੍ਹਣ ਦਾ ਹੁਕਮ ਦਿੱਤਾ। ਜ਼ਮੀਨ ਖੁੱਲ੍ਹ ਗਈ ਅਤੇ ਭੂਤਾਂ ਨੇ ਤੁਰੰਤ ਕਦਮ ਬਣਾਏ। ਮੈਂ ਅੰਦਰ ਕਦਮ ਰੱਖਿਆ ਅਤੇ ਜ਼ਮੀਨ ਦੇ ਅੰਦਰ ਚਲਾ ਗਿਆ। ਉੱਥੇ ਪੂਰਾ ਹਨੇਰਾ ਸੀ ਜਿਸਦੀ ਤੁਲਨਾ ਮਿਸਰ ਵਿੱਚ ਆਈਆਂ ਬਿਪਤਾਵਾਂ ਵਿੱਚੋਂ ਇੱਕ ਨਾਲ ਹੀ ਕੀਤੀ ਜਾ ਸਕਦੀ ਹੈ ਜਿਵੇਂ ਕਿ ਬਾਈਬਲ ਵਿੱਚ ਦਰਜ ਹੈ। ਮੈਂ ਬਹੁਤ ਸਾਰੀਆਂ ਚੀਜ਼ਾਂ ਵੇਖੀਆਂ ਜਿਨ੍ਹਾਂ ਨੂੰ ਸਮਝਾਉਣਾ ਔਖਾ ਹੈ। ਮੈਂ ਲੋਕਾਂ ਨੂੰ ਜੰਜ਼ੀਰਾਂ ਨਾਲ ਬੰਨ੍ਹਿਆ ਹੋਇਆ ਦੇਖਿਆ, ਲੋਕ ਪੈਸੇ ਕਮਾਉਣ ਲਈ ਵਰਤੇ ਜਾਂਦੇ ਸਨ - ਉਨ੍ਹਾਂ ਦੇ ਫਰਜ਼ ਦਿਨ ਰਾਤ ਕੰਮ ਕਰਕੇ ਆਪਣੇ ਬੰਧਕਾਂ ਨੂੰ ਪੈਸੇ ਪਹੁੰਚਾਉਣਾ ਹਨ। ਮੈਂ ਕੁਝ ਕੁਲੀਨ ਸਮਾਜ ਦੇ ਮੈਂਬਰਾਂ ਨੂੰ ਵੇਖਿਆ ਜੋ ਕੁਝ ਕੁਰਬਾਨੀਆਂ ਕਰਨ ਲਈ ਆਉਂਦੇ ਸਨ ਅਤੇ ਜਗ੍ਹਾ ਨੂੰ

ਨਿਯੰਤਰਿਤ ਕਰਨ ਵਾਲੀਆਂ ਆਤਮਾਵਾਂ ਦੁਆਰਾ ਦਿੱਤੇ ਗਏ ਕੁਝ ਤੋਹਫ਼ਿਆਂ ਨਾਲ ਦੁਨੀਆ ਵਿੱਚ ਵਾਪਸ ਚਲੇ ਜਾਂਦੇ ਸਨ। ਮੈਂ ਕੁਝ ਚਰਚ ਦੇ ਆਗੂਆਂ ਨੂੰ ਵੇਖਿਆ ਜੋ ਸ਼ਕਤੀਆਂ ਲਈ ਆਏ ਸਨ, ਸ਼ਕਤੀਆਂ ਇੱਕ ਅਜਿਹੀ ਗੱਲ ਕਹਿਣ ਲਈ ਜੋ ਚਰਚ ਵਿੱਚ ਬਿਨਾਂ ਕਿਸੇ ਸਵਾਲ ਦੇ ਸਵੀਕਾਰ ਕੀਤੀ ਜਾਂਦੀ ਹੈ। ਮੈਂ ਦੋ ਹਫ਼ਤੇ ਰਿਹਾ ਅਤੇ ਹੋਰ ਸ਼ਕਤੀਆਂ ਪ੍ਰਾਪਤ ਕਰਨ ਤੋਂ ਬਾਅਦ ਵਾਪਸ ਆਇਆ। ਲੋਕਾਂ ਨੇ ਮੈਨੂੰ ਜਵਾਨ ਅਤੇ ਮਾਸੂਮ ਦੇਖਿਆ ਪਰ ਕਦੇ ਨਹੀਂ ਜਾਣਿਆ ਕਿ ਮੈਂ ਖ਼ਤਰਨਾਕ ਹਾਂ। ਆਲੇ-ਦੁਆਲੇ ਬਹੁਤ ਸਾਰੇ ਅਜਿਹੇ ਲੋਕ ਹਨ; ਸਿਰਫ਼ ਉਹੀ ਜੋ ਮਸੀਹ ਯਿਸੂ ਵਿੱਚ ਹਨ, ਸੁਰੱਖਿਆ ਦੇ ਅਸਲ ਅਰਥਾਂ ਵਿੱਚ ਸੁਰੱਖਿਅਤ ਹਨ।

(ਗੰਭੀਰ ਸੱਚ: ਧਾਰਮਿਕ ਆਗੂ ਵੀ ਸ਼ਕਤੀ ਦੁਆਰਾ ਪਰਤਾਏ ਜਾ ਸਕਦੇ ਹਨ। ਪਰਮੇਸ਼ੁਰ ਦੇ ਸੇਵਕ ਦੀ ਅਸਲ ਨਿਸ਼ਾਨੀ ਨਿਮਰਤਾ, ਪਵਿੱਤਰਤਾ ਅਤੇ ਆਤਮਾ ਦਾ ਫਲ ਹੈ। ਮੱਤੀ 7:15-23 ।)

ਤੱਟ ਦੀ ਰਾਣੀ ਨਾਲ ਇਕਰਾਰ

ਇੱਕ ਸ਼ਾਮ, ਮੈਂ ਸੈਰ ਕਰਨ ਦਾ ਫੈਸਲਾ ਕੀਤਾ। ਏਬੂਟ ਮੇਟਾ ਬੱਸ-ਸਟਾਪ 'ਤੇ, ਮੈਂ ਇੱਕ ਜਵਾਨ ਸੁੰਦਰ ਔਰਤ ਨੂੰ ਖੜ੍ਹਾ ਦੇਖਿਆ। ਮੈਂ ਉਸ ਨਾਲ ਕਦੇ ਇੱਕ ਸ਼ਬਦ ਵੀ ਨਹੀਂ ਬੋਲਿਆ। ਅਗਲੇ ਦਿਨ ਲੰਘਦੇ ਸਮੇਂ ਵੀ ਮੈਂ ਉਸਨੂੰ ਉਸੇ ਥਾਂ 'ਤੇ ਦੇਖਿਆ। ਤੀਜੇ ਦਿਨ ਮੈਂ ਉਸਨੂੰ ਉਸੇ ਥਾਂ 'ਤੇ ਅਜੇ ਵੀ ਦੇਖਿਆ ਅਤੇ ਲੰਘਦੇ ਸਮੇਂ ਉਸਨੇ ਮੈਨੂੰ ਬੁਲਾਇਆ। ਮੈਂ ਰੁਕਿਆ ਅਤੇ ਉਸਨੂੰ ਆਪਣਾ ਜਾਣ-ਪਛਾਣ ਇਮੈਨੁਅਲ ਅਮੋਸ ਵਜੋਂ ਕਰਵਾਈ ਪਰ ਉਸਨੇ ਆਪਣਾ ਜਾਣ-ਪਛਾਣ ਕਰਵਾਉਣ ਤੋਂ ਇਨਕਾਰ ਕਰ ਦਿੱਤਾ। ਮੈਂ ਉਸਦਾ ਨਾਮ ਅਤੇ ਪਤਾ ਪੁੱਛਿਆ ਪਰ ਉਹ ਸਿਰਫ਼ ਹੱਸ ਪਈ। ਉਸਨੇ ਮੈਨੂੰ ਮੇਰਾ ਪੁੱਛਿਆ ਅਤੇ ਮੈਂ ਉਸਨੂੰ

ਸਿਰਫ਼ ਗਲੀ ਦੱਸੀ। ਜਦੋਂ ਮੈਂ ਜਾਣ ਵਾਲਾ ਸੀ, ਉਸਨੇ ਕਿਹਾ ਕਿ ਉਹ ਇੱਕ ਦਿਨ ਮੈਨੂੰ ਮਿਲਣ ਆਵੇਗੀ। ਮੇਰੇ ਮਨ ਵਿੱਚ ਮੈਂ ਕਿਹਾ, ਇਹ ਅਸੰਭਵ ਸੀ, ਮੈਂ ਉਸਨੂੰ ਆਪਣਾ ਘਰ ਦਾ ਨੰਬਰ ਨਹੀਂ ਦਿੱਤਾ ਤਾਂ ਉਹ ਕਿਵੇਂ ਆ ਸਕਦੀ ਹੈ। ਪਰ ਉਸਦੇ ਸ਼ਬਦਾਂ ਅਨੁਸਾਰ, ਬੱਸ-ਸਟਾਪ 'ਤੇ ਉਸ ਮੁਲਾਕਾਤ ਦੇ ਇੱਕ ਹਫ਼ਤੇ ਬਾਅਦ ਮੈਂ ਆਪਣੇ ਦਰਵਾਜ਼ੇ 'ਤੇ ਦਸਤਕ ਸੁਣੀ। ਉਹ ਉੱਥੇ ਸੀ, ਰਹੱਸਮਈ ਔਰਤ! ਮੈਂ ਆਪਣੇ ਮਨ ਵਿੱਚ ਉਸਦਾ ਸਵਾਗਤ ਕੀਤਾ। (ਮੈਂ ਸੋਚ ਰਿਹਾ ਸੀ ਕਿ ਇਹ ਸੁੰਦਰ ਔਰਤ ਕੌਣ ਸੀ, ਅਤੇ ਕੀ ਉਸਨੂੰ ਪਤਾ ਸੀ ਕਿ ਉਹ ਖ਼ਤਰਨਾਕ ਜ਼ਮੀਨਾਂ 'ਤੇ ਚੱਲ ਰਹੀ ਸੀ?) ਮੈਂ ਉਸਦਾ ਮਨੋਰੰਜਨ ਕੀਤਾ ਅਤੇ ਉਹ ਚਲੀ ਗਈ। ਇਸ ਪਹਿਲੀ ਮੁਲਾਕਾਤ ਤੋਂ ਬਾਅਦ, ਉਸਦੀਆਂ ਮੁਲਾਕਾਤਾਂ ਬਿਨਾਂ ਕਿਸੇ ਰਿਸ਼ਤੇ ਦੇ ਨਿਯਮਤ ਹੋ ਗਈਆਂ। ਮੈਂ ਦੇਖਿਆ ਕਿ ਆਪਣੀਆਂ ਮੁਲਾਕਾਤਾਂ ਵਿੱਚ ਉਹ ਇੱਕ ਖਾਸ ਸਮੇਂ 'ਤੇ ਰਹਿੰਦੀ ਸੀ, ਅਤੇ ਇੱਕ ਮਿੰਟ ਪਹਿਲਾਂ ਜਾਂ ਬਾਅਦ ਵਿੱਚ ਨਹੀਂ ਆਉਂਦੀ ਸੀ! ਆਪਣੀਆਂ ਕੁਝ ਮੁਲਾਕਾਤਾਂ ਵਿੱਚ ਮੈਂ ਉਸਨੂੰ ਲਾਗੋਸ ਬਾਰਬੀਚ , ਜਾਂ ਪੈਰਾਮਾਉਂਟ ਹੋਟਲ ਜਾਂ ਅੰਬੈਸਡਰ ਹੋਟਲ ਆਦਿ ਲੈ ਜਾਂਦੀ ਸੀ। ਇਨ੍ਹਾਂ ਸਭ ਦੌਰਾਨ , ਉਸਨੇ ਅਜੇ ਵੀ ਮੈਨੂੰ ਆਪਣਾ ਨਾਮ ਨਹੀਂ ਦੱਸਿਆ। ਮੈਂ ਚਿੰਤਾ ਨਾ ਕਰਨ ਦਾ ਫੈਸਲਾ ਕੀਤਾ ਕਿਉਂਕਿ ਮੈਨੂੰ ਪਤਾ ਸੀ ਕਿ ਰਿਸ਼ਤਾ ਇਸ ਤੋਂ ਵੱਧ ਵਿਕਸਤ ਨਹੀਂ ਹੋਵੇਗਾ। ਮੈਨੂੰ ਪਹਿਲਾਂ ਹੀ ਹਦਾਇਤ ਕੀਤੀ ਗਈ ਸੀ ਕਿ ਕਦੇ ਵੀ ਕਿਸੇ ਔਰਤ ਨੂੰ ਨਾ ਛੂਹੋ।

ਅਚਾਨਕ ਉਸਨੇ ਦਿਨ ਦੀਆਂ ਮੁਲਾਕਾਤਾਂ ਨੂੰ ਰਾਤਾਂ ਵਿੱਚ ਬਦਲ ਦਿੱਤਾ। ਇੱਕ ਮੁਲਾਕਾਤ ਦੌਰਾਨ ਉਸਨੇ ਮੈਨੂੰ ਕਿਹਾ: "ਹੁਣ ਤੁਹਾਡੇ ਲਈ ਮੈਨੂੰ ਮਿਲਣ ਦਾ ਸਮਾਂ ਆ ਗਿਆ ਹੈ।" ਅਸੀਂ ਉਸ ਰਾਤ ਇਕੱਠੇ ਰਹੇ ਅਤੇ ਅਗਲੇ ਦਿਨ ਸਵੇਰੇ 8.00 ਵਜੇ ਅਸੀਂ ਰਵਾਨਾ ਹੋਏ। ਅਸੀਂ ਇੱਕ ਬੱਸ ਵਿੱਚ ਸਵਾਰ ਹੋਏ

ਅਤੇ ਉਸਨੇ ਡਰਾਈਵਰ ਨੂੰ ਬਾਰਬੀਚ ' ਤੇ ਰੁਕਣ ਲਈ ਕਿਹਾ। ਜਿਵੇਂ ਹੀ ਅਸੀਂ ਰੁਕੇ, ਮੈਂ ਉਸਨੂੰ ਪੁੱਛਿਆ: "ਅਸੀਂ ਕਿੱਥੇ ਜਾ ਰਹੇ ਹਾਂ?" ਉਸਨੇ ਕਿਹਾ: "ਚਿੰਤਾ ਨਾ ਕਰੋ, ਤੁਸੀਂ ਮੇਰਾ ਘਰ ਜਾਣ ਜਾ ਰਹੇ ਹੋ।" ਉਹ ਮੈਨੂੰ ਬਾਰਬੀਚ ਦੇ ਇੱਕ ਕੋਨੇ 'ਤੇ ਲੈ ਗਈ , ਇੱਕ ਬੈਲਟ ਵਰਗੀ ਚੀਜ਼ ਵਰਤੀ ਅਤੇ ਸਾਡੇ ਦੁਆਲੇ ਬੰਨ੍ਹ ਦਿੱਤਾ ਅਤੇ ਤੁਰੰਤ ਪਿੱਛੇ ਤੋਂ ਇੱਕ ਤਾਕਤ ਆਈ ਅਤੇ ਸਾਨੂੰ ਸਮੁੰਦਰ ਵਿੱਚ ਧੱਕ ਦਿੱਤਾ। ਅਸੀਂ ਪਾਣੀ ਦੀ ਸਤ੍ਹਾ 'ਤੇ ਉੱਡਣ ਲੱਗੇ ਅਤੇ ਸਿੱਧੇ ਸਮੁੰਦਰ ਵੱਲ ਚਲੇ ਗਏ। ਪਿਆਰੇ ਪਾਠਕ, ਇਹ ਮੇਰੇ ਸਰੀਰਕ ਰੂਪ ਵਿੱਚ ਵਾਪਰਿਆ! ਇੱਕ ਸਮੇਂ ਅਸੀਂ ਸਮੁੰਦਰ ਦੇ ਤਲ ਵਿੱਚ ਡੁੱਬ ਗਏ ਅਤੇ ਮੈਨੂੰ ਹੈਰਾਨੀ ਹੋਈ ਕਿ ਮੈਂ ਸਾਨੂੰ ਇੱਕ ਐਕਸਪ੍ਰੈਸ ਵੇਅ 'ਤੇ ਤੁਰਦੇ ਦੇਖਿਆ। ਅਸੀਂ ਇੱਕ ਸ਼ਹਿਰ ਵਿੱਚ ਚਲੇ ਗਏ ਜਿੱਥੇ ਬਹੁਤ ਸਾਰੇ ਲੋਕ ਬਹੁਤ ਰੁੱਝੇ ਹੋਏ ਸਨ।

(ਸਮੁੰਦਰੀ ਖੇਤਰ ਨੋਟ: ਖੇਤਰਾਂ ਵਿੱਚ ਗਵਾਹੀਆਂ ਸੰਗਠਿਤ ਪਾਣੀ ਦੇ ਹੇਠਲੇ ਸ਼ਹਿਰਾਂ ਅਤੇ ਨੇਮਾਂ ਦਾ ਵਰਣਨ ਕਰਦੀਆਂ ਹਨ। ਧਰਮ-ਗ੍ਰੰਥ ਖੇਤਰੀ ਸ਼ਕਤੀਆਂ ਨੂੰ ਸਵੀਕਾਰ ਕਰਦਾ ਹੈ(ਹਿਜ਼ਕੀਏਲ 29:3; ਮਰਕੁਸ 5:10) I)

ਆਤਮਾ ਦੀ ਦੁਨੀਆਂ

ਮੈਂ ਪ੍ਰਯੋਗਸ਼ਾਲਾਵਾਂ ਵੇਖੀਆਂ, ਜਿਵੇਂ ਕਿ ਸਾਇੰਸ ਲੈਬ, ਡਿਜ਼ਾਈਨਿੰਗ ਲੈਬ, ਅਤੇ ਇੱਕ ਥੀਏਟਰ। ਸ਼ਹਿਰ ਦੇ ਪਿਛਲੇ ਪਾਸੇ, ਮੈਂ ਜਵਾਨ ਸੁੰਦਰ ਕੁੜੀਆਂ ਅਤੇ ਸੁੰਦਰ ਨੌਜਵਾਨ ਵੇਖੇ। ਕੋਈ ਬੁੱਢਾ ਨਹੀਂ। ਉਸਨੇ ਮੈਨੂੰ ਉਨ੍ਹਾਂ ਨਾਲ ਮਿਲਾਇਆ ਅਤੇ ਮੇਰਾ ਸਵਾਗਤ ਕੀਤਾ ਗਿਆ। ਉਹ ਮੈਨੂੰ "ਡਾਰਕ ਰੂਮ", "ਡ੍ਰਾਈਇੰਗ ਰੂਮ", ਅਤੇ "ਪੈਕਿੰਗ ਰੂਮ" ਵਰਗੀਆਂ ਥਾਵਾਂ 'ਤੇ ਲੈ ਗਈ। ਫਿਰ ਉਹ ਮੈਨੂੰ ਇੱਕ ਮੁੱਖ ਫੈਕਟਰੀ ਅਤੇ ਗੋਦਾਮ ਵਿੱਚ ਲੈ ਗਈ ਅਤੇ ਫਿਰ ਆਪਣੀ

ਨਿੱਜੀ ਮਹਿਲ ਵਿੱਚ ਆਈ। ਉੱਥੇ ਉਸਨੇ ਮੈਨੂੰ ਬਿਠਾਇਆ ਅਤੇ ਕਿਹਾ: "ਮੈਂ ਤੱਟ ਦੀ ਰਾਣੀ ਹਾਂ ਅਤੇ ਤੁਹਾਡੇ ਨਾਲ ਕੰਮ ਕਰਨਾ ਬਹੁਤ ਚਾਹੁੰਦੀ ਹਾਂ। ਮੈਂ ਤੁਹਾਨੂੰ ਦੌਲਤ ਅਤੇ ਇਸ ਦੇ ਨਾਲ ਜਾਣ ਵਾਲੀ ਹਰ ਚੀਜ਼, ਸੁਰੱਖਿਆ ਅਤੇ ਇਸ ਦੇ ਨਾਲ ਜਾਣ ਵਾਲੀ ਹਰ ਚੀਜ਼, ਜ਼ਿੰਦਗੀ ਅਤੇ ਤੁਹਾਡੀ ਅਗਵਾਈ ਕਰਨ ਲਈ ਇੱਕ 'ਦੂਤ' ਦੇਣ ਦਾ ਵਾਅਦਾ ਕਰਦੀ ਹਾਂ।" ਉਸਨੇ ਇੱਕ ਬਟਨ ਦਬਾਇਆ ਅਤੇ ਇੱਕ ਟ੍ਰੇ ਬਾਹਰ ਆਈ ਜਿਸ ਵਿੱਚ ਮਨੁੱਖੀ ਮਾਸ (ਟੁਕੜਿਆਂ ਵਿੱਚ) ਸੀ ਅਤੇ ਅਸੀਂ ਇਕੱਠੇ ਖਾਧਾ। ਉਸਨੇ ਇੱਕ ਬੋਆ ਨੂੰ ਪ੍ਰਗਟ ਹੋਣ ਦਾ ਹੁਕਮ ਦਿੱਤਾ ਅਤੇ ਮੈਨੂੰ ਇਸਨੂੰ ਨਿਗਲਣ ਲਈ ਕਿਹਾ। ਮੈਂ ਨਹੀਂ ਕਰ ਸਕਦੀ ਸੀ। ਉਸਨੇ ਜ਼ੋਰ ਪਾਇਆ ਪਰ ਮੈਂ ਨਹੀਂ ਕਰ ਸਕਦੀ ਸੀ, ਮੈਂ ਇੱਕ ਜ਼ਿੰਦਾ ਬੋਆ ਨੂੰ ਕਿਵੇਂ ਨਿਗਲ ਸਕਦੀ ਸੀ। ਫਿਰ ਉਸਨੇ ਆਪਣੀਆਂ ਸ਼ਕਤੀਆਂ ਦੀ ਵਰਤੋਂ ਕੀਤੀ ਅਤੇ ਮੈਂ ਇਸਨੂੰ ਨਿਗਲ ਲਿਆ। ਇਹ ਤਿੰਨ ਨੇਮ ਸਨ: ਮਨੁੱਖੀ ਮਾਸ ਅਤੇ ਲਹੂ, ਬੋਆ ਅਤੇ ਸ਼ੈਤਾਨੀ ਦੂਤ ਹਮੇਸ਼ਾ ਉੱਥੇ ਮੌਜੂਦ ਸਨ ਤਾਂ ਜੋ ਇਹ ਯਕੀਨੀ ਬਣਾਇਆ ਜਾ ਸਕੇ ਕਿ ਕੋਈ ਭੇਤ ਪ੍ਰਗਟ ਨਾ ਹੋਵੇ। ਪਰ 'ਦੂਤ' ਨੂੰ ਸ਼ਕਤੀ ਦਿੱਤੀ ਗਈ ਸੀ ਕਿ ਜੇਕਰ ਮੈਂ ਭਟਕ ਜਾਂਦਾ ਹਾਂ ਤਾਂ ਮੈਨੂੰ ਅਨੁਸ਼ਾਸਨ ਦੇਵੇ ਅਤੇ ਜਦੋਂ ਵੀ ਮੈਂ ਧਰਤੀ 'ਤੇ ਹੁੰਦਾ ਹਾਂ ਤਾਂ ਸਮੁੰਦਰ ਤੋਂ ਭੋਜਨ ਲਿਆਵੇ। ਮੈਂ ਹਮੇਸ਼ਾ ਉਸਦੀ ਪਾਲਣਾ ਕਰਨ ਦਾ ਵਾਅਦਾ ਕੀਤਾ ਸੀ। ਇਸ ਵਾਅਦੇ ਤੋਂ ਬਾਅਦ ਉਹ ਮੈਨੂੰ ਸਮੁੰਦਰ ਦੇ ਦੂਜੇ ਹਿੱਸੇ ਵਿੱਚ ਲੈ ਗਈ, ਇਸ ਵਾਰ ਇੱਕ ਟਾਪੂ। ਉੱਥੇ ਰੁੱਖ ਸਨ ਅਤੇ ਇਨ੍ਹਾਂ ਵਿੱਚੋਂ ਹਰੇਕ ਰੁੱਖ ਦੇ ਵੱਖੋ-ਵੱਖਰੇ ਫਰਜ਼ ਸਨ:

- ਜ਼ਹਿਰ ਲਈ ਰੁੱਖ, - ਮਾਰਨ ਲਈ ਰੁੱਖ, - ਬੁਲਾਉਣ ਲਈ ਰੁੱਖ, ਅਤੇ - ਇਲਾਜ ਲਈ ਰੁੱਖ। ਉਸਨੇ ਮੈਨੂੰ ਹਰ ਤਰ੍ਹਾਂ ਦੇ ਸਮੁੰਦਰੀ ਜਾਨਵਰਾਂ ਜਿਵੇਂ ਕਿ ਦਰਿਆਈ ਘੋੜੇ, ਬੋਆ ਕੰਸਟ੍ਰਕਟਰ ਅਤੇ

ਮਗਰਮੱਛ ਵਿੱਚ ਬਦਲਣ ਦੀਆਂ ਸ਼ਕਤੀਆਂ ਦਿੱਤੀਆਂ ਅਤੇ ਫਿਰ ਉਹ ਅਲੋਪ ਹੋ ਗਈ। ਮੈਂ ਇੱਕ ਹਫ਼ਤੇ ਸਮੁੰਦਰ ਵਿੱਚ ਰਿਹਾ ਅਤੇ ਉੱਪਰ ਦੱਸੇ ਗਏ ਇੱਕ ਸਾਧਨ (ਮਗਰਮੱਛ ਦੇ ਰੂਪ ਵਿੱਚ) ਰਾਹੀਂ ਮੈਂ ਦੁਨੀਆ ਵਿੱਚ ਵਾਪਸ ਆਇਆ।

(ਨਿਰੀਖਣ: ਨਕਲੀ "ਦੂਤ" ਨੇਮ ਲਾਗੂ ਕਰਦੇ ਹਨ (2 ਕੁਰਿੰਥੀਆਂ 11:14)। ਮਸੀਹ ਦੇ ਦੂਤ ਮੁਕਤੀ ਅਤੇ ਸੁਰੱਖਿਆ ਦੀ ਸੇਵਾ ਕਰਦੇ ਹਨ, ਕਦੇ ਵੀ ਬੰਧਨ ਨਹੀਂ (ਇਬਰਾਨੀਆਂ 1:14)।)

ਅੰਡਰਵਰਲਡ ਲੈਬਾਰਟਰੀਆਂ

ਮੈਂ ਇੱਕ ਹਫ਼ਤੇ ਲਈ ਲਾਗੋਸ ਵਿੱਚ ਰਿਹਾ ਅਤੇ ਸਮੁੰਦਰ ਵਿੱਚ ਵਾਪਸ ਚਲਾ ਗਿਆ, ਇਸ ਵਾਰ ਦੋ ਮਹੀਨਿਆਂ ਲਈ। ਮੈਂ ਵਿਗਿਆਨਕ ਪ੍ਰਯੋਗਸ਼ਾਲਾਵਾਂ ਵਿੱਚ ਗਿਆ ਕਿ ਕੀ ਹੋ ਰਿਹਾ ਹੈ। ਮੈਂ ਮਨੋਵਿਗਿਆਨੀ ਅਤੇ ਵਿਗਿਆਨੀ ਸਾਰੇ ਬਹੁਤ ਗੰਭੀਰਤਾ ਨਾਲ ਕੰਮ ਕਰਦੇ ਦੇਖੇ। ਇਨ੍ਹਾਂ ਵਿਗਿਆਨੀਆਂ ਦਾ ਕੰਮ ਸੁੰਦਰ ਚੀਜ਼ਾਂ ਜਿਵੇਂ ਕਿ ਚਮਕਦਾਰ ਕਾਰਾਂ, ਆਦਿ, ਨਵੀਨਤਮ ਹਥਿਆਰਾਂ ਨੂੰ ਡਿਜ਼ਾਈਨ ਕਰਨਾ ਅਤੇ ਇਸ ਦੁਨੀਆ ਦੇ ਰਹੱਸ ਨੂੰ ਜਾਣਨਾ ਹੈ। ਜੇ ਦੁਨੀਆ ਦੇ ਥੰਮ੍ਹ ਨੂੰ ਜਾਣਨਾ ਸੰਭਵ ਹੁੰਦਾ ਜੋ ਉਨ੍ਹਾਂ ਕੋਲ ਹੋ ਸਕਦਾ ਸੀ, ਪਰ ਰੱਬ ਦਾ ਸ਼ੁਕਰ ਹੈ, ਸਿਰਫ਼ ਰੱਬ ਹੀ ਜਾਣਦਾ ਹੈ।

ਮੈਂ ਡਿਜ਼ਾਈਨਿੰਗ ਰੂਮ ਵਿੱਚ ਚਲਾ ਗਿਆ ਅਤੇ ਉੱਥੇ ਮੈਂ ਕੱਪੜੇ, ਪਰਫਿਊਮ ਅਤੇ ਵੱਖ-ਵੱਖ ਕਿਸਮਾਂ ਦੇ ਕਾਸਮੈਟਿਕ ਦੇ ਬਹੁਤ ਸਾਰੇ ਨਮੂਨੇ ਦੇਖੇ। ਲੂਸੀਫਰ ਦੇ ਅਨੁਸਾਰ ਇਹ ਸਾਰੀਆਂ ਚੀਜ਼ਾਂ ਸਰਬਸ਼ਕਤੀਮਾਨ ਪਰਮਾਤਮਾ ਤੋਂ ਮਨੁੱਖਾਂ ਦਾ ਧਿਆਨ ਭਟਕਾਉਣ ਲਈ ਹਨ। ਮੈਂ ਇਲੈਕਟ੍ਰਾਨਿਕਸ, ਕੰਪਿਊਟਰ ਅਤੇ ਅਲਾਰਮ ਦੇ ਵੱਖ-ਵੱਖ ਡਿਜ਼ਾਈਨ ਵੀ ਦੇਖੇ। ਇੱਕ ਟੀਵੀ ਵੀ

ਸੀ ਜਿੱਥੋਂ ਉਹ ਉਨ੍ਹਾਂ ਲੋਕਾਂ ਨੂੰ ਜਾਣਦੇ ਸਨ ਜੋ ਦੁਨੀਆ ਵਿੱਚ ਦੁਬਾਰਾ ਜਨਮੇ ਈਸਾਈ ਹਨ। ਉੱਥੇ ਤੁਸੀਂ ਉਨ੍ਹਾਂ ਨੂੰ ਦੇਖਦੇ ਹੋ ਅਤੇ ਵੱਖਰਾ ਕਰਦੇ ਹੋ ਜੋ ਚਰਚ ਜਾਂਦੇ ਹਨ ਅਤੇ ਉਨ੍ਹਾਂ ਨੂੰ ਜੋ ਅਸਲ ਈਸਾਈ ਹਨ।

ਮੈਂ ਫਿਰ ਪ੍ਰਯੋਗਸ਼ਾਲਾਵਾਂ ਤੋਂ 'ਹਨੇਰੇ ਕਮਰੇ' ਅਤੇ 'ਸੁਕਾਉਣ ਵਾਲੇ ਕਮਰੇ' ਵਿੱਚ ਚਲਾ ਗਿਆ। ਹਨੇਰਾ ਕਮਰਾ ਉਹ ਹੈ ਜਿੱਥੇ ਉਹ ਕਿਸੇ ਵੀ ਅਣਆਗਿਆਕਾਰੀ ਮੈਂਬਰ ਨੂੰ ਮਾਰ ਦਿੰਦੇ ਹਨ। ਉਹ ਪਹਿਲਾਂ ਵਿਅਕਤੀ ਦਾ ਖੂਨ ਕੱਢ ਕੇ ਮਾਰਦੇ ਹਨ ਅਤੇ ਫਿਰ ਵਿਅਕਤੀ ਨੂੰ ਮਸ਼ੀਨ ਰੂਮ ਵਿੱਚ ਭੇਜਦੇ ਹਨ ਜਿੱਥੇ ਉਸਨੂੰ ਪੀਸਿਆ ਜਾਵੇਗਾ ਅਤੇ ਫਿਰ ਧੂੜ ਨੂੰ 'ਬੈਰੀ ਰੂਮ' ਵਿੱਚ ਭੇਜਦੇ ਹਨ ਜਿੱਥੇ ਉਹਨਾਂ ਨੂੰ ਬੈਗ ਵਿੱਚ ਪਾ ਕੇ ਦੇਸੀ ਡਾਕਟਰਾਂ ਨੂੰ ਆਪਣੇ ਸੁਹਜ ਲਈ ਇਕੱਠਾ ਕਰਨ ਲਈ ਰੱਖਿਆ ਜਾਵੇਗਾ। ਹੋਰ ਵੀ ਚੀਜ਼ਾਂ ਸਨ ਜਿਨ੍ਹਾਂ ਨੂੰ ਲਿਖਤੀ ਰੂਪ ਵਿੱਚ ਸਮਝਾਉਣਾ ਔਖਾ ਹੈ। ਮੇਰੇ ਵਿੱਚ ਇਨ੍ਹਾਂ ਸਾਰੀਆਂ ਸ਼ਕਤੀਆਂ ਦੇ ਬਾਵਜੂਦ, ਮੈਂ ਅਜੇ ਲੂਸੀਫਰ ਨਾਲ ਮਿਲਣ ਦੇ ਯੋਗ ਨਹੀਂ ਸੀ, ਪਰ ਸਿਰਫ ਉਸਦਾ ਏਜੰਟ ਬਣਨ ਦੇ ਯੋਗ ਸੀ। ਫਿਰ ਵੀ ਮੈਂ ਸੰਤੁਸ਼ਟ ਸੀ ਕਿ ਮੇਰੇ ਕੋਲ ਹੁਣ ਸ਼ਕਤੀਆਂ ਹਨ ਅਤੇ ਮੈਂ ਆਪਣੀ ਮਰਜ਼ੀ ਨਾਲ ਚੀਜ਼ਾਂ ਦਾ ਸਾਹਮਣਾ ਕਰ ਸਕਦਾ ਹਾਂ, ਚੁਣੌਤੀ ਦੇ ਸਕਦਾ ਹਾਂ ਅਤੇ ਨਸ਼ਟ ਕਰ ਸਕਦਾ ਹਾਂ। ਕੀ ਮੇਰੇ ਮਨ ਵਿੱਚ ਕਿਤੇ ਵੀ ਕੋਈ ਹੋਰ ਸ਼ਕਤੀਆਂ ਹੋ ਸਕਦੀਆਂ ਹਨ?

(ਅਧਿਆਇ ਲਈ ਅੰਤਿਮ ਨੋਟ: "ਵਧੇਰੇ ਸ਼ਕਤੀ" ਦਾ ਜਨੂੰਨ ਹਨੇਰੇ ਵਿੱਚ ਇੱਕ ਬੇਅੰਤ ਚੱਕਰ ਹੈ। ਸਿਰਫ਼ ਮਸੀਹ ਨੂੰ ਸਮਰਪਣ ਕਰਨ ਨਾਲ ਹੀ ਚੱਕਰ ਟੁੱਟਦਾ ਹੈ। ਮੱਤੀ 11:28-30।)

ਅਧਿਆਇ 2 ਤੋਂ ਛੁਟਕਾਰਾ ਕੁੰਜੀਆਂ

- ਨਰਕ ਦੀਆਂ ਪੇਸ਼ਕਸ਼ਾਂ *ਮਦਦ ਤੋਂ ਦਹਿਸ਼ਤ* ਵੱਲ ਵਧਦੀਆਂ ਹਨ ; ਕੀਮਤ ਹਮੇਸ਼ਾ ਖ਼ੂਨ ਦੀ ਹੁੰਦੀ ਹੈ।
- ਲਿਖਤੀ/ਖ਼ੂਨ ਦੇ ਨੇਮ ਅਤੇ ਦੀਖਿਆ ਸੰਸਕਾਰ **ਕਾਨੂੰਨੀ ਦਰਵਾਜ਼ੇ ਹਨ** - ਪਰ ਮਸੀਹ ਦੀ ਸਲੀਬ ਸਾਡੇ ਵਿਰੁੱਧ ਰਿਕਾਰਡ ਨੂੰ ਰੱਦ ਕਰ ਦਿੰਦੀ ਹੈ (ਕੁਲੁੱਸੀਆਂ 2:14-15)।
- ਅਧਿਆਤਮਿਕ ਯੁੱਧ ਵਿੱਚ ਸਮੁੰਦਰੀ/ਪਾਤਾਲ ਦੀਆਂ ਬਣਤਰਾਂ ਅਸਲੀ ਹਨ, ਫਿਰ ਵੀ **ਹਰ ਨਾਮ ਯਿਸੂ ਨੂੰ ਝੁਕਦਾ ਹੈ** (ਫ਼ਿਲਿੱਪੀਆਂ 2:9-11)।
- ਪਰਿਵਾਰਾਂ ਲਈ ਸਮਝਦਾਰੀ: ਗੁਪਤਤਾ, ਡਰਾਉਣਾ, ਅਚਾਨਕ ਧਨ-ਦੌਲਤ, ਅਤੇ ਰਾਤ ਦੀਆਂ ਰਸਮਾਂ ਖ਼ਤਰੇ ਦੀਆਂ ਨਿਸ਼ਾਨੀਆਂ ਹਨ - **ਪ੍ਰਾਰਥਨਾ ਢਾਲਾਂ ਚੁੱਕੋ** ਅਤੇ ਸਿਆਣੀ ਸਲਾਹ ਲਓ।

ਤਿਆਗ ਅਤੇ ਢੱਕਣ ਦੀ ਪ੍ਰਾਰਥਨਾ

ਪ੍ਰਭੂ ਯਿਸੂ ਮਸੀਹ, ਮੈਂ ਆਪਣੇ ਦੁਆਰਾ ਜਾਂ ਮੇਰੇ ਵੱਲੋਂ ਹਨੇਰੇ ਨਾਲ ਕੀਤੇ ਗਏ ਹਰ ਨੇਮ, ਸਹੁੰ, ਜਾਂ ਸ਼ੁਰੂਆਤ ਨੂੰ ਤਿਆਗਦਾ ਹਾਂ। ਆਪਣੇ ਖ਼ੂਨ ਨਾਲ, ਮੇਰੇ ਵਿਰੁੱਧ ਹਰ ਲਿਖਤ ਨੂੰ ਮਿਟਾ ਦੇ। ਮੈਂ ਸਮੁੰਦਰੀ, ਪਾਤਾਲ ਅਤੇ ਸੂਖਮ ਖੇਤਰਾਂ ਨਾਲ ਸਬੰਧ ਤੋੜਦਾ ਹਾਂ। ਮੈਨੂੰ ਤੁਹਾਡੀ ਗੋਦ ਲੈਣ ਦੀ ਆਤਮਾ, ਤੁਹਾਡੀ ਸ਼ਾਂਤੀ, ਅਤੇ ਮੇਰੇ ਅਤੇ ਮੇਰੇ ਪਰਿਵਾਰ ਉੱਤੇ ਤੁਹਾਡੀ ਸੁਰੱਖਿਆ ਪ੍ਰਾਪਤ ਹੁੰਦੀ

ਹੈ। ਤੁਹਾਡੇ ਨਾਮ ਵਿੱਚ ਮੈਂ ਹਰ ਸ਼ੈਤਾਨੀ ਦਰਵਾਜ਼ੇ ਨੂੰ ਬੰਦ ਕਰਦਾ ਹਾਂ ਅਤੇ ਆਪਣੀ ਜ਼ਿੰਦਗੀ ਨੂੰ ਸਿਰਫ਼ ਤੁਹਾਡੀ ਪ੍ਰਭੂਤਾ ਲਈ ਖੋਲ੍ਹਦਾ ਹਾਂ। ਆਮੀਨ।

ਅਧਿਆਇ 3: ਦੁਸ਼ਟ ਰਾਜ

ਓਗਬੇ ਦੁਆਰਾ ਸੰਖੇਪ ਟਿੱਪਣੀ)

"ਚੋਰ ਚੋਰੀ ਕਰਨ, ਮਾਰਨ ਅਤੇ ਨਾਸ ਕਰਨ ਲਈ ਨਹੀਂ ਆਉਂਦਾ, ਸਗੋਂ ਇਸ ਲਈ ਆਉਂਦਾ ਹੈ: ਮੈਂ ਇਸ ਲਈ ਆਇਆ ਹਾਂ ਕਿ ਉਨ੍ਹਾਂ ਨੂੰ ਜੀਵਨ ਮਿਲੇ, ਸਗੋਂ ਉਹ ਇਸਨੂੰ ਹੋਰ ਵੀ ਭਰਪੂਰ ਪ੍ਰਾਪਤ ਕਰਨ।" — **ਯੂਹੰਨਾ 10:10**

(ਅੰਤਦਰਸ਼ਤਾ: ਇੱਥੇ ਦੱਸਿਆ ਗਿਆ ਹਰ ਕੰਮ ਉਸ ਆਇਤ ਨੂੰ ਦਰਸਾਉਂਦਾ ਹੈ- ਸ਼ੈਤਾਨ ਦਾ ਨਮੂਨਾ ਚੋਰੀ, ਮੌਤ ਅਤੇ ਵਿਨਾਸ਼ ਹੈ; ਮਸੀਹ ਦਾ ਵਿਰੋਧੀ ਮਿਸ਼ਨ ਭਰਪੂਰ ਜੀਵਨ ਹੈ।)

ਪਹਿਲਾ ਕੰਮ - ਖ਼ੂਨ ਦੇ ਬਦਲੇ ਖ਼ੂਨ

ਲਾਗੋਸ ਵਾਪਸ ਆਉਣ 'ਤੇ, ਮੈਂ ਆਪਣਾ ਕਾਰੋਬਾਰ ਜਾਰੀ ਰੱਖਿਆ ਅਤੇ ਦੋ ਹਫ਼ਤਿਆਂ ਬਾਅਦ ਮੈਂ ਸਮੁੰਦਰ 'ਤੇ ਵਾਪਸ ਚਲਾ ਗਿਆ। ਤੱਟ ਦੀ ਰਾਣੀ ਨੇ ਮੈਨੂੰ ਉਹ ਦਿੱਤਾ ਜਿਸਨੂੰ ਉਸਨੇ "ਪਹਿਲਾ ਕੰਮ" ਕਿਹਾ। ਮੈਨੂੰ ਆਪਣੇ ਪਿੰਡ ਜਾਣਾ ਚਾਹੀਦਾ ਹੈ ਅਤੇ ਆਪਣੇ ਚਾਚੇ ਨੂੰ ਮਾਰ ਦੇਣਾ ਚਾਹੀਦਾ ਹੈ, ਜੋ ਕਿ ਇੱਕ ਪ੍ਰਮੁੱਖ ਸ਼ਕਤੀਸ਼ਾਲੀ ਦੇਸੀ ਡਾਕਟਰ ਸੀ ਅਤੇ ਉਸਦੇ ਅਨੁਸਾਰ, ਮੇਰੇ ਮਾਪਿਆਂ ਦੀ ਮੌਤ ਲਈ ਜ਼ਿੰਮੇਵਾਰ ਸੀ।

ਮੈਂ ਹੁਕਮ ਮੰਨਿਆ ਅਤੇ ਚਲਾ ਗਿਆ ਪਰ ਪਹਿਲਾਂ ਨਾ ਮਾਰਨ ਕਰਕੇ, ਮੇਰੇ ਵਿੱਚ ਉਸਨੂੰ ਮਾਰਨ ਦੀ ਹਿੰਮਤ ਨਹੀਂ ਸੀ, ਸਗੋਂ ਮੈਂ ਉਸਦੀਆਂ ਦਵਾਈਆਂ

ਨਸ਼ਟ ਕਰ ਦਿੱਤੀਆਂ ਅਤੇ ਉਸਨੂੰ ਬੇਵੱਸ ਕਰ ਦਿੱਤਾ। ਇਸ ਕਾਰਵਾਈ ਦੇ ਨਤੀਜੇ ਵਜੋਂ ਉਸਨੇ ਅੱਜ ਤੱਕ ਆਪਣੇ ਸਾਰੇ ਗਾਹਕ ਗੁਆ ਦਿੱਤੇ। ਮੈਂ ਰਿਪੋਰਟ ਅਸਾਈਨਮੈਂਟ ਦੇਣ ਲਈ ਵਾਪਸ ਆਈ ਪਰ ਉਹ ਮੇਰੇ ਨਾਲ ਗੁੱਸੇ ਸੀ। ਉਸਨੇ ਕਿਹਾ ਕਿ ਉਸਦੇ ਨਿਰਦੇਸ਼ਾਂ ਦੀ ਉਲੰਘਣਾ ਕਰਨ ਦਾ ਨਤੀਜਾ ਮੌਤ ਸੀ, ਪਰ ਮੇਰੇ ਲਈ ਉਸਦੇ ਪਿਆਰ ਕਾਰਨ ਉਹ ਮੈਨੂੰ ਉਸੇ ਪਿੰਡ ਵਾਪਸ ਭੇਜ ਦੇਵੇਗੀ ਜਿੱਥੇ ਦੋ ਬਜ਼ੁਰਗਾਂ ਨੂੰ ਮਾਰਿਆ ਜਾਵੇਗਾ ਜਿਨ੍ਹਾਂ ਬਾਰੇ ਉਸਨੇ ਕਿਹਾ ਸੀ ਕਿ ਉਸਨੇ ਮੇਰੇ ਮਾਪਿਆਂ ਦੀ ਹੱਤਿਆ ਵਿੱਚ ਮਦਦ ਕੀਤੀ ਸੀ। ਕੀ ਇਹ ਉਸਦੀ ਅਣਆਗਿਆਕਾਰੀ ਦੀ ਸਜ਼ਾ ਸੀ ਜਾਂ ਨਹੀਂ, ਮੈਨੂੰ ਨਹੀਂ ਪਤਾ ਸੀ।

ਹਾਲਾਂਕਿ, ਮੈਂ ਆਗਿਆ ਮੰਨੀ ਅਤੇ ਪਿੰਡ ਵਾਪਸ ਗਿਆ ਅਤੇ ਇਨ੍ਹਾਂ ਆਦਮੀਆਂ ਨੂੰ ਮਾਰਨ ਵਿੱਚ 'ਕਾਮਯਾਬ' ਹੋ ਗਿਆ ਅਤੇ ਉਨ੍ਹਾਂ ਦਾ ਖੂਨ ਉਸ ਨੂੰ ਭੇਜਿਆ।

(ਟਿੱਪਣੀ: ਦੁਸ਼ਮਣ ਹਮੇਸ਼ਾ ਪਾਪ ਨੂੰ ਵਧਾਉਂਦਾ ਹੈ- ਇੱਕ ਵਾਰ ਜਦੋਂ ਤੁਸੀਂ ਝੁਕ ਜਾਂਦੇ ਹੋ, ਤਾਂ ਉਹ ਹੋਰ ਮੰਗ ਕਰਦਾ ਹੈ। ਰੋਮੀਆਂ 6:16 ।)

ਉਨ੍ਹਾਂ ਦੀ ਮੌਤ ਦੇ ਰਹੱਸਮਈ ਹਾਲਾਤਾਂ ਦੇ ਨਤੀਜੇ ਵਜੋਂ, ਪਿੰਡ ਦੇ ਬਜ਼ੁਰਗ ਇੱਕ ਹੋਰ ਸ਼ਕਤੀਸ਼ਾਲੀ ਦੇਸੀ ਡਾਕਟਰ ਤੋਂ ਪੁੱਛਗਿੱਛ ਕਰਨ ਗਏ ਜੋ ਆਮ ਤੌਰ 'ਤੇ ਕਾਤਲ ਦੀ ਜਾਂਚ ਕਰਨ ਲਈ ਬਿਜਲੀ ਭੇਜਦਾ ਸੀ। ਬਦਕਿਸਮਤੀ ਨਾਲ ਇਨ੍ਹਾਂ ਆਦਮੀਆਂ ਲਈ, ਮੈਂ ਆਤਮਾ ਵਿੱਚ ਦੇਸੀ ਡਾਕਟਰ ਨੂੰ ਮਿਲਿਆ ਜਿੱਥੇ ਉਹ ਆਤਮਾਵਾਂ ਨਾਲ ਸਲਾਹ ਕਰ ਰਿਹਾ ਸੀ ਅਤੇ ਉਸਨੂੰ ਚੇਤਾਵਨੀ ਦਿੱਤੀ ਕਿ ਜੇਕਰ ਉਹ ਆਪਣੀ ਜਾਨ ਨੂੰ ਪਿਆਰ ਕਰਦਾ ਹੈ ਤਾਂ ਕੁਝ ਨਾ

ਕਹੇ। ਉਹ ਬਾਹਰ ਆਇਆ ਅਤੇ ਬਜ਼ੁਰਗਾਂ ਨੂੰ ਕਿਹਾ ਕਿ ਉਹ ਘਰ ਜਾਣ ਅਤੇ ਆਪਣੇ ਪੁੱਤਰਾਂ ਵਿੱਚੋਂ ਇੱਕ ਨੂੰ ਬੇਨਤੀ ਕਰਨ ਜਿਸਨੂੰ ਉਨ੍ਹਾਂ ਨੇ ਨਾਰਾਜ਼ ਕੀਤਾ ਸੀ ਅਤੇ ਕਦੇ ਮੇਰਾ ਨਾਮ ਨਹੀਂ ਲਿਆ ਸੀ। ਉਸ ਦੁਆਰਾ ਭੇਜੀ ਗਈ ਬਿਜਲੀ ਵਾਪਸ ਆਈ ਅਤੇ ਉਨ੍ਹਾਂ ਦੇ ਵਿਚਕਾਰ ਡਿੱਗ ਪਈ, ਜਿਸ ਵਿੱਚ ਕੁਝ ਮਾਰੇ ਗਏ ਅਤੇ ਬਹੁਤ ਸਾਰੇ ਜ਼ਖਮੀ ਹੋ ਗਏ।

ਇਸ ਪਹਿਲੇ ਕੰਮ ਤੋਂ ਬਾਅਦ, ਮੇਰੇ ਅੰਦਰ ਸ਼ਕਤੀਆਂ ਪ੍ਰਗਟ ਹੋਣ ਲੱਗੀਆਂ। ਮੈਂ ਕਿਸੇ ਕੁੜੀ ਨੂੰ ਦੋਸਤੀ ਤੋਂ ਇਨਕਾਰ ਕਰਨ 'ਤੇ ਵਿਗਾੜ ਦੇਵਾਂਗਾ ਆਦਿ।

(ਪ੍ਰਤੀਬਿੰਬ: ਮਸੀਹ ਤੋਂ ਬਾਹਰ ਹਰ "ਸ਼ਕਤੀ" ਬੇਕਾਬੂ ਬੁਰਾਈ ਬਣ ਜਾਂਦੀ ਹੈ; ਲੂਕਾ 9:55 ਵੇਖੋ।)

ਮੇਰੀ ਸ਼ੈਤਾਨ ਨਾਲ ਮੁਲਾਕਾਤ

ਮੈਂ ਬਾਅਦ ਵਿੱਚ ਲਾਗੋਸ ਵਾਪਸ ਚਲੀ ਗਈ। ਇੱਕ ਦਿਨ, **ਨੀਨਾ ਨਾਮ ਦੀ ਇੱਕ ਕੁੜੀ** ਮੇਰੇ ਕੋਲ ਆਈ। ਨੀਨਾ ਜਿਸਦੇ ਮਾਪੇ ਅਨਾਮਬਰਾ ਰਾਜ ਤੋਂ ਸਨ, ਇੱਕ ਬਹੁਤ ਹੀ ਸੁੰਦਰ ਜਵਾਨ ਕੁੜੀ ਸੀ ਪਰ ਜ਼ਿਆਦਾਤਰ ਸਮੁੰਦਰ ਵਿੱਚ ਰਹਿੰਦੀ ਹੈ, ਭਾਵ ਪਾਣੀ ਦੇ ਹੇਠਾਂ ਆਤਮਿਕ ਸੰਸਾਰ ਵਿੱਚ। ਉਹ ਤੱਟ ਦੀ ਰਾਣੀ ਦੀ ਇੱਕ ਕੱਟੜ ਏਜੰਟ ਸੀ ਅਤੇ ਬਹੁਤ ਦੁਸ਼ਟ ਸੀ। ਉਹ ਈਸਾਈਆਂ ਨੂੰ ਦਿਲੋਂ ਨਫ਼ਰਤ ਕਰਦੀ ਸੀ ਅਤੇ ਈਸਾਈ ਧਰਮ ਨਾਲ ਲੜਨ ਲਈ ਹਰ ਹੱਦ ਤੱਕ ਜਾਂਦੀ ਸੀ। ਮੈਂ ਉਸਨੂੰ ਪਹਿਲੀ ਵਾਰ ਸਮੁੰਦਰ ਦੀ ਆਪਣੀ ਫੇਰੀ ਦੌਰਾਨ ਮਿਲਿਆ ਸੀ। ਨੀਨਾ ਤੱਟ ਦੀ ਰਾਣੀ ਤੋਂ ਇੱਕ ਕੰਮ ਲਈ ਆਈ ਸੀ।

ਅਸੀਂ ਤੁਰੰਤ ਚਲੇ ਗਏ ਅਤੇ ਉੱਥੇ ਪਹੁੰਚ ਕੇ ਮੈਨੂੰ ਪਤਾ ਲੱਗਾ ਕਿ ਸਾਡੀ **ਲੂਸੀਫਰ ਨਾਲ ਇੱਕ ਕਾਨਫਰੰਸ ਹੋ ਰਹੀ ਹੈ** ।

ਇਸ ਮੀਟਿੰਗ ਵਿੱਚ, ਸ਼ੈਤਾਨ ਨੇ ਸਾਨੂੰ ਹੇਠ ਲਿਖੀਆਂ ਹਦਾਇਤਾਂ ਦਿੱਤੀਆਂ: ਵਿਸ਼ਵਾਸੀਆਂ ਨਾਲ ਲੜਨ ਲਈ, ਅਵਿਸ਼ਵਾਸੀਆਂ ਨਾਲ ਨਹੀਂ, ਕਿਉਂਕਿ ਅਵਿਸ਼ਵਾਸੀਆਂ ਪਹਿਲਾਂ ਹੀ ਉਸਦੇ ਸਨ।

ਜਦੋਂ ਉਸਨੇ ਇਹ ਕਿਹਾ, ਤਾਂ ਸਾਡੇ ਵਿੱਚੋਂ ਇੱਕ ਨੇ ਪੁੱਛਿਆ: "ਕਿਉਂ?" ਉਸਨੇ ਕਿਹਾ ਕਿ ਇਸਦਾ ਕਾਰਨ ਇਹ ਸੀ ਕਿ ਪਰਮਾਤਮਾ ਨੇ ਉਸਨੂੰ "ਉਸ ਜਗ੍ਹਾ" ਤੋਂ ਬਾਹਰ ਕੱਢ ਦਿੱਤਾ ਸੀ (ਉਸਨੇ *ਸਵਰਗ ਸ਼ਬਦ ਕਹਿਣ ਤੋਂ ਇਨਕਾਰ ਕਰ ਦਿੱਤਾ ਸੀ ਅਤੇ ਉਸ ਨਾਲ ਸਾਡੀਆਂ ਸਾਰੀਆਂ ਮੁਲਾਕਾਤਾਂ ਦੌਰਾਨ ਉਸਨੇ ਕਦੇ ਵੀ ਸਵਰਗ* ਸ਼ਬਦ ਦਾ ਜ਼ਿਕਰ ਨਹੀਂ ਕੀਤਾ)। ਸਗੋਂ ਉਹ ਹਮੇਸ਼ਾ ਨਫ਼ਰਤ ਕਾਰਨ *ਉਸ ਜਗ੍ਹਾ* ਸ਼ਬਦ ਦੀ ਵਰਤੋਂ ਕਰਦਾ ਸੀ ।

ਉਸਨੇ ਕਿਹਾ ਕਿ ਉਸਨੂੰ ਹੰਕਾਰ ਕਾਰਨ ਬਾਹਰ ਕੱਢ ਦਿੱਤਾ ਗਿਆ ਸੀ ਅਤੇ ਇਸ ਲਈ ਉਹ ਨਹੀਂ ਚਾਹੁੰਦਾ ਕਿ ਕੋਈ ਵੀ ਈਸਾਈ ਉੱਥੇ (ਸਵਰਗ) ਪਹੁੰਚੇ।

ਉਸਨੇ ਸਾਨੂੰ ਇਹ ਵੀ ਦੱਸਿਆ ਕਿ ਸਾਨੂੰ ਪਖੰਡੀਆਂ ਨਾਲ ਨਹੀਂ ਲੜਨਾ ਚਾਹੀਦਾ। "ਉਹ ਮੇਰੇ ਵਰਗੇ ਹਨ," ਉਸਨੇ ਕਿਹਾ। ਉਸਨੇ ਅੱਗੇ ਕਿਹਾ: "ਸਾਨੂੰ ਸਿਰਫ਼ ਅਸਲੀ ਈਸਾਈਆਂ ਨਾਲ ਲੜਨਾ ਚਾਹੀਦਾ ਹੈ। ਮੇਰਾ ਸਮਾਂ ਨੇੜੇ ਹੈ, ਇਸ ਲਈ ਸਾਨੂੰ ਪਹਿਲਾਂ ਕਦੇ ਨਾ ਲੜਨ ਵਾਂਗ ਲੜਨਾ ਚਾਹੀਦਾ ਹੈ ਅਤੇ ਇਹ ਯਕੀਨੀ ਬਣਾਉਣਾ ਚਾਹੀਦਾ ਹੈ ਕਿ ਕੋਈ ਵੀ ਉਸ ਜਗ੍ਹਾ ਵਿੱਚ ਦਾਖਲ ਨਾ ਹੋਵੇ।"

(ਨੋਟ: ਨਰਕ ਸੱਚੇ ਚੇਲਿਆਂ ਤੋਂ ਡਰਦਾ ਹੈ, ਨਾਮਾਤਰ ਵਿਸ਼ਵਾਸੀਆਂ ਤੋਂ ਨਹੀਂ- ਯਾਕੂਬ 2:19 ; ਰਸੂਲਾਂ ਦੇ ਕਰਤੱਬ 19:15 I)

ਤਾਂ ਸਾਡੇ ਵਿੱਚੋਂ ਇੱਕ ਨੇ ਉਸਨੂੰ ਕਿਹਾ: "ਅਸੀਂ ਸੁਣਿਆ ਹੈ ਕਿ ਰੱਬ ਨੇ ਮਨੁੱਖਜਾਤੀ ਨੂੰ ਬਚਾਉਣ ਲਈ ਕਿਸੇ ਨੂੰ ਭੇਜਿਆ ਹੈ ਤਾਂ ਜੋ ਉਹ ਰੱਬ ਕੋਲ ਵਾਪਸ ਆ ਸਕੇ।"
ਫਿਰ ਸ਼ੈਤਾਨ ਨੇ ਪੁੱਛਿਆ: "ਉਹ ਕੌਣ ਹੈ?" ਇੱਕ ਮੈਂਬਰ ਨੇ ਜਵਾਬ ਦਿੱਤਾ, "ਯਿਸੂ", ਅਤੇ ਸਾਡੇ ਸਭ ਤੋਂ ਵੱਡੇ ਹੈਰਾਨੀ ਦੀ ਗੱਲ ਇਹ ਸੀ ਕਿ **ਲੂਸੀਫਰ ਆਪਣੀ ਸੀਟ ਤੋਂ ਡਿੱਗ ਪਿਆ।**

ਉਸਨੇ ਉਸ ਆਦਮੀ 'ਤੇ ਚੀਕਿਆ ਅਤੇ ਉਸਨੂੰ ਚੇਤਾਵਨੀ ਦਿੱਤੀ ਕਿ ਜੇਕਰ ਉਹ ਆਪਣੀ ਜਾਨ ਨੂੰ ਪਿਆਰ ਕਰਦਾ ਹੈ ਤਾਂ ਸਾਡੀਆਂ ਕਿਸੇ ਵੀ ਮੀਟਿੰਗ ਵਿੱਚ ਉਸ ਨਾਮ ਦਾ ਜ਼ਿਕਰ ਨਾ ਕਰੇ।

"ਇਹ ਸੱਚ ਹੈ," ਇਮੈਨੁਅਲ ਲਿਖਦਾ ਹੈ, "ਕਿ ਯਿਸੂ ਦੇ ਨਾਮ ਤੇ ਹਰ ਗੋਡਾ ਝੁਕਣਾ ਚਾਹੀਦਾ ਹੈ (ਫ਼ਿਲਿੱਪੀਆਂ 2:10), ਸ਼ੈਤਾਨ ਸਮੇਤ।"

ਇਸ ਘਟਨਾ ਤੋਂ ਬਾਅਦ ਉਸਨੇ ਸਾਨੂੰ ਉਤਸ਼ਾਹਿਤ ਕੀਤਾ ਅਤੇ ਕਿਹਾ ਕਿ "ਇਨ੍ਹਾਂ ਈਸਾਈਆਂ" ਦੀ ਪਰਵਾਹ ਨਾ ਕਰੋ, ਕਿ ਉਹ ਲੂਸੀਫਰ ਜਲਦੀ ਹੀ ਦੁਨੀਆਂ ਉੱਤੇ ਰਾਜ ਕਰਨ ਲਈ ਆਵੇਗਾ ਅਤੇ ਸਾਨੂੰ, ਉਸਦੇ ਏਜੰਟਾਂ ਨੂੰ, ਇੱਕ ਬਿਹਤਰ ਜਗ੍ਹਾ ਦੇਵੇਗਾ ਤਾਂ ਜੋ ਅਸੀਂ ਬਾਕੀ ਦੁਨੀਆਂ ਨਾਲ ਦੁੱਖ ਨਾ ਝੱਲੀਏ ਅਤੇ ਉਹ ਸਾਨੂੰ ਸ਼ਾਸਕ ਬਣਾਵੇ।

ਉਸਨੇ ਅੱਗੇ ਕਿਹਾ ਕਿ ਕਿਉਂਕਿ ਮਨੁੱਖ ਨੂੰ ਚਮਕਦਾਰ ਅਤੇ ਕਾਲਪਨਿਕ ਚੀਜ਼ਾਂ ਪਸੰਦ ਹਨ, ਉਹ ਇਹਨਾਂ ਚੀਜ਼ਾਂ ਦਾ ਨਿਰਮਾਣ ਜਾਰੀ ਰੱਖੇਗਾ ਅਤੇ ਇਹ ਯਕੀਨੀ ਬਣਾਏਗਾ ਕਿ ਮਨੁੱਖ ਕੋਲ ਆਪਣੇ ਪਰਮਾਤਮਾ ਲਈ ਸਮਾਂ ਨਾ ਹੋਵੇ ਅਤੇ ਉਹ ਚਰਚ ਨੂੰ ਤਬਾਹ ਕਰਨ ਲਈ ਹੇਠ ਲਿਖਿਆਂ ਦੀ ਵਰਤੋਂ ਕਰੇਗਾ:

1. ਪੈਸਾ
2. ਦੌਲਤ
3. ਔਰਤਾਂ

ਭਾਸ਼ਣ ਦੇ ਅੰਤ ਵਿੱਚ ਉਸਨੇ ਮੀਟਿੰਗ ਨੂੰ ਰੱਦ ਕਰ ਦਿੱਤਾ। ਇਹ ਸ਼ੈਤਾਨ ਨਾਲ ਮੇਰੀ ਪਹਿਲੀ ਮੁਲਾਕਾਤ ਸੀ। ਇਸ ਤੋਂ ਬਾਅਦ ਕਈ ਹੋਰ ਲੋਕ ਵੀ ਆਏ।

(ਅੰਤਦਰਸ਼ਤਾ: ਇਹ ਤਿੰਨ ਹਥਿਆਰ- ਸੋਨਾ, ਮਹਿਮਾ, ਅਤੇ ਕੁੜੀਆਂ- ਅੱਜ ਵੀ ਸੇਵਕਾਈ ਨੂੰ ਬਰਬਾਦ ਕਰਦੇ ਹਨ। 1 ਯੂਹੰਨਾ 2: 15-17 ਵੇਖੋ।)

ਰਾਣੀ ਦੀ ਮਜ਼ਬੂਤੀ

ਜਿਵੇਂ ਹੀ ਅਸੀਂ ਜਾ ਰਹੇ ਸੀ, ਤੱਟ ਦੀ ਰਾਣੀ, ਜੋ ਹੁਣ ਵੱਖ-ਵੱਖ ਰੂਪਾਂ ਵਿੱਚ ਦਿਖਾਈ ਦਿੰਦੀ ਹੈ, ਨੇ ਮੈਨੂੰ ਆਪਣੇ ਮਹਿਲ ਵਿੱਚ ਸੱਦਾ ਦਿੱਤਾ। ਉਸਨੇ ਮੇਰੀਆਂ ਦੋਵੇਂ ਲੱਤਾਂ ਦੀਆਂ ਹੱਡੀਆਂ ਦੇ ਅੰਦਰ ਹੋਰ ਚੀਜ਼ਾਂ ਦੇ ਨਾਲ ਮਨੁੱਖੀ ਸੁਆਹ, ਮੇਰੀ ਉਂਗਲੀ ਵਿੱਚ ਇੱਕ ਪੱਥਰ (ਕੋਈ ਆਮ ਪੱਥਰ ਨਹੀਂ) ਅਤੇ ਮੇਰੇ ਸੱਜੇ ਹੱਥ ਦੀ ਹੱਡੀ ਦੇ ਅੰਦਰ ਕੁਝ ਹੋਰ ਪਾ ਦਿੱਤਾ।

ਇਨ੍ਹਾਂ ਵਿੱਚੋਂ ਹਰੇਕ ਚੀਜ਼ ਦੇ ਆਪਣੇ ਫਰਜ਼ ਸਨ।

- ਮੇਰੀ ਉਂਗਲੀ ਵਿੱਚ ਪੱਥਰ ਇਹ ਜਾਣਨ ਲਈ ਸੀ ਕਿ ਮੇਰੇ ਵਿਰੁੱਧ ਕਿਸੇ ਦਾ ਕੀ ਵਿਚਾਰ ਹੈ।
- ਮੇਰੇ ਸੱਜੇ ਹੱਥ ਵਿੱਚ ਜੋ ਸੀ ਉਹ ਮੈਨੂੰ ਤਬਾਹ ਕਰਨ ਦੀ ਸ਼ਕਤੀ ਦੇਣ ਵਾਲਾ ਸੀ।
- ਲੱਤਾਂ ਵਿੱਚ ਲੱਗੇ ਹੋਏ ਨਿਸ਼ਾਨ ਮੈਨੂੰ ਹੋਰ ਵੀ ਸਖ਼ਤ ਅਤੇ ਖ਼ਤਰਨਾਕ ਬਣਾਉਣ ਲਈ ਸਨ ਅਤੇ ਨਾਲ ਹੀ ਮੈਨੂੰ ਇੱਕ ਔਰਤ, ਜਾਨਵਰ, ਪੰਛੀ, ਬਿੱਲੀ, ਆਦਿ ਵਿੱਚ ਬਦਲਣ ਦੇ ਯੋਗ ਬਣਾਉਣ ਲਈ ਸਨ।

ਉਹ ਮੈਨੂੰ ਇੱਕ ਪ੍ਰਯੋਗਸ਼ਾਲਾ ਵਿੱਚ ਲੈ ਗਈ ਅਤੇ ਮੈਨੂੰ ਇੱਕ ਟੈਲੀਸਕੋਪ, ਇੱਕ ਟੀਵੀ ਅਤੇ ਇੱਕ ਵੀਡੀਓ ਦਿੱਤਾ - ਆਮ ਨਹੀਂ - ਤਾਂ ਜੋ ਦੁਬਾਰਾ ਜਨਮੇ ਈਸਾਈਆਂ ਅਤੇ ਚਰਚਾਂ ਦੇ ਅੰਦਰ ਸਿਰਫ਼ ਚਰਚ ਜਾਣ ਵਾਲਿਆਂ ਦਾ ਪਤਾ ਲਗਾਇਆ ਜਾ ਸਕੇ।

ਅੰਤ ਵਿੱਚ, ਉਸਨੇ ਮੈਨੂੰ ਸੋਲਾਂ ਕੁੜੀਆਂ ਆਪਣੇ ਏਜੰਟਾਂ ਵਜੋਂ ਕੰਮ ਕਰਨ ਲਈ ਦਿੱਤੀਆਂ। ਨੀਨਾ ਉਨ੍ਹਾਂ ਵਿੱਚੋਂ ਇੱਕ ਸੀ। ਮੈਂ ਇਨ੍ਹਾਂ "ਤੋਹਫ਼ਿਆਂ" ਨਾਲ ਲੈਸ ਹੋ ਕੇ ਲਾਗੋਸ ਵਾਪਸ ਆ ਗਿਆ।

(ਟਿੱਪਣੀ: ਨਕਲੀ ਵਿਵੇਕ ਯੰਤਰ– ਸ਼ੈਤਾਨ ਵੱਲੋਂ ਪਵਿੱਤਰ ਆਤਮਾ ਦੀ ਵਿਵੇਕ ਦੀ ਦਾਤ ਨੂੰ ਵਿਗਾੜਨਾ(1 ਕੁਰਿੰਥੀਆਂ 12:10) ।)

ਸ਼ੈਤਾਨ ਦੇ ਏਜੰਟ ਵਿੱਚ ਬਦਲ ਗਿਆ

ਮੇਰੇ ਦਿਲ ਵਿੱਚ ਹੁਣ ਕੋਈ ਮਨੁੱਖੀ ਭਾਵਨਾਵਾਂ ਜਾਂ ਦਇਆ ਨਹੀਂ ਰਹੀ। ਮੈਂ ਤੁਰੰਤ ਕੰਮ ਸ਼ੁਰੂ ਕਰ ਦਿੱਤਾ ਅਤੇ ਇੱਕੋ ਵਾਰ ਵਿੱਚ ਪੰਜ ਡੁਪਲੈਕਸ ਤਬਾਹ ਕਰ ਦਿੱਤੇ । ਉਹ ਸਾਰੇ ਆਪਣੇ ਵਸਨੀਕਾਂ ਸਮੇਤ ਜ਼ਮੀਨ ਵਿੱਚ ਡੁੱਬ ਗਏ। ਇਹ ਅਗਸਤ 1982 ਵਿੱਚ ਲਾਗੋਸ ਵਿਖੇ ਵਾਪਰਿਆ ਸੀ। ਠੇਕੇਦਾਰ ਨੂੰ ਚੰਗੀ ਨੀਂਹ ਨਾ ਰੱਖਣ ਲਈ ਜ਼ਿੰਮੇਵਾਰ ਠਹਿਰਾਇਆ ਗਿਆ ਸੀ ਅਤੇ ਇਸਦੀ ਕੀਮਤ ਬਹੁਤ ਜ਼ਿਆਦਾ ਚੁਕਾਉਣੀ ਪਈ।

ਅੱਜ ਦੁਨੀਆਂ ਵਿੱਚ ਹੋ ਰਹੀ ਬਹੁਤ ਸਾਰੀ ਤਬਾਹੀ ਮਨੁੱਖ ਦੁਆਰਾ ਬਣਾਈ ਨਹੀਂ ਗਈ ਹੈ। ਸ਼ੈਤਾਨ ਦਾ ਫਰਜ਼ ਚੋਰੀ ਕਰਨਾ, ਮਾਰਨਾ ਅਤੇ ਤਬਾਹ ਕਰਨਾ ਹੈ। ਮੈਂ ਫਿਰ ਕਹਿੰਦਾ ਹਾਂ, **ਸ਼ੈਤਾਨ ਕੋਲ ਕੋਈ ਮੁਫ਼ਤ ਦਾਤ ਨਹੀਂ ਹੈ।**

(ਮੁੱਖ ਸੱਚਾਈ: ਹਨੇਰੇ ਤੋਂ ਹੋਣ ਵਾਲਾ ਹਰ ਪ੍ਰਤੱਖ ਲਾਭ ਦੁਖਾਂਤ ਵਿੱਚ ਖਤਮ ਹੁੰਦਾ ਹੈ।)

ਵਿਸ਼ਵਾਸੀਆਂ ਨੂੰ ਨਿਸ਼ਾਨਾ ਬਣਾਉਣਾ

ਮੈਂ ਸੜਕਾਂ ਆਦਿ 'ਤੇ ਹਾਦਸੇ ਕਰਵਾਉਣ ਵਿੱਚ ਸ਼ਾਮਲ ਹੋ ਗਿਆ। ਇੱਕ ਮਾਮਲਾ ਜਿਸਦਾ ਮੈਂ ਜ਼ਿਕਰ ਕਰਨਾ ਚਾਹੁੰਦਾ ਹਾਂ ਉਹ ਇੱਕ ਨੌਜਵਾਨ ਧਰਮ ਪਰਿਵਰਤਨ ਬਾਰੇ ਹੈ ਜੋ ਆਪਣੀ ਮੁਕਤੀ ਅਤੇ ਮੁਕਤੀ ਦੀ ਗਵਾਹੀ ਦਿੰਦਾ ਰਿਹਾ। ਉਹ ਅਜਿਹਾ ਕਰਨ ਕਰਕੇ ਆਤਮਿਕ ਸੰਸਾਰ ਵਿੱਚ ਬਹੁਤ ਨੁਕਸਾਨ

ਪਹੁੰਚਾ ਰਿਹਾ ਸੀ, ਇਸ ਲਈ ਮੈਂ ਉਸਦੇ ਲਈ ਇੱਕ ਹਾਦਸੇ ਦੀ ਯੋਜਨਾ ਬਣਾਈ।

ਇੱਕ ਦਿਨ ਉਹ ਗਵਾਹੀ ਦੇਣ ਲਈ ਲਾਗੋਸ ਜਾ ਰਹੀ ਇੱਕ ਆਲੀਸ਼ਾਨ ਬੱਸ ਵਿੱਚ ਸੀ। ਕਿਉਂਕਿ ਬੱਸ ਤੇਜ਼ ਰਫ਼ਤਾਰ 'ਤੇ ਸੀ, ਮੈਂ ਇਸਨੂੰ ਸੜਕ ਤੋਂ ਉਤਾਰ ਦਿੱਤਾ ਅਤੇ ਇਹ ਇੱਕ ਦਰੱਖਤ ਨਾਲ ਟਕਰਾ ਗਈ। ਇਸ ਨੌਜਵਾਨ ਧਰਮ ਪਰਿਵਰਤਨ ਤੋਂ ਇਲਾਵਾ ਸਾਰੇ ਯਾਤਰੀ ਮਰ ਗਏ।

ਉਸਦਾ ਬਚਣਾ ਚਮਤਕਾਰੀ ਸੀ ਕਿਉਂਕਿ ਉਹ ਗੱਡੀ ਦੇ ਬੂਟ ਵਿੱਚੋਂ ਬਾਹਰ ਆਇਆ ਅਤੇ ਚੀਕਿਆ: "ਮੈਂ ਸੁਰੱਖਿਅਤ ਹਾਂ! ਮੈਂ ਸੁਰੱਖਿਅਤ ਹਾਂ!" ਅਸੀਂ ਉਸਨੂੰ ਗਵਾਹੀ ਦੇਣ ਤੋਂ ਰੋਕਣ ਦੀ ਕੋਸ਼ਿਸ਼ ਕੀਤੀ ਪਰ ਅਸੀਂ ਅਸਫਲ ਰਹੇ।

(ਪਾਠ: ਗਵਾਹੀ ਯੁੱਧ ਹੈ – ਪ੍ਰਕਾਸ਼ ਦੀ ਪੋਥੀ 12:11 ।)

ਟੀਵੀ ਰਾਹੀਂ, ਅਸੀਂ ਇੱਕ ਅਜਿਹੇ ਆਦਮੀ ਨੂੰ ਜਾਣਦੇ ਸੀ ਜਿਸਨੇ ਨਵੇਂ ਸਿਰੇ ਤੋਂ ਪਛਤਾਵਾ ਕੀਤਾ ਸੀ ਅਤੇ ਉਸਦਾ ਗੰਭੀਰਤਾ ਨਾਲ ਪਿੱਛਾ ਕਰਾਂਗੇ ਕਿ ਕੀ ਅਸੀਂ ਉਸਨੂੰ ਪਿੱਛੇ ਹਟਣ ਤੋਂ ਰੋਕ ਸਕਦੇ ਹਾਂ। ਜੇਕਰ ਛੇ ਮਹੀਨਿਆਂ ਬਾਅਦ ਅਸੀਂ ਸਫਲ ਨਹੀਂ ਹੁੰਦੇ, ਤਾਂ ਅਸੀਂ ਉਸਦੇ ਕਾਰੋਬਾਰ ਵਿੱਚ ਜਾਵਾਂਗੇ ਅਤੇ ਇਸਨੂੰ ਦੀਵਾਲੀਆ ਕਰ ਦੇਵਾਂਗੇ। ਜੇਕਰ ਉਹ ਇੱਕ ਸਿਵਲ ਸੇਵਕ ਹੈ ਤਾਂ ਅਸੀਂ ਬੌਸ ਰਾਹੀਂ ਉਸਨੂੰ ਦਬਾਵਾਂਗੇ, ਅਤੇ ਜੇ ਸੰਭਵ ਹੋਵੇ ਤਾਂ ਬੌਸ ਨੂੰ ਉਸਦੀ ਨਿਯੁਕਤੀ ਖਤਮ ਕਰਨ ਲਈ ਕਹਾਂਗੇ। ਜੇਕਰ ਇਹਨਾਂ ਸਭ ਤੋਂ ਬਾਅਦ ਵੀ ਉਹ ਪਿੱਛੇ ਹਟਣ ਤੋਂ ਇਨਕਾਰ ਕਰਦਾ ਹੈ ਤਾਂ ਅਸੀਂ ਉਸਨੂੰ ਛੱਡ ਦੇਵਾਂਗੇ। ਪਰ ਜੇਕਰ ਉਹ ਪਿੱਛੇ ਹਟਦਾ ਹੈ ਤਾਂ ਉਸਨੂੰ ਮਾਰ ਦਿੱਤਾ ਜਾਵੇਗਾ ਤਾਂ ਜੋ ਇਹ

ਯਕੀਨੀ ਬਣਾਇਆ ਜਾ ਸਕੇ ਕਿ ਉਸਨੂੰ ਪਛਤਾਵਾ ਕਰਨ ਦਾ ਦੂਜਾ ਮੌਕਾ ਨਾ ਮਿਲੇ।

(ਯਾਦ ਰੱਖੋ: ਧਰਮ ਪਰਿਵਰਤਨ ਤੋਂ ਬਾਅਦ ਦ੍ਰਿੜ ਰਹਿਣ ਨਾਲ ਨਰਕ ਦਾ ਚੱਕਰ ਟੁੱਟ ਜਾਂਦਾ ਹੈ– ਅਫ਼ਸੀਆਂ 6:13 ।)

ਵਿਜ਼ਾਰਡਜ਼ ਦੇ ਚੇਅਰਮੈਨ

ਮੈਂ ਜ਼ਿੰਦਗੀਆਂ ਨੂੰ ਇਸ ਹੱਦ ਤੱਕ ਤਬਾਹ ਕਰ ਦਿੱਤਾ ਕਿ ਲੂਸੀਫਰ ਬਹੁਤ ਖੁਸ਼ ਹੋ ਗਿਆ ਅਤੇ ਮੈਨੂੰ ਜਾਦੂਗਰਾਂ ਦਾ ਚੇਅਰਮੈਨ ਬਣਾ ਦਿੱਤਾ।

ਮੇਰੀ ਪ੍ਰਧਾਨਗੀ ਤੋਂ ਇੱਕ ਮਹੀਨੇ ਬਾਅਦ, ਇੱਕ ਮੀਟਿੰਗ ਬੁਲਾਈ ਗਈ। ਅਸੀਂ ਉਸ ਮੀਟਿੰਗ ਵਿੱਚ ਪੰਛੀਆਂ, ਬਿੱਲੀਆਂ ਅਤੇ ਸੱਪਾਂ ਦੇ ਰੂਪ ਵਿੱਚ ਸ਼ਾਮਲ ਹੋਏ। ਇਹਨਾਂ ਜੀਵ-ਜੰਤੂਆਂ ਦੀ ਵਰਤੋਂ ਹੇਠ ਲਿਖੇ ਕਾਰਨਾਂ ਕਰਕੇ ਕੀਤੀ ਜਾਂਦੀ ਹੈ:

1. ਪੰਛੀਆਂ ਵੱਲ ਮੁੜਨਾ ਜਾਦੂਗਰਾਂ ਨੂੰ ਹੋਰ ਖ਼ਤਰਨਾਕ ਬਣਾ ਦਿੰਦਾ ਹੈ।
2. ਬਿੱਲੀਆਂ ਵੱਲ ਮੁੜਨ ਨਾਲ ਉਹ ਆਤਮਾਵਾਂ ਅਤੇ ਮਨੁੱਖਾਂ ਦੋਵਾਂ ਤੱਕ ਪਹੁੰਚ ਸਕਦੇ ਹਨ।
3. ਚੂਹਿਆਂ ਵੱਲ ਮੁੜਨ ਨਾਲ ਉਹ ਆਸਾਨੀ ਨਾਲ ਘਰ ਵਿੱਚ ਦਾਖਲ ਹੋ ਸਕਦੇ ਹਨ, ਫਿਰ ਰਾਤ ਨੂੰ ਪਰਛਾਵੇਂ ਵੱਲ ਮੁੜ ਸਕਦੇ ਹਨ, ਫਿਰ ਮਨੁੱਖ ਵੱਲ ਅਤੇ ਪੀੜਤ ਦਾ ਖ਼ੂਨ ਚੂਸ ਸਕਦੇ ਹਨ।

ਇਸ ਮੀਟਿੰਗ ਵਿੱਚ ਸਾਡੇ ਏਜੰਡੇ 'ਤੇ ਸਿਰਫ਼ ਇੱਕ ਹੀ ਚੀਜ਼ ਸੀ: "**ਈਸਾਈ।**"

ਫਿਰ ਅਸੀਂ 1983 ਵਿੱਚ ਬੇਨਿਨ ਸ਼ਹਿਰ ਵਿੱਚ ਇੱਕ ਅਫ਼ਰੀਕੀ ਜਾਦੂਗਰ ਕਾਨਫਰੰਸ ਕਰਨ ਦਾ ਪ੍ਰੋਗਰਾਮ ਬਣਾਇਆ। ਅਸੀਂ ਇਸਨੂੰ ਸਾਰੇ ਅਖ਼ਬਾਰਾਂ ਅਤੇ ਸਾਰੇ ਜਨਤਕ ਮੀਡੀਆ ਵਿੱਚ ਪ੍ਰਕਾਸ਼ਿਤ ਕੀਤਾ। ਹਨੇਰੇ ਦੀਆਂ ਸਾਰੀਆਂ ਤਾਕਤਾਂ ਇਕੱਠੀਆਂ ਹੋ ਗਈਆਂ ਸਨ ਅਤੇ ਸਾਨੂੰ ਵਿਸ਼ਵਾਸ ਸੀ ਕਿ ਇਸ ਮੀਟਿੰਗ ਵਿੱਚ ਕੁਝ ਵੀ ਵਿਘਨ ਨਹੀਂ ਪਾਵੇਗਾ।

ਅਚਾਨਕ, **ਨਾਈਜੀਰੀਆ ਦੇ ਈਸਾਈ ਆਪਣੇ ਪਰਮਾਤਮਾ ਅੱਗੇ ਪ੍ਰਾਰਥਨਾਵਾਂ ਅਤੇ ਉਸਤਤ ਵਿੱਚ ਲੱਗ ਗਏ** ਅਤੇ ਸਾਡੀਆਂ ਸਾਰੀਆਂ ਯੋਜਨਾਵਾਂ ਚਕਨਾਚੂਰ ਹੋ ਗਈਆਂ। ਨਾ ਸਿਰਫ਼ ਉਹ ਚਕਨਾਚੂਰ ਹੋ ਗਈਆਂ, ਸਗੋਂ ਹਨੇਰੇ ਦੇ ਰਾਜ ਵਿੱਚ ਅਸਲ ਉਲਝਣ ਵੀ ਪੈਦਾ ਹੋ ਗਈ।

ਨਤੀਜੇ ਵਜੋਂ, ਨਾਈਜੀਰੀਆ ਵਿੱਚ ਜਾਦੂਗਰਾਂ ਅਤੇ ਜਾਦੂਗਰਾਂ ਦੀ ਕਾਨਫਰੰਸ ਨਹੀਂ ਹੋ ਸਕੀ।

ਈਸਾਈਆਂ ਨੂੰ ਇਹ ਯਾਦ ਰੱਖਣਾ ਚਾਹੀਦਾ ਹੈ ਕਿ ਜਿਸ ਪਲ ਉਹ ਸਰਬਸ਼ਕਤੀਮਾਨ ਪਰਮਾਤਮਾ ਦੀ ਸੱਚੀ ਉਸਤਤ ਵਿੱਚ ਜਾਣਗੇ, ਸਮੁੰਦਰ ਅਤੇ ਹਵਾ ਦੋਵਾਂ ਵਿੱਚ ਮੁਸੀਬਤ ਅਤੇ ਉਲਝਣ ਹੋਵੇਗੀ, ਅਤੇ ਸ਼ੈਤਾਨ ਦੇ ਏਜੰਟਾਂ ਕੋਲ ਕੋਈ ਆਰਾਮ ਦੀ ਜਗ੍ਹਾ ਨਹੀਂ ਹੋਵੇਗੀ। ਪ੍ਰਾਰਥਨਾ ਸਾਡੇ ਵਿਚਕਾਰ ਇੱਕ ਟਾਈਮ-ਬੰਬ ਸੁੱਟਣ ਵਾਂਗ ਹੈ ਅਤੇ ਹਰ ਕੋਈ ਆਪਣੀ ਜਾਨ ਬਚਾਉਣ ਲਈ ਭੱਜ ਜਾਵੇਗਾ।

ਜੇਕਰ ਈਸਾਈ ਪਰਮੇਸ਼ੁਰ ਵੱਲੋਂ ਦਿੱਤੀ ਗਈ ਸ਼ਕਤੀ ਅਤੇ ਅਧਿਕਾਰ ਨੂੰ ਸਮਝਣ ਅਤੇ ਵਰਤਣ, ਤਾਂ ਉਹ ਆਪਣੀ ਕੌਮ ਦੇ ਮਾਮਲਿਆਂ ਨੂੰ ਨਿਯੰਤਰਿਤ ਕਰ ਸਕਣਗੇ! ਸਿਰਫ਼ ਈਸਾਈ ਹੀ ਸਾਡੀ ਕੌਮ ਨੂੰ ਬਚਾ ਸਕਦੇ ਹਨ।

(ਵਿਸ਼ਵਾਸ ਦੀ ਕੁੰਜੀ: ਕਾਰਪੋਰੇਟ ਪ੍ਰਸ਼ੰਸਾ ਇੱਕ ਹਥਿਆਰ ਹੈ — 2 ਇਤਹਾਸ 20: 21-22; ਰਸੂਲਾਂ ਦੇ ਕਰਤੱਬ 16:25-26 I)

ਕਾਨਫਰੰਸ ਦੀ ਅਸਫਲਤਾ ਤੋਂ ਬਾਅਦ

ਇਸ ਕਾਨਫਰੰਸ ਦੀ ਅਸਫਲਤਾ ਤੋਂ ਬਾਅਦ, ਜੋ ਬਾਅਦ ਵਿੱਚ ਦੱਖਣੀ ਅਫ਼ਰੀਕਾ ਵਿੱਚ ਹੋਈ, ਮੈਨੂੰ ਸਮੁੰਦਰ ਵਿੱਚ ਵਾਪਸ ਬੁਲਾਇਆ ਗਿਆ। ਜਦੋਂ ਮੈਂ ਪਹੁੰਚਿਆ, ਤਾਂ ਮੈਨੂੰ ਉਸ ਪਲ ਤੋਂ ਕਿਹਾ ਗਿਆ ਕਿ ਮੈਂ ਸਮੁੰਦਰ ਨੂੰ ਆਪਣਾ ਘਰ ਬਣਾਵਾਂਗਾ ਅਤੇ ਸਿਰਫ਼ ਮੁਸ਼ਕਲ ਕਾਰਜਾਂ ਲਈ ਹੀ ਦੁਨੀਆ ਦਾ ਦੌਰਾ ਕਰਾਂਗਾ।

ਮੈਨੂੰ ਇੱਕ ਨਵਾਂ ਕੰਮ ਸੌਂਪਿਆ ਗਿਆ: ਦੇਸੀ ਡਾਕਟਰਾਂ ਲਈ ਜਾਦੂ-ਟੂਣੇ ਦੀ ਖੋਜ ਕਰਨਾ, ਕੰਟਰੋਲ ਰੂਮ ਦਾ ਇੰਚਾਰਜ ਹੋਣਾ ਅਤੇ ਤੋਹਫ਼ੇ ਭੇਜਣਾ, ਜਿਵੇਂ ਕਿ ਚਿੱਟੇ ਕੱਪੜਿਆਂ ਵਾਲੇ ਗਿਰਜਾਘਰ (ਪ੍ਰਾਰਥਨਾ ਘਰ) ਖੋਲ੍ਹਣਾ, ਜਣੇਪਾ ਘਰ ਖੋਲ੍ਹਣਾ, ਦੁਕਾਨਾਂ ਖੋਲ੍ਹਣਾ ਅਤੇ ਉਨ੍ਹਾਂ ਨੂੰ ਖੁਸ਼ਹਾਲ ਬਣਾਉਣਾ, "ਬੱਚੇ" ਅਤੇ ਪੈਸੇ ਦੇਣਾ।

ਇਹਨਾਂ ਨੂੰ ਇੱਕ ਤੋਂ ਬਾਅਦ ਇੱਕ ਸਮਝਾਇਆ ਜਾਵੇਗਾ:

1. ਵ੍ਹਾਈਟ ਗਾਰਮੈਂਟ ਚਰਚਾਂ ਦਾ ਉਦਘਾਟਨ

ਜਦੋਂ ਕੋਈ ਆਦਮੀ ਪ੍ਰਾਰਥਨਾ ਘਰ ਬਣਾਉਣ ਅਤੇ ਇਲਾਜ ਆਦਿ ਕਰਨ ਵਿੱਚ ਸਹਾਇਤਾ ਲਈ ਸਾਡੇ ਕੋਲ ਆਉਂਦਾ ਹੈ, ਤਾਂ ਉਸਨੂੰ ਕੁਝ ਸ਼ਰਤਾਂ

ਦਿੱਤੀਆਂ ਜਾਣਗੀਆਂ:

a) ਉਹ ਹਰ ਸਾਲ ਇੱਕ ਜਾਂ ਦੋ ਆਤਮਾਵਾਂ ਦਾਨ ਕਰਨ ਲਈ ਸਹਿਮਤ ਹੋਵੇਗਾ। b) ਚਰਚ ਵਿੱਚ ਇੱਕ ਖਾਸ ਪੱਧਰ ਦੇ ਅਹੁਦੇ 'ਤੇ ਵਿਅਕਤੀ ਨੂੰ ਸਾਡੇ ਸਮਾਜ ਵਿੱਚ ਦੀਖਿਆ ਦਿੱਤੀ ਜਾਵੇਗੀ। c) ਕਿਸੇ ਵੀ ਮੈਂਬਰ ਨੂੰ ਜੁੱਤੀਆਂ ਪਾ ਕੇ ਪ੍ਰਾਰਥਨਾ ਘਰ ਵਿੱਚ ਆਉਣ ਦੀ ਇਜਾਜ਼ਤ ਨਹੀਂ ਹੋਵੇਗੀ।

ਜਦੋਂ ਉਹ ਇਹਨਾਂ ਸ਼ਰਤਾਂ ਨੂੰ ਸਵੀਕਾਰ ਕਰ ਲੈਂਦਾ ਹੈ, ਤਾਂ ਉਸਨੂੰ ਇੱਕ ਦੇਸੀ ਘੜੇ ਵਿੱਚ ਚਿੱਟੀ ਬੱਜਰੀ, ਮਨੁੱਖੀ ਹੱਡੀਆਂ, ਖ਼ੂਨ ਅਤੇ ਸਜਾਵਟ ਵਰਗੀ ਕੋਈ ਚੀਜ਼ ਦਿੱਤੀ ਜਾਵੇਗੀ। ਉਸਨੂੰ ਇਸ ਘੜੇ ਨੂੰ ਇਸਦੀ ਸਾਰੀ ਸਮੱਗਰੀ ਸਮੇਤ ਚਰਚ ਦੇ ਸਾਹਮਣੇ ਦਫ਼ਨਾਉਣ ਅਤੇ ਇਸਦੇ ਉੱਪਰ ਸਲੀਬ ਨੂੰ ਦਫ਼ਨਾਉਣ ਦੀ ਹਦਾਇਤ ਕੀਤੀ ਜਾਵੇਗੀ। ਦਫ਼ਨਾਉਣ ਤੋਂ ਬਾਅਦ, ਸਿਰਫ਼ ਸਲੀਬ ਹੀ ਦਿਖਾਈ ਦੇਣੀ ਚਾਹੀਦੀ ਹੈ।

ਉਸਨੂੰ ਸਲਾਹ ਦਿੱਤੀ ਜਾਵੇਗੀ ਕਿ ਉਹ ਇੱਕ ਤਲਾਅ ਬਣਾਏ ਜਾਂ ਇੱਕ ਬੇਸਿਨ ਰੱਖੇ ਜਿੱਥੇ ਆਤਮਾਵਾਂ ਵਿਸ਼ੇਸ਼ ਪਾਣੀ ਦੀ ਸਪਲਾਈ ਕਰਦੀਆਂ ਰਹਿਣ। ਇਹ ਪਾਣੀ ਉਹ ਹੈ ਜਿਸਨੂੰ ਤੁਸੀਂ ਉਨ੍ਹਾਂ ਨੂੰ **"ਪਵਿੱਤਰ ਪਾਣੀ" ਕਹਿੰਦੇ ਸੁਣਦੇ ਹੋ।**

ਬਹੁਤ ਸਾਰੇ ਲੋਕ ਜਦੋਂ ਦੁਸ਼ਟ ਆਤਮਾਵਾਂ ਤੋਂ ਪਰੇਸ਼ਾਨ ਹੁੰਦੇ ਹਨ ਤਾਂ ਇਨ੍ਹਾਂ "ਨਬੀਆਂ" ਕੋਲ ਜਾਂਦੇ ਹਨ ਤਾਂ ਜੋ ਉਨ੍ਹਾਂ ਨੂੰ ਕੱਢਿਆ ਜਾ ਸਕੇ। ਸੱਚਾਈ ਇਹ ਹੈ ਕਿ ਉਹ ਸਿਰਫ਼ ਉਨ੍ਹਾਂ ਵਿੱਚ ਹੋਰ ਭੂਤ ਜੋੜਦੇ ਹਨ। ਇੱਕ ਸ਼ੈਤਾਨ ਭੂਤ ਨੂੰ ਨਹੀਂ ਕੱਢ ਸਕਦਾ (ਲੂਕਾ 11: 17-19)।

ਪੈਗੰਬਰ ਜੋ ਕਰਦੇ ਸਨ ਉਹ ਪ੍ਰਾਰਥਨਾ ਕਰਦੇ ਸਨ ਅਤੇ ਮੈਂਬਰ ਨੂੰ ਘਰ ਰੱਖਣ ਲਈ ਇੱਕ ਲਾਲ ਕੱਪੜਾ ਦਿੰਦੇ ਸਨ, ਉਨ੍ਹਾਂ ਨੂੰ ਮੋਮਬੱਤੀਆਂ ਅਤੇ ਧੂਪਾਂ

ਨਾਲ ਪ੍ਰਾਰਥਨਾ ਕਰਨ ਦੀ ਸਲਾਹ ਦਿੰਦੇ ਸਨ - ਇਸ ਤਰ੍ਹਾਂ ਭੂਤਾਂ ਨੂੰ ਸੱਦਾ ਦਿੰਦੇ ਸਨ।

ਕਈ ਵਾਰ ਮੈਂਬਰ ਨੂੰ ਬਲੀ ਲਈ ਇੱਕ ਬੱਕਰਾ ਲਿਆਉਣ ਲਈ ਕਿਹਾ ਜਾਂਦਾ ਸੀ। ਇਹ ਬਲੀਆਂ ਸਾਨੂੰ ਆ ਕੇ ਉਸ ਆਦਮੀ ਨੂੰ ਠੀਕ ਕਰਨ ਵਿੱਚ "ਮਦਦ" ਕਰਨ ਲਈ ਹਨ। ਨਬੀ ਕੋਲ ਚੰਗਾ ਕਰਨ ਦੀ ਕੋਈ ਸ਼ਕਤੀ ਨਹੀਂ ਹੈ।

(ਸਮਝ: ਮਸੀਹ ਤੋਂ ਬਾਹਰ ਮੁਕਤੀ ਗ਼ੁਲਾਮੀ ਹੈ। ਰਸੂਲਾਂ ਦੇ ਕਰਤੱਬ *19: 13-16 I)*

2. ਜਣੇਪਾ ਕੇਂਦਰ ਖੋਲ੍ਹਣਾ

ਜੇਕਰ ਕੋਈ ਔਰਤ ਸਾਡੇ ਕੋਲ ਜਣੇਪਾ ਖੋਲ੍ਹਣ ਅਤੇ ਇਸਨੂੰ ਖੁਸ਼ਹਾਲ ਬਣਾਉਣ ਵਿੱਚ ਸਹਾਇਤਾ ਲਈ ਆਉਂਦੀ ਹੈ, ਤਾਂ ਉਸਨੂੰ ਇਹ ਸ਼ਰਤ ਦਿੱਤੀ ਜਾਵੇਗੀ: *ਅਸੀਂ ਇੱਕ ਮਹੀਨਾ ਚੁਣਾਂਗੇ ਜਿਸ ਵਿੱਚ ਜਣੇਪਾ ਘਰ ਵਿੱਚ ਪੈਦਾ ਹੋਏ ਸਾਰੇ ਬੱਚੇ ਮਰ ਜਾਣਗੇ, ਪਰ ਬਾਕੀ ਮਹੀਨਿਆਂ ਵਿੱਚ ਬੱਚੇ ਜਿਉਂਦੇ ਰਹਿਣਗੇ।*

ਜੇਕਰ ਉਹ ਸਵੀਕਾਰ ਕਰ ਲੈਂਦੀ ਹੈ, ਤਾਂ ਉਸਨੂੰ ਲੋਕਾਂ ਨੂੰ ਜਣੇਪਾ ਘਰ ਵੱਲ ਆਕਰਸ਼ਿਤ ਕਰਨ ਲਈ ਇੱਕ ਸੁਹਜ ਦਿੱਤਾ ਜਾਵੇਗਾ। ਓਨਿਤਸ਼ਾ, ਲਾਗੋਸ ਆਦਿ ਵਿੱਚ ਅਜਿਹੇ ਜਣੇਪਾ ਘਰ ਹਨ; ਜੁੱਤੀਆਂ ਨੂੰ ਅੰਦਰ ਜਾਣ ਦੀ ਇਜਾਜ਼ਤ ਨਹੀਂ ਹੈ।

(ਯਾਦ ਰੱਖੋ: ਦੁਸ਼ਮਣ ਫਲਦਾਇਕਤਾ ਦਾ ਨਕਲੀ ਰੂਪ ਦਿੰਦਾ ਹੈ- ਪਰ ਸਿਰਫ਼ ਪਰਮਾਤਮਾ ਹੀ ਸੱਚਾ ਜੀਵਨ ਦਿੰਦਾ ਹੈ। ਜ਼ਬੂਰ 127: 3 ।)

3. ਫੈਂਸੀ ਸਟੋਰ ਖੋਲ੍ਹਣਾ

ਜਦੋਂ ਕੋਈ ਆਦਮੀ ਸਹਾਇਤਾ ਲਈ ਸਾਡੇ ਕੋਲ ਆਉਂਦਾ ਹੈ, ਤਾਂ ਉਸਨੂੰ ਇੱਕ ਅੰਗੂਠੀ ਦਿੱਤੀ ਜਾਵੇਗੀ, ਇਸ ਸ਼ਰਤ 'ਤੇ ਕਿ ਕੋਈ ਵੀ ਔਰਤ ਇਸਨੂੰ ਛੂਹ ਨਹੀਂ ਸਕਦੀ। ਉਸਨੂੰ ਸਾਡਾ ਮੈਂਬਰ ਬਣਨ ਲਈ ਵੀ ਸਹਿਮਤ ਹੋਣਾ ਪਵੇਗਾ। ਜੇਕਰ ਉਹ ਸਵੀਕਾਰ ਕਰਦਾ ਹੈ, ਤਾਂ ਉਸਦੀ ਦੁਕਾਨ ਹਮੇਸ਼ਾ ਸਾਡੇ ਦੁਆਰਾ ਸਭ ਤੋਂ ਵਧੀਆ ਅਤੇ ਨਵੀਨਤਮ ਸਮੱਗਰੀ ਨਾਲ ਭਰੀ ਰਹੇਗੀ।

(ਧੋਖਾ: ਬੰਧਨਾਂ ਨਾਲ ਜੁੜੀ ਖੁਸ਼ਹਾਲੀ ਕੈਦ ਵੱਲ ਲੈ ਜਾਂਦੀ ਹੈ — ਕਹਾਉਤਾਂ 10:22 ਬਨਾਮ ਮੱਤੀ 4:9 ।)

4. ਬੱਚਿਆਂ ਦਾ ਦਾਨ

ਜੇ ਕੋਈ ਬਾਂਝ ਔਰਤ ਕਿਸੇ ਦੇਸੀ ਡਾਕਟਰਾਂ ਕੋਲ ਜਾਂਦੀ ਹੈ, ਤਾਂ ਆਪਣੀ ਸ਼ਿਕਾਇਤ ਕਰਨ ਤੋਂ ਬਾਅਦ ਉਸਨੂੰ ਇੱਕ ਚਿੱਟਾ ਮੁਰਗਾ, ਇੱਕ ਬੱਕਰੀ, ਦੇਸੀ ਚਾਕ ਅਤੇ ਬੱਚਿਆਂ ਦੀ ਦੇਖਭਾਲ ਦੀਆਂ ਚੀਜ਼ਾਂ ਲਿਆਉਣ ਲਈ ਕਿਹਾ ਜਾਂਦਾ ਹੈ।

ਉਸਨੂੰ ਜਾਣ ਦੀ ਸਲਾਹ ਦਿੱਤੀ ਜਾਂਦੀ ਸੀ ਅਤੇ, ਉਸਦੀ ਗੈਰਹਾਜ਼ਰੀ ਵਿੱਚ, ਦੇਸੀ ਡਾਕਟਰ ਇਹ ਚੀਜ਼ਾਂ ਲੈ ਕੇ ਸਾਡੇ ਕੋਲ ਆਉਂਦਾ ਸੀ। ਫਿਰ ਅਸੀਂ ਕੁਝ ਚੀਜ਼ਾਂ ਮਿਲਾਉਂਦੇ ਸੀ, ਜਿਸ ਵਿੱਚ ਮਨੁੱਖੀ ਸੁਆਹ ਵੀ ਸ਼ਾਮਲ ਸੀ। ਉਹ ਇਸ ਜਾਦੂ ਦੀ ਵਰਤੋਂ ਔਰਤ ਲਈ ਖਾਣਾ ਪਕਾਉਣ ਲਈ ਕਰਦਾ ਸੀ।

ਉਹ ਗਰਭਵਤੀ ਹੋਵੇਗੀ ਅਤੇ ਜਨਮ ਦੇਵੇਗੀ, ਪਰ ਇਹ ਇੱਕ ਆਮ ਇਨਸਾਨ ਨਹੀਂ ਹੈ। ਜੇ ਬੱਚਾ ਕੁੜੀ ਹੈ, ਤਾਂ ਉਹ ਜਿਉਂਦੀ ਰਹੇਗੀ ਅਤੇ ਵਿਆਹ ਵੀ ਕਰੇਗੀ ਪਰ ਸਾਰੀ ਉਮਰ ਬਾਂਝ ਰਹੇਗੀ। ਜੇ ਮੁੰਡਾ ਹੈ, ਤਾਂ ਉਹ ਜਿਉਂਦਾ ਰਹੇਗਾ ਅਤੇ ਇੱਥੋਂ ਤੱਕ ਕਿ ਅਚਾਨਕ ਮਰਨ ਲਈ ਵੀ ਸਿਖਲਾਈ ਪ੍ਰਾਪਤ ਹੋਵੇਗਾ। ਉਹ ਕਦੇ ਵੀ ਆਪਣੇ ਮਾਪਿਆਂ ਨੂੰ ਦਫ਼ਨਾਉਣ ਲਈ ਨਹੀਂ ਜੀਉਂਦੇ।

ਮੈਂ ਇੱਥੇ ਇਹ ਦੱਸਣਾ ਚਾਹਾਂਗਾ ਕਿ ਬਾਂਝਪਨ ਜ਼ਿਆਦਾਤਰ ਭੂਤਾਂ ਕਾਰਨ ਹੁੰਦਾ ਹੈ। ਤੁਸੀਂ ਇੱਥੇ ਧਰਤੀ 'ਤੇ ਇੱਕ ਔਰਤ ਨੂੰ ਬਾਂਝ ਦੇਖ ਸਕਦੇ ਹੋ, ਪਰ ਉਸ ਦੇ ਸਮੁੰਦਰ ਵਿੱਚ ਬੱਚੇ ਹੋਣਗੇ। ਇਸ ਲਈ ਮੈਂ ਪਰਮੇਸ਼ੁਰ ਦੇ ਬੱਚਿਆਂ ਨੂੰ ਸਿਰਫ਼ ਪਰਮੇਸ਼ੁਰ ਦੀ ਉਡੀਕ ਕਰਨ ਦੀ ਸਲਾਹ ਦਿੰਦਾ ਹਾਂ ਕਿਉਂਕਿ ਸਿਰਫ਼ ਪਰਮੇਸ਼ੁਰ ਹੀ ਅਸਲੀ ਬੱਚੇ ਦਿੰਦਾ ਹੈ।

(ਸੱਚ: 1 ਸਮੂਏਲ 2: 5 - "ਬਾਂਝ ਨੇ ਸੱਤ ਜਨਮ ਲਏ ਹਨ।")

5. ਪੈਸੇ ਦੇਣਾ

ਜੇਕਰ ਕੋਈ ਆਦਮੀ ਸਾਡੇ ਕੋਲ ਪੈਸੇ ਲੈਣ ਆਉਂਦਾ ਹੈ, ਤਾਂ ਉਸਨੂੰ ਇਹ ਸ਼ਰਤਾਂ ਦਿੱਤੀਆਂ ਜਾਣਗੀਆਂ: ਉਸਨੂੰ ਆਪਣੇ ਸਰੀਰ ਦਾ ਇੱਕ ਹਿੱਸਾ ਦੇਣ

ਲਈ ਕਿਹਾ ਜਾਵੇਗਾ, ਜਾਂ ਜੇਕਰ ਉਸਦਾ ਕੋਈ ਪਰਿਵਾਰ ਹੈ ਤਾਂ ਉਸਨੂੰ ਆਪਣੇ ਪੁੱਤਰ ਨੂੰ ਲਿਆਉਣ ਲਈ ਕਿਹਾ ਜਾਵੇਗਾ; ਜੇਕਰ ਉਹ ਕੁਆਰਾ ਹੈ, ਤਾਂ ਉਸਦਾ ਵੱਡਾ ਜਾਂ ਛੋਟਾ ਭਰਾ - ਉਸੇ ਕੁੱਖ ਵਿੱਚੋਂ ਕੋਈ।

ਪੀੜਤ ਨੂੰ ਮਾਰਨ ਵੇਲੇ, ਦਾਨੀ ਨੂੰ ਇੱਕ ਬਰਛਾ ਜਾਂ ਤੀਰ ਦਿੱਤਾ ਜਾਂਦਾ ਸੀ। ਉਸਦੇ ਰਿਸ਼ਤੇਦਾਰ ਸ਼ੀਸ਼ੇ ਵਿੱਚ ਦਿਖਾਈ ਦਿੰਦੇ ਸਨ; ਜਿਵੇਂ ਹੀ ਉਹ ਦਾਨ ਕੀਤਾ ਹੋਇਆ ਪਾਸ ਹੁੰਦਾ ਸੀ, ਉਸਨੂੰ ਵਾਰ ਕਰਨ ਲਈ ਕਿਹਾ ਜਾਂਦਾ ਸੀ, ਅਤੇ ਇਸ ਤਰ੍ਹਾਂ ਹੋਣ 'ਤੇ ਪੀੜਤ ਉੱਥੇ ਹੀ ਮਰ ਜਾਂਦਾ ਸੀ ਜਿੱਥੇ ਉਹ ਹੁੰਦਾ ਸੀ।

ਹੋਰ ਵੀ ਤਰੀਕੇ ਹਨ, ਪਰ ਇੱਕ ਕੰਮ ਸ਼ੈਤਾਨ ਕਰਦਾ ਹੈ ਕਿ ਉਹ ਇਹ ਯਕੀਨੀ ਬਣਾਉਂਦਾ ਹੈ ਕਿ ਹਰ ਤਰੀਕੇ ਵਿੱਚ, ਦਾਨੀ ਪੀੜਤ ਦੀ ਮੌਤ ਲਈ ਜ਼ਿੰਮੇਵਾਰ ਬਣੇ, ਦਾਨੀ ਤੋਂ ਪੀੜਤ ਨੂੰ ਵਾਰ ਕਰਵਾ ਕੇ।

ਯਾਦ ਰੱਖੋ, ਸ਼ੈਤਾਨ ਕੋਲ ਕੋਈ ਮੁਫ਼ਤ ਦਾਤ ਨਹੀਂ ਹੈ!

(ਅੰਤਮ ਸੱਚ: ਧਨ-ਦੌਲਤ ਦਾ ਹਰ ਸ਼ਾਰਟਕੱਟ ਇੱਕ ਜਾਲ ਹੈ — ਮੱਤੀ 16:26 ।)

ਮੁਕਤੀ ਪ੍ਰਤੀਬਿੰਬ

- ਨਰਕ ਲਹੂ ਦੀ ਮੰਗ ਕਰਦਾ ਹੈ; ਸਵਰਗ ਨੇ ਮਸੀਹ ਦਾ ਲਹੂ ਇੱਕ ਵਾਰ ਹਮੇਸ਼ਾ ਲਈ ਪੇਸ਼ ਕੀਤਾ (ਇਬਰਾਨੀਆਂ 9:12)।

- ਡਰ ਦੁਆਰਾ ਕੀਤਾ ਗਿਆ ਹਰ ਨੇਮ ਸਿਰਫ਼ ਤੋਬਾ ਅਤੇ ਸਲੀਬ ਦੁਆਰਾ ਹੀ ਤੋੜਿਆ ਜਾ ਸਕਦਾ ਹੈ।
- ਈਸਾਈ ਪ੍ਰਸ਼ੰਸਾ ਅਤੇ ਪ੍ਰਾਰਥਨਾ ਰਾਹੀਂ ਵਿਸਫੋਟਕ ਸ਼ਕਤੀ ਰੱਖਦੇ ਹਨ - ਇਸਦੀ ਵਰਤੋਂ ਕਰੋ!
- ਸੱਚੀ ਖੁਸ਼ਹਾਲੀ, ਇਲਾਜ ਅਤੇ ਬੱਚੇ ਸਿਰਫ਼ ਪਰਮਾਤਮਾ ਦੀ ਆਗਿਆਕਾਰੀ ਤੋਂ ਹੀ ਆਉਂਦੇ ਹਨ।

ਤਿਆਗ ਅਤੇ ਸੁਰੱਖਿਆ ਦੀ ਪ੍ਰਾਰਥਨਾ

ਪ੍ਰਭੂ ਯਿਸੂ ਮਸੀਹ, ਮੈਂ ਤੁਹਾਡਾ ਧੰਨਵਾਦ ਕਰਦਾ ਹਾਂ ਕਿ ਤੁਸੀਂ ਦੁਸ਼ਮਣ ਦੇ ਧੋਖੇ ਨੂੰ ਬੇਨਕਾਬ ਕੀਤਾ। ਮੈਂ ਜਾਣਬੁੱਝ ਕੇ ਜਾਂ ਅਣਜਾਣੇ ਵਿੱਚ, ਸ਼ੈਤਾਨੀ ਨੇਮਾਂ, ਜਾਦੂ-ਟੂਣਿਆਂ, ਜਾਂ ਝੂਠੇ ਨਬੀਆਂ ਨਾਲ ਹਰ ਤਰ੍ਹਾਂ ਦੀ ਸ਼ਮੂਲੀਅਤ ਨੂੰ ਤਿਆਗ ਦਿੰਦਾ ਹਾਂ। ਯਿਸੂ ਦੇ ਲਹੂ ਨੂੰ ਮੇਰੇ ਲਈ ਬਿਹਤਰ ਗੱਲਾਂ ਕਹਿਣ ਦਿਓ। ਮੈਂ ਉਤਸੁਕਤਾ, ਡਰ, ਜਾਂ ਅਗਿਆਨਤਾ ਦੁਆਰਾ ਖੋਲ੍ਹੇ ਗਏ ਹਰ ਦਰਵਾਜ਼ੇ ਨੂੰ ਬੰਦ ਕਰ ਦਿੰਦਾ ਹਾਂ। ਮੈਨੂੰ ਤੁਹਾਡੇ ਦੁਆਰਾ ਵਾਅਦਾ ਕੀਤਾ ਗਿਆ ਭਰਪੂਰ ਜੀਵਨ ਪ੍ਰਾਪਤ ਹੁੰਦਾ ਹੈ। ਮੈਨੂੰ ਸੱਚਾਈ, ਪਵਿੱਤਰਤਾ ਅਤੇ ਸਮਝਦਾਰੀ ਵਿੱਚ ਚੱਲਣ ਲਈ ਮਜ਼ਬੂਤ ਬਣਾਓ। ਆਮੀਨ।

ਅਧਿਆਇ 4: ਸ਼ੈਤਾਨ ਈਸਾਈਆਂ ਨਾਲ ਕਿਵੇਂ ਲੜਦਾ ਹੈ

(ਮੂਲ ਲਿਖਤ ਸੁਰੱਖਿਅਤ ਹੈ; ਸੰਖੇਪ ਵਿਆਖਿਆਵਾਂ)

"ਕਿਉਂਕਿ ਅਸੀਂ ਮਾਸ ਅਤੇ ਲਹੂ ਨਾਲ ਨਹੀਂ, ਸਗੋਂ ਹਕੂਮਤਾਂ, ਸ਼ਕਤੀਆਂ, ਉੱਚੀਆਂ ਥਾਵਾਂ 'ਤੇ ਅਧਿਆਤਮਿਕ ਦੁਸ਼ਟਤਾ ਦੇ ਵਿਰੁੱਧ ਲੜਦੇ ਹਾਂ ।" ਅਫ਼ਸੀਆਂ 6:10-12

*[ਨੋਟ: **ਇਹ ਪੂਰੇ ਅਧਿਆਇ ਨੂੰ ਦਰਸਾਉਂਦਾ ਹੈ: ਅਸਲ ਟਕਰਾਅ ਅਧਿਆਤਮਿਕ ਹੈ; ਹਥਿਆਰ ਅਧਿਆਤਮਿਕ ਹੋਣੇ ਚਾਹੀਦੇ ਹਨ—ਅਫ਼ਸੀਆਂ 6:13-18 ।]***

ਈਸਾਈਆਂ ਨਾਲ ਲੜਨਾ

ਲੂਸੀਫ਼ਰ ਦੁਆਰਾ ਈਸਾਈਆਂ ਨਾਲ ਲੜਨ ਦੇ ਹੁਕਮ ਤੋਂ ਬਾਅਦ, ਅਸੀਂ ਫਿਰ ਬੈਠ ਕੇ ਉਨ੍ਹਾਂ ਨਾਲ ਲੜਨ ਦੇ ਤਰੀਕਿਆਂ ਦਾ ਨਕਸ਼ਾ ਤਿਆਰ ਕੀਤਾ:

1. ਬਿਮਾਰੀਆਂ ਦਾ ਕਾਰਨ ਬਣਦੇ ਹਨ।
2. ਬਾਂਝਪਨ ਦਾ ਕਾਰਨ ਬਣ ਰਿਹਾ ਹੈ।
3. ਚਰਚ ਵਿੱਚ ਨੀਂਦ ਲਿਆਉਣਾ।
4. ਚਰਚ ਵਿੱਚ ਉਲਝਣ ਪੈਦਾ ਕਰਨਾ।
5. ਚਰਚ ਵਿੱਚ ਸੀਤਲਤਾ ਪੈਦਾ ਕਰਨਾ।

6. ਉਨ੍ਹਾਂ ਨੂੰ ਪਰਮੇਸ਼ੁਰ ਦੇ ਬਚਨ ਤੋਂ ਅਣਜਾਣ ਬਣਾਉਣਾ।
7. ਫੈਸ਼ਨ ਅਤੇ ਇਮੂਲੇਸ਼ਨ ਦੁਆਰਾ।
8. ਉਨ੍ਹਾਂ ਨਾਲ ਸਰੀਰਕ ਤੌਰ 'ਤੇ ਲੜਨਾ।
   [**ਟਿੱਪਣੀ:** ***ਇਹ ਪ੍ਰਾਰਥਨਾ, ਸ਼ੁੱਧਤਾ, ਏਕਤਾ, ਧਰਮ-ਗ੍ਰੰਥ ਨੂੰ ਨਿਸ਼ਾਨਾ ਬਣਾਉਂਦੇ ਹਨ- ਬਿਲਕੁਲ ਉਹ ਜੋ ਚਰਚ ਨੂੰ ਤਾਕਤ ਦਿੰਦਾ ਹੈ। ਰਸੂਲਾਂ ਦੇ ਕਰਤੱਬ 2:42-47; ਯਾਕੂਬ 4:7-8 ਵੇਖੋ।]***

ਉਪਰੋਕਤ ਵਿੱਚੋਂ ਮੈਂ ਦੋ ਦੀ ਵਿਆਖਿਆ ਕਰਨਾ ਚਾਹਾਂਗਾ:

1. ਸਰੀਰਕ ਤੌਰ 'ਤੇ ਲੜਨਾ

ਨਵੇਂ ਜਨਮੇ ਈਸਾਈਆਂ ਨੂੰ ਦੇਖਾਂਗਾ । ਅਸੀਂ ਪਖੰਡੀਆਂ ਨਾਲ ਨਹੀਂ ਲੜਦੇ ਕਿਉਂਕਿ ਉਹ ਪਹਿਲਾਂ ਹੀ ਸਾਡੇ ਹਨ। ਫਿਰ ਅਸੀਂ ਆਪਣੀਆਂ ਕੁੜੀਆਂ ਨੂੰ ਪਹਿਲਾਂ ਵੱਡੇ ਚਰਚਾਂ ਵਿੱਚ ਭੇਜਾਂਗੇ। ਚਰਚ ਦੇ ਅੰਦਰ ਉਹ ਗਮ ਚਬਾਉਣਗੀਆਂ ਜਾਂ ਬੱਚੇ ਨੂੰ ਰਵਾਉਣਗੀਆਂ ਜਾਂ ਕੁਝ ਵੀ ਕਰਨਗੀਆਂ ਜੋ ਲੋਕਾਂ ਨੂੰ ਪਰਮੇਸ਼ੁਰ ਦੇ ਬਚਨ ਨੂੰ ਸੁਣਨ ਤੋਂ ਭਟਕਾਉਣਗੀਆਂ। ਉਹ ਅਧਿਆਤਮਿਕ ਤੌਰ 'ਤੇ ਆਉਣ ਅਤੇ ਪ੍ਰਚਾਰ ਦੌਰਾਨ ਲੋਕਾਂ ਨੂੰ ਸੁਲਾਉਣ ਦਾ ਫੈਸਲਾ ਕਰ ਸਕਦੀਆਂ ਹਨ। ਜਿਸ ਪਲ ਉਹ ਤੁਹਾਨੂੰ ਪ੍ਰਚਾਰ ਕਾਰਨ ਸ਼ਾਂਤ ਮਨਨ ਕਰਦੇ ਦੇਖਦੇ ਹਨ, ਉਹ ਚਰਚ ਦੇ ਬਾਹਰ ਤੁਹਾਡਾ ਇੰਤਜ਼ਾਰ ਕਰਨਗੇ ਅਤੇ ਜਿਵੇਂ ਹੀ ਤੁਸੀਂ ਬਾਹਰ ਆਉਂਦੇ ਹੋ, ਉਨ੍ਹਾਂ ਵਿੱਚੋਂ ਇੱਕ ਤੁਹਾਡਾ ਸਵਾਗਤ ਕਰੇਗੀ ਅਤੇ ਤੁਹਾਨੂੰ ਇੱਕ ਤੋਹਫ਼ਾ ਵੀ ਦੇਵੇਗੀ (ਅਤੇ ਇਹ ਹਮੇਸ਼ਾ ਉਹੀ ਹੁੰਦਾ ਹੈ ਜੋ ਤੁਸੀਂ ਪਿਆਰ ਕਰਦੇ ਹੋ) ਅਤੇ ਬਹੁਤ ਦੋਸਤਾਨਾ ਦਿਖਾਈ ਦੇਵੇਗੀ। ਉਹ ਸਭ ਕੁਝ ਕਰੇਗੀ ਅਤੇ ਤੁਹਾਨੂੰ ਪਤਾ ਲੱਗਣ ਤੋਂ ਪਹਿਲਾਂ ਕਿ

ਤੁਸੀਂ ਚਰਚ ਵਿੱਚ ਕੀ ਸਿੱਖ ਰਹੇ ਹੋ, ਤੁਸੀਂ ਉਹ ਸਭ ਭੁੱਲ ਗਏ ਸੀ ਜੋ ਤੁਸੀਂ ਚਰਚ ਵਿੱਚ ਸਿੱਖਿਆ ਸੀ। ਪਰ ਇੱਕ ਅਸਲੀ ਈਸਾਈ ਲਈ, ਇਹਨਾਂ ਵਿੱਚੋਂ ਇੱਕ ਕੁੜੀ, ਸੇਵਾ ਤੋਂ ਬਾਅਦ, ਤੁਹਾਡਾ ਸਵਾਗਤ ਕਰਨ ਲਈ ਬਾਹਰ ਛਾਲ ਮਾਰਦੀ ਸੀ ਅਤੇ ਤੁਹਾਡੇ ਘਰ ਨੂੰ ਇਸ ਬਹਾਨੇ ਨਾਲ ਜਾਣਨਾ ਚਾਹੁੰਦੀ ਸੀ ਕਿ ਉਹ ਸ਼ਹਿਰ ਵਿੱਚ ਨਵੀਂ ਸੀ ਅਤੇ ਆਲੇ-ਦੁਆਲੇ ਬਹੁਤ ਸਾਰੇ ਈਸਾਈਆਂ ਨੂੰ ਨਹੀਂ ਜਾਣਦੀ ਸੀ। ਉਸਨੂੰ ਘਰ ਲੈ ਜਾਣ 'ਤੇ, ਉਹ ਜਲਦੀ ਨਾਲ ਕੇਲੇ ਖਰੀਦਦੀ ਸੀ ਅਤੇ ਈਸਾਈ ਇਸਨੂੰ ਪਿਆਰ ਦੇ ਇਸ਼ਾਰੇ ਵਜੋਂ ਲੈਂਦੀ ਸੀ। ਉਹ ਆਪਣੀਆਂ ਮੁਲਾਕਾਤਾਂ ਉਦੋਂ ਤੱਕ ਜਾਰੀ ਰੱਖੇਗੀ ਜਦੋਂ ਤੱਕ ਉਹ ਅੰਤ ਵਿੱਚ ਤੁਹਾਡੇ ਵਿੱਚ ਮਸੀਹ ਦੀ ਰੌਸ਼ਨੀ ਨੂੰ ਬੁਝਾ ਨਹੀਂ ਦਿੰਦੀ ਅਤੇ ਫਿਰ ਆਉਣਾ ਬੰਦ ਨਹੀਂ ਕਰ ਦਿੰਦੀ। ਜੀਵਤ ਚਰਚਾਂ ਅਤੇ ਫੈਲੋਸ਼ਿਪਾਂ ਵਿੱਚ ਮੁੱਖ ਕਾਰਜ ਹਨ: ਈਸਾਈਆਂ ਨੂੰ ਪਰਮੇਸ਼ੁਰ ਦੇ ਬਚਨ ਨੂੰ ਪੜ੍ਹਨ ਅਤੇ ਅਧਿਐਨ ਕਰਨ ਤੋਂ ਨਿਰਾਸ਼ ਕਰਨਾ, ਅਤੇ ਇਸ ਤਰ੍ਹਾਂ ਉਨ੍ਹਾਂ ਨੂੰ ਉਨ੍ਹਾਂ ਦੇ ਅਧਿਕਾਰ ਅਤੇ ਪਰਮੇਸ਼ੁਰ ਦੇ ਵਾਅਦਿਆਂ ਤੋਂ ਅਣਜਾਣ ਬਣਾਉਣਾ। ਧਰਮ ਯੁੱਧ ਦੇ ਆਧਾਰ 'ਤੇ ਇਨ੍ਹਾਂ ਕੁੜੀਆਂ ਨੂੰ ਮਤਭੇਦ ਅਤੇ ਝਗੜੇ ਪੈਦਾ ਕਰਨ ਲਈ ਭੇਜਿਆ ਜਾਵੇਗਾ।

[**ਗਾਰਡਰੇਲ**: ***(ਏ) ਬਚਨ ਨਾਲ ਭਰਪੂਰ ਰਹੋ (ਕੁਲੁੱਸੀਆਂ 3:16), (ਬੀ) "ਨਵੇਂ ਸੰਪਰਕਾਂ" ਨਾਲ ਸੀਮਾਵਾਂ ਬਣਾਈ ਰੱਖੋ, (ਸੀ) ਤੋਹਫ਼ਿਆਂ ਨੂੰ ਸਮਝਦਾਰੀ ਨੂੰ ਨਜ਼ਰਅੰਦਾਜ਼ ਨਾ ਕਰਨ ਦਿਓ (1 ਯੂਹੰਨਾ 4:1), (ਡੀ) ਦੇਖਣ ਅਤੇ ਪ੍ਰਾਰਥਨਾ ਕਰਨ ਲਈ ਸ਼ੁਰੂਆਤ ਕਰਨ ਵਾਲਿਆਂ/ਵਿਚੋਲਿਆਂ ਨੂੰ ਨਿਯੁਕਤ ਕਰੋ— ਮੱਤੀ 26:41 ।***]

ਈਸਾਈਆਂ ਨੂੰ ਕਿਵੇਂ ਜਾਣਿਆ ਜਾਂਦਾ ਹੈ?

ਨਵੇਂ ਸਿਰਿਓਂ ਜਨਮ ਲੈਣ ਵਾਲੇ ਈਸਾਈ ਉਸ ਬਾਈਬਲ ਤੋਂ ਨਹੀਂ ਜਾਣੇ ਜਾਂਦੇ ਜੋ ਉਹ ਹਮੇਸ਼ਾ ਰੱਖਦੇ ਹਨ ਜਾਂ ਉਨ੍ਹਾਂ ਬਹੁਤ ਸਾਰੀਆਂ ਸੰਗਤੀਆਂ ਤੋਂ ਜਿਨ੍ਹਾਂ ਵਿੱਚ ਉਹ ਜਾਂਦੇ ਹਨ। ਉਹ ਆਤਮਿਕ ਸੰਸਾਰ ਵਿੱਚ ਉਸ ਰੌਸ਼ਨੀ ਦੁਆਰਾ ਜਾਣੇ ਜਾਂਦੇ ਹਨ ਜੋ ਦਿਲ ਵਿੱਚ ਇੱਕ ਬਹੁਤ ਹੀ ਚਮਕਦਾਰ ਮੋਮਬੱਤੀ ਵਾਂਗ ਨਿਰੰਤਰ ਚਮਕਦੀ ਹੈ ਜਾਂ ਸਿਰ ਦੁਆਲੇ ਰੌਸ਼ਨੀ ਦੇ ਚੱਕਰ ਜਾਂ ਉਨ੍ਹਾਂ ਦੁਆਲੇ ਅੱਗ ਦੀ ਕੰਧ ਵਾਂਗ। ਜਦੋਂ ਇੱਕ ਈਸਾਈ ਤੁਰ ਰਿਹਾ ਹੁੰਦਾ ਹੈ, ਤਾਂ ਅਸੀਂ ਦੂਤਾਂ ਨੂੰ ਉਸਦੇ ਨਾਲ-ਨਾਲ ਤੁਰਦੇ ਦੇਖਦੇ ਹਾਂ, ਇੱਕ ਸੱਜੇ ਪਾਸੇ, ਇੱਕ ਖੱਬੇ ਪਾਸੇ, ਅਤੇ ਇੱਕ ਪਿੱਛੇ। ਇਸ ਨਾਲ ਸਾਡੇ ਲਈ ਉਸਦੇ ਨੇੜੇ ਆਉਣਾ ਅਸੰਭਵ ਹੋ ਜਾਂਦਾ ਹੈ।

ਅਸੀਂ ਸਫਲ ਹੋਣ ਦਾ ਇੱਕੋ ਇੱਕ ਤਰੀਕਾ ਹੈ ਈਸਾਈ ਨੂੰ ਪਾਪ ਕਰਵਾਉਣਾ, ਇਸ ਤਰ੍ਹਾਂ ਸਾਨੂੰ ਅੰਦਰ ਆਉਣ ਲਈ ਇੱਕ ਛਲ-ਛੱਲਾ ਦੇਣਾ। ਜਦੋਂ ਇੱਕ ਈਸਾਈ ਕਾਰ ਚਲਾ ਰਿਹਾ ਹੁੰਦਾ ਹੈ ਅਤੇ ਅਸੀਂ ਉਸਨੂੰ ਨੁਕਸਾਨ ਪਹੁੰਚਾਉਣਾ ਚਾਹੁੰਦੇ ਹਾਂ, ਤਾਂ ਅਸੀਂ ਪਾਉਂਦੇ ਹਾਂ ਕਿ ਉਹ ਕਦੇ ਵੀ ਕਾਰ ਵਿੱਚ ਇਕੱਲਾ ਨਹੀਂ ਹੁੰਦਾ। ਉਸਦੇ ਕੋਲ ਹਮੇਸ਼ਾ ਇੱਕ ਦੂਤ ਹੁੰਦਾ ਹੈ। ਓ, ਜੇਕਰ ਈਸਾਈ ਸਿਰਫ਼ ਉਹ ਸਭ ਕੁਝ ਜਾਣਦਾ ਹੈ ਜੋ ਪਰਮੇਸ਼ੁਰ ਨੇ ਉਸ ਲਈ ਰੱਖਿਆ ਹੈ, ਤਾਂ ਉਹ ਪਾਪ ਵਿੱਚ ਦਖਲ ਨਹੀਂ ਦੇਵੇਗਾ ਜਾਂ ਲਾਪਰਵਾਹੀ ਨਾਲ ਨਹੀਂ ਜੀਵੇਗਾ!

[**ਕੁੰਜੀ:** ***ਪਾਪ ਦਰਵਾਜ਼ੇ ਖੋਲ੍ਹਦਾ ਹੈ (ਅਫ਼ਸੀਆਂ 4:27) । ਪਵਿੱਤਰਤਾ ਵਾੜ ਰੱਖਦੀ ਹੈ (ਕਹਾਉਤਾਂ 25:28; ਜ਼ਕ. 2:5)*** ।]

2. ਪਿੱਛੇ ਹਟ ਗਏ ਈਸਾਈਆਂ ਨੂੰ ਬਣਾਉਣਾ

ਲੂਸੀਫਰ ਦੁਆਰਾ ਨਿਯੁਕਤ ਚੇਅਰਮੈਨ ਹੋਣ ਦੇ ਨਾਤੇ, ਮੈਂ ਇਨ੍ਹਾਂ ਕੁੜੀਆਂ ਨੂੰ ਜੀਵਤ ਚਰਚਾਂ ਅਤੇ ਫੈਲੋਸ਼ਿਪਾਂ ਵਿੱਚ ਭੇਜਾਂਗਾ। ਇਹ ਕੁੜੀਆਂ ਵਧੀਆ ਕੱਪੜੇ ਪਾ ਕੇ ਅਤੇ ਪ੍ਰਚਾਰ ਤੋਂ ਬਾਅਦ ਵੇਦੀ ਦੇ ਸੱਦੇ ਲਈ ਬਾਹਰ ਆਉਣਗੀਆਂ, ਮਸੀਹ ਨੂੰ ਪ੍ਰਾਪਤ ਕਰਨ ਦਾ ਦਿਖਾਵਾ ਕਰਨਗੀਆਂ ਅਤੇ ਉਨ੍ਹਾਂ ਲਈ ਪ੍ਰਾਰਥਨਾ ਕੀਤੀ ਜਾਵੇਗੀ। ਫੈਲੋਸ਼ਿਪ ਜਾਂ ਸੇਵਾ ਦੇ ਅੰਤ 'ਤੇ ਉਹ ਪ੍ਰਚਾਰਕ ਦੀ ਉਡੀਕ ਵਿੱਚ ਘੁੰਮਦੀਆਂ ਰਹਿਣਗੀਆਂ ਜੋ ਕੁਦਰਤੀ ਤੌਰ 'ਤੇ ਇਨ੍ਹਾਂ ਨਵੇਂ ਧਰਮ ਪਰਿਵਰਤਨ ਕਰਨ ਵਾਲਿਆਂ ਲਈ ਬਹੁਤ ਖੁਸ਼ ਹੋਵੇਗਾ। ਧਰਮ ਪਰਿਵਰਤਨ ਕਰਨ ਵਾਲੇ ਪ੍ਰਚਾਰਕ ਦੇ ਪਿੱਛੇ-ਪਿੱਛੇ ਉਸਦੇ ਘਰ ਵੀ ਜਾ ਸਕਦੇ ਹਨ। ਜੇਕਰ ਪ੍ਰਚਾਰਕ ਕੋਲ ਸਮਝਦਾਰੀ ਦੀ ਭਾਵਨਾ ਨਹੀਂ ਹੈ ਤਾਂ ਉਹ ਉਸਨੂੰ ਵਿਭਚਾਰ ਜਾਂ ਵਿਭਚਾਰ ਦੇ ਪਾਪ ਵਿੱਚ ਲੁਭਾਏਗੀ। ਇਹ ਉਸ ਸਮੇਂ ਵਾਪਰਦਾ ਹੈ ਜਦੋਂ ਉਹ ਉਸਦੀ ਕਾਮਨਾ ਨਾਲ ਪ੍ਰਸ਼ੰਸਾ ਕਰਦਾ ਹੈ। ਉਹ ਇਹ ਯਕੀਨੀ ਬਣਾਏਗੀ ਕਿ ਉਹ ਇਸ ਪਾਪ ਵਿੱਚ ਉਦੋਂ ਤੱਕ ਜਾਰੀ ਰਹੇ ਜਦੋਂ ਤੱਕ ਉਹ ਅੰਤ ਵਿੱਚ ਉਸ ਵਿੱਚ ਪਰਮੇਸ਼ੁਰ ਦੀ ਆਤਮਾ ਨੂੰ ਨਹੀਂ ਬੁਝਾ ਦਿੰਦੀ ਅਤੇ ਫਿਰ ਉਸਨੂੰ ਛੱਡ ਦਿੰਦੀ, ਮਿਸ਼ਨ ਪੂਰਾ ਹੋ ਜਾਂਦਾ ਹੈ।
[**ਸੇਵਕਾਂ ਲਈ ਸੁਰੱਖਿਆ:** ***ਕਦੇ ਵੀ ਇਕੱਲੀ ਸਲਾਹ ਨਾ ਦਿਓ; ਦਿਖਾਈ ਦੇਣ ਵਾਲੀਆਂ ਮੁਲਾਕਾਤਾਂ ਵਾਲੀਆਂ ਥਾਵਾਂ; ਜੀਵਨ ਸਾਥੀ/ਬਜ਼ੁਰਗ ਮੌਜੂਦ; ਅੱਖਾਂ/ਦਿਲ ਦੀ ਰਾਖੀ ਕਰੋ— ਮੱਤੀ*** *5:28; 1* ***ਤਿਮੋਥਿਉਸ*** *3:2;* ***ਕਹਾਉਤਾਂ*** *4:23]*

ਇਸ ਮੌਕੇ 'ਤੇ, ਮੈਂ ਇੱਕ ਮੰਤਰੀ ਦੀ ਗਵਾਹੀ ਦੇਣਾ ਚਾਹੁੰਦਾ ਹਾਂ। ਦੁਸ਼ਟ ਆਤਮਿਕ ਸੰਸਾਰ ਵਿੱਚ ਉਸਨੂੰ ਰੱਬ ਦੇ ਬੰਦੇ ਵਜੋਂ ਜਾਣਿਆ ਜਾਂਦਾ ਹੈ। ਜਦੋਂ

ਉਹ ਗੋਡਿਆਂ ਭਾਰ ਬੈਠਦਾ ਸੀ ਤਾਂ ਸਾਡੇ ਵਿੱਚ ਉਲਝਣ ਹੁੰਦੀ ਸੀ। ਇਸ ਲਈ ਅਸੀਂ ਇਹਨਾਂ ਕੁੜੀਆਂ ਨੂੰ ਉਸਦੇ ਕੋਲ ਭੇਜਿਆ। ਇਹ ਆਦਮੀ ਉਹਨਾਂ ਨੂੰ ਖੁਆਉਂਦਾ ਵੀ ਸੀ ਪਰ ਭਰਮਾਉਣ ਤੋਂ ਇਨਕਾਰ ਕਰਦਾ ਸੀ। ਉਹਨਾਂ ਨੇ ਉਹ ਸਭ ਕੁਝ ਕੀਤਾ ਜੋ ਉਹ ਕਰ ਸਕਦੇ ਸਨ ਪਰ ਕਦੇ ਸਫਲ ਨਹੀਂ ਹੋਏ। ਨਤੀਜੇ ਵਜੋਂ, ਇਹਨਾਂ ਕੁੜੀਆਂ ਨੂੰ ਉਹਨਾਂ ਦੀ ਅਸਫਲਤਾ ਲਈ ਮਾਰ ਦਿੱਤਾ ਗਿਆ।

ਫਿਰ ਮੈਂ ਇੱਕ ਔਰਤ ਵਿੱਚ ਬਦਲ ਗਈ ਅਤੇ ਉਸਦੇ ਕੋਲ ਗਈ, ਅਤੇ ਸ਼ਬਦਾਂ ਦੁਆਰਾ ਇੱਕ ਹਰਕਤਾਂ ਨੇ ਉਸਨੂੰ ਲੁਭਾਉਣ ਦੀ ਕੋਸ਼ਿਸ਼ ਕੀਤੀ, ਪਰ ਉਹ ਅਡੋਲ ਸੀ। ਇਹ ਮੇਰੇ ਲਈ ਬਹੁਤ ਜ਼ਿਆਦਾ ਸੀ, ਇਸ ਲਈ ਮੈਂ ਉਸਨੂੰ ਸਰੀਰਕ ਤੌਰ 'ਤੇ ਮਾਰਨ ਦਾ ਫੈਸਲਾ ਕੀਤਾ। ਇੱਕ ਦਿਨ, ਇਹ ਮੰਤਰੀ ਓਡੂਏਕਪੇ ਰੋਡ ਬਾਜ਼ਾਰ ਸ਼ਹਿਰ ਗਿਆ। ਮੈਂ ਉਸਨੂੰ ਦੇਖਿਆ ਅਤੇ ਜਦੋਂ ਉਹ ਕੁਝ ਵਸਤੂਆਂ ਦੀ ਕੀਮਤ ਦੇਣ ਲਈ ਝੁਕਿਆ ਤਾਂ ਮੈਂ ਤੇਲ ਦੇ ਡਰੰਮਾਂ ਨਾਲ ਭਰੇ ਇੱਕ ਆ ਰਹੇ ਟ੍ਰੇਲਰ ਨੂੰ ਬਾਜ਼ਾਰ ਵਿੱਚ ਵ੍ਹੀਲ ਕੀਤਾ ਜਿੱਥੇ ਉਹ ਸੀ। ਟ੍ਰੇਲਰ NEPA ਹਾਈ ਟੈਂਸ਼ਨ ਪੋਲ ਨਾਲ ਟਕਰਾ ਗਿਆ ਅਤੇ ਸਿੱਧਾ ਬਾਜ਼ਾਰ ਵਿੱਚ ਡਿੱਗ ਪਿਆ, ਜਿਸ ਨਾਲ ਬਹੁਤ ਸਾਰੇ ਲੋਕ ਮਾਰੇ ਗਏ, ਪਰ ਇਹ ਮੰਤਰੀ ਬਚ ਗਿਆ। ਉਹ ਕਿਵੇਂ ਬਚ ਗਿਆ ਇਹ ਇੱਕ ਚਮਤਕਾਰ ਸੀ। ਇੱਕ ਹੋਰ ਦਿਨ, ਮੈਂ ਉਸਨੂੰ ਪੈਦਲ ਨਕਪੋਰ ਸ਼ਹਿਰ ਵੱਲ ਯਾਤਰਾ ਕਰਦੇ ਦੇਖਿਆ। ਮੈਂ ਦੁਬਾਰਾ ਉਸਨੂੰ ਮਾਰਨ ਲਈ ਯਾਮ ਨਾਲ ਭਰੀ ਇੱਕ ਆ ਰਹੀ ਫੌਜੀ ਲਾਰੀ ਨੂੰ ਵ੍ਹੀਲ ਕੀਤਾ। ਲਾਰੀ ਸਿੱਧੀ ਨਵੀਂ ਕਬਰਸਤਾਨ ਸੜਕ 'ਤੇ ਗਈ, ਬਹੁਤ ਸਾਰੇ ਲੋਕਾਂ ਨੂੰ ਮਾਰ ਦਿੱਤਾ, ਪਰ ਇਹ ਮੰਤਰੀ ਫਿਰ ਬਚ ਗਿਆ। ਇਸ ਦੂਜੀ ਕੋਸ਼ਿਸ਼ ਤੋਂ ਬਾਅਦ ਅਸੀਂ ਹਾਰ ਮੰਨ ਲਈ। ਉਹ ਅਜੇ ਵੀ ਜ਼ਿੰਦਾ ਹੈ!

ਇੱਕ ਈਸਾਈ ਦੇ ਕਾਰਨ, ਸ਼ੈਤਾਨ ਬਹੁਤ ਸਾਰੀਆਂ ਰੂਹਾਂ ਨੂੰ ਤਬਾਹ ਕਰਨ ਦਾ

ਫੈਸਲਾ ਕਰ ਸਕਦਾ ਹੈ, ਇਹ ਸੋਚ ਕੇ ਕਿ ਉਹ ਉਸਨੂੰ ਮਾਰ ਸਕਦਾ ਹੈ, ਪਰ ਉਹ ਹਮੇਸ਼ਾ ਅਸਫਲ ਰਹਿੰਦਾ ਹੈ। ਇਹ ਘਟਨਾਵਾਂ ਬਹੁਤ ਸਾਰੇ ਅਣਜਾਣ ਈਸਾਈਆਂ ਨਾਲ ਵਾਪਰੀਆਂ ਸਨ, ਪਰ ਉਨ੍ਹਾਂ ਦੇ ਪਰਮੇਸ਼ੁਰ ਨੇ ਹਮੇਸ਼ਾ ਉਨ੍ਹਾਂ ਨੂੰ ਬਚਾਇਆ। ਮੁਸੀਬਤ ਇਹ ਹੈ ਕਿ ਸ਼ੈਤਾਨ ਹਾਰ ਨਹੀਂ ਮੰਨਦਾ। ਉਸਦੇ ਵਿਚਾਰ ਹਮੇਸ਼ਾ ਹੁੰਦੇ ਹਨ: "ਮੈਂ ਸਫਲ ਹੋ ਸਕਦਾ ਹਾਂ।" ਪਰ ਉਹ ਕਦੇ ਨਹੀਂ ਹੁੰਦਾ। ਜਿੰਨਾ ਚਿਰ ਈਸਾਈ ਪਰਮਾਤਮਾ ਦੇ ਪਿਆਰ ਨਾਲ ਚੱਲਦਾ ਹੈ ਅਤੇ ਉਸ ਵਿੱਚ ਰਹਿੰਦਾ ਹੈ ਅਤੇ ਇਸ ਜੀਵਨ ਦੇ ਮਾਮਲਿਆਂ ਵਿੱਚ ਨਹੀਂ ਫਸਦਾ, ਸ਼ੈਤਾਨ ਕਦੇ ਵੀ ਸਫਲ ਨਹੀਂ ਹੋ ਸਕਦਾ, ਭਾਵੇਂ ਉਹ ਕਿੰਨੀ ਵੀ ਕੋਸ਼ਿਸ਼ ਕਰੇ। ਸਿਰਫ਼ ਅਵਿਸ਼ਵਾਸੀ ਹੀ ਉਸਦੇ ਅਧਿਕਾਰ ਵਿੱਚ ਹੈ।

[***ਉਤਸ਼ਾਹ**: **ਬ੍ਰਹਮ ਸੁਰੱਖਿਆ ਅਸਲ ਹੈ— ਜ਼ਬੂਰ** 91; **ਯਸਾਯਾਹ** 54:17; 2 **ਰਾਜਿਆਂ** 6:16-17]*

ਈਸਾਈ ਦਾ ਜ਼ੁਲਮ

ਇਹ ਜ਼ਿਆਦਾਤਰ ਸੁਪਨਿਆਂ ਵਿੱਚ ਹੁੰਦਾ ਹੈ। ਇੱਕ ਈਸਾਈ ਆਪਣੇ ਸੁਪਨਿਆਂ ਵਿੱਚ ਹੇਠ ਲਿਖੀਆਂ ਚੀਜ਼ਾਂ ਦੇਖ ਸਕਦਾ ਹੈ:

1. ਇੱਕ ਮਰਿਆ ਹੋਇਆ ਰਿਸ਼ਤੇਦਾਰ ਉਸਨੂੰ ਮਿਲਣ ਆ ਰਿਹਾ ਹੈ।
2. ਉਸਦਾ ਪਿੱਛਾ ਕਰ ਰਹੇ ਨਕਾਬਪੋਸ਼।
3. ਸਾਥੀ ਨਦੀ ਵਿੱਚ ਤੈਰਦੇ ਹੋਏ।
4. ਸਾਥੀ ਖਾਣਾ ਲਿਆ ਰਹੇ ਹਨ ਅਤੇ ਉਸਨੂੰ ਖਾਣ ਲਈ ਕਹਿ ਰਹੇ ਹਨ।

5. ਇੱਕ ਇਕੱਲੀ ਔਰਤ ਦਾ ਸਰੀਰਕ ਸੰਬੰਧ ਬਣਾਉਣਾ ਜਾਂ ਇੱਕ ਵਿਆਹੁਤਾ ਔਰਤ ਦਾ ਕਿਸੇ ਮਰਦ ਨਾਲ ਸਰੀਰਕ ਸੰਬੰਧ ਬਣਾਉਣਾ।
ਜੇਕਰ ਇਸ ਨਾਲ ਨਜਿੱਠਿਆ ਨਾ ਜਾਵੇ, ਤਾਂ ਕਈ ਵਾਰ ਬਾਂਝਪਨ ਦਾ ਕਾਰਨ ਬਣਦਾ ਹੈ। ਜਾਂ ਇੱਕ ਗਰਭਵਤੀ ਔਰਤ ਆਪਣੇ ਆਪ ਨੂੰ ਕਿਸੇ ਮਰਦ ਨਾਲ ਸੰਭੋਗ ਕਰਦੇ ਹੋਏ ਦੇਖਦੀ ਹੈ। ਜੇਕਰ ਇਸ ਨਾਲ ਤੁਰੰਤ ਨਜਿੱਠਿਆ ਨਾ ਜਾਵੇ, ਤਾਂ ਗਰਭਪਾਤ ਹੋ ਸਕਦਾ ਹੈ।

ਜੇਕਰ ਕੋਈ ਈਸਾਈ ਆਪਣੇ ਸੁਪਨਿਆਂ ਵਿੱਚ ਉਪਰੋਕਤ ਅਨੁਭਵ ਕਰਦਾ ਹੈ, ਤਾਂ ਉਸਨੂੰ ਹੱਥ ਦੀ ਲਹਿਰ ਨਾਲ ਇਸਨੂੰ ਇੱਕ ਪਾਸੇ ਨਹੀਂ ਰੱਖਣਾ ਚਾਹੀਦਾ, ਪਰ ਨੀਂਦ ਤੋਂ ਉੱਠਣ 'ਤੇ ਉਸਨੂੰ ਆਪਣੇ ਆਪ ਦੀ ਜਾਂਚ ਕਰਨੀ ਚਾਹੀਦੀ ਹੈ ਅਤੇ ਪਰਮਾਤਮਾ ਅੱਗੇ ਕਿਸੇ ਵੀ ਜਾਣੇ-ਪਛਾਣੇ ਪਾਪ ਦਾ ਇਕਬਾਲ ਕਰਨਾ ਚਾਹੀਦਾ ਹੈ, ਉਨ੍ਹਾਂ ਸਾਰੇ ਭੂਤਾਂ ਨੂੰ ਬੰਨ੍ਹਣਾ ਚਾਹੀਦਾ ਹੈ ਅਤੇ ਪਰਮਾਤਮਾ ਨੂੰ ਬੇਨਤੀ ਕਰਨੀ ਚਾਹੀਦੀ ਹੈ ਕਿ ਉਹ ਜੋ ਕੁਝ ਵੀ ਛੇੜਛਾੜ ਕੀਤੀ ਗਈ ਹੈ ਉਸਨੂੰ ਬਹਾਲ ਕਰੇ। ਇਹ ਬਹੁਤ ਮਹੱਤਵਪੂਰਨ ਹੈ। ਵਿਅਕਤੀ ਨੂੰ ਇੱਕ ਪਰਿਪੱਕ ਆਤਮਾ ਨਾਲ ਭਰੇ ਈਸਾਈ, ਵਿਸ਼ਵਾਸ ਵਿੱਚ ਵੱਡੀ ਉਮਰ ਦੇ, ਦੀ ਮਦਦ ਅਤੇ ਸਲਾਹ ਵੀ ਲੈਣੀ ਚਾਹੀਦੀ ਹੈ।
[**ਜਾਗਣ 'ਤੇ ਕਾਰਜ-ਯੋਜਨਾ**: ***(1) ਯਿਸੂ ਦੇ ਨਾਮ ਵਿੱਚ ਤਿਆਗ/ ਮਨ੍ਹਾ ਕਰਨਾ (ਲੂਕਾ 10:19), (2) ਲਹੂ ਦੀ ਬੇਨਤੀ ਕਰਨਾ (ਪ੍ਰਕਾ. 12:11), (3) ਪ੍ਰਾਰਥਨਾ ਵਿੱਚ ਨੇਮਾਂ ਨੂੰ ਰੱਦ ਕਰਨਾ (ਯਸਾ. 28:18), (4) ਜੇ ਸੰਭਵ ਹੋਵੇ ਤਾਂ ਸੰਗਤੀ ਲੈਣਾ (1 ਕੁਰਿੰ. 11), (5) ਪਾਸਟਰਲ ਕਵਰ ਪ੍ਰਾਪਤ ਕਰਨਾ।***]

ਸ਼ੈਤਾਨ ਦੀ ਆਤਮਾ ਜਿੱਤ

ਜਦੋਂ ਯਿਸੂ ਮਸੀਹ ਇਸ ਧਰਤੀ ਨੂੰ ਛੱਡ ਕੇ ਜਾ ਰਿਹਾ ਸੀ; ਉਸਨੇ ਆਪਣੇ ਚੇਲਿਆਂ ਨੂੰ ਇੱਕ ਹੁਕਮ ਦਿੱਤਾ: "ਸਾਰੇ ਸੰਸਾਰ ਵਿੱਚ ਜਾਓ ਅਤੇ ਸਾਰੀਆਂ ਕੌਮਾਂ ਨੂੰ ਚੇਲੇ ਬਣਾਓ।" ਜਦੋਂ ਕਿ ਕੁਝ ਈਸਾਈ ਅਜੇ ਵੀ ਇਸ ਹੁਕਮ ਦੀ ਪਾਲਣਾ ਕਰਨ ਲਈ ਇੱਕ ਢੁਕਵੇਂ ਅਤੇ ਸੁਵਿਧਾਜਨਕ ਸਮੇਂ ਦੀ ਉਡੀਕ ਕਰ ਰਹੇ ਹਨ, ਸ਼ੈਤਾਨ ਨੇ ਇਹ ਹੁਕਮ ਆਪਣੇ ਏਜੰਟਾਂ ਨੂੰ ਵੀ ਦਿੱਤਾ ਹੈ। ਫਰਕ ਇਹ ਹੈ ਕਿ ਸ਼ੈਤਾਨ ਦੇ ਏਜੰਟ ਈਸਾਈਆਂ ਨਾਲੋਂ ਰੂਹਾਂ ਜਿੱਤਣ ਵਿੱਚ ਵਧੇਰੇ ਗੰਭੀਰ ਹਨ!

ਸ਼ੈਤਾਨ ਦੇ ਰੂਹਾਂ ਜਿੱਤਣ ਦੇ ਖੇਤਰਾਂ ਵਿੱਚੋਂ ਇੱਕ ਸੈਕੰਡਰੀ ਸਕੂਲ ਹੈ, ਖਾਸ ਕਰਕੇ ਕੁੜੀਆਂ ਦੇ ਸਕੂਲ। ਸਾਡੀਆਂ ਕੁਝ ਕੁੜੀਆਂ ਨੂੰ ਸਕੂਲਾਂ ਵਿੱਚ ਵਿਦਿਆਰਥੀਆਂ ਵਜੋਂ ਭੇਜਿਆ ਜਾਂਦਾ ਹੈ। ਅਸੀਂ ਉਨ੍ਹਾਂ ਨੂੰ ਸਾਰੇ ਨਵੀਨਤਮ ਅਤੇ ਮਹਿੰਗੇ ਅੰਡਰਵੀਅਰ ਸਪਲਾਈ ਕਰਦੇ ਹਾਂ। ਇਹ ਪਹਿਲੀ ਤਰਜੀਹ ਹੈ, ਕਿਉਂਕਿ ਕੁੜੀਆਂ ਦੇ ਹੋਸਟਲਾਂ ਵਿੱਚ, ਉਹ ਸਿਰਫ਼ ਅੰਡਰਵੀਅਰ ਵਰਤਣਾ ਪਸੰਦ ਕਰਦੇ ਹਨ। ਸਾਡੇ ਏਜੰਟ ਨੂੰ ਕਦੇ ਵੀ ਕਿਸੇ ਚੀਜ਼ ਦੀ ਕਮੀ ਨਹੀਂ ਹੋਵੇਗੀ, ਸ਼ਿੰਗਾਰ, ਪਹਿਰਾਵੇ, ਅੰਡਰਵੀਅਰ, ਕਿਤਾਬਾਂ, ਪ੍ਰਬੰਧ ਅਤੇ ਪੈਸੇ। ਉਸਨੂੰ ਇੱਕ ਖਾਸ ਨਹਾਉਣ ਵਾਲਾ ਸਾਬਣ ਦਿੱਤਾ ਜਾਵੇਗਾ ਜੋ ਕਿਸੇ ਵੀ ਵਿਦਿਆਰਥੀ ਨੂੰ ਸਾਬਣ ਮੰਗਣ ਲਈ ਉਧਾਰ ਦੇਵੇਗਾ। ਇੱਕ ਕੁੜੀ ਜੋ ਉਸ ਵਰਗੀ ਬਣਨਾ ਚਾਹੁੰਦੀ ਸੀ, ਆਕਰਸ਼ਿਤ ਹੋਵੇਗੀ ਅਤੇ ਉਸ ਨਾਲ ਦੋਸਤੀ ਕਰੇਗੀ। ਹੌਲੀ-ਹੌਲੀ ਸਾਡਾ ਏਜੰਟ ਸਾਨੂੰ ਉਸ ਨਾਲ ਮਿਲਾਉਂਦਾ ਸੀ। ਇਸ ਸਮੇਂ ਅਸੀਂ ਉਸਨੂੰ ਸਰੀਰਕ ਤੌਰ 'ਤੇ ਮਿਲਣ ਜਾਂਦੇ ਸੀ ਅਤੇ ਉਸਨੂੰ ਤੋਹਫ਼ੇ ਦੇਣਾ ਅਤੇ ਉਸਦੀਆਂ ਜ਼ਰੂਰਤਾਂ ਪੂਰੀਆਂ ਕਰਨਾ ਸ਼ੁਰੂ ਕਰ ਦਿੰਦੇ ਸੀ। ਇਸ

ਨਾਲ, ਉਹ ਖੁਸ਼ੀ ਨਾਲ ਸਾਡੇ ਨਾਲ ਜੁੜ ਜਾਂਦੀ ਸੀ। ਉਹ ਬਦਲੇ ਵਿੱਚ ਇੱਕ ਹੋਰ ਜਿੱਤ ਲੈਂਦੀ ਸੀ ਅਤੇ ਇਸ ਤਰ੍ਹਾਂ ਹੀ। ਇਸਨੂੰ ਇੱਕ ਮਿਸ਼ਨ ਵਜੋਂ ਲਿਆ ਜਾਂਦਾ ਹੈ ਅਤੇ ਇਸਨੂੰ ਸਫਲ ਹੋਣ ਦੇ ਦ੍ਰਿੜ ਇਰਾਦੇ ਨਾਲ ਕੀਤਾ ਜਾਂਦਾ ਹੈ। ਇੱਕ ਗੱਲ ਸਪੱਸ਼ਟ ਕਰ ਦੇਣੀ ਚਾਹੀਦੀ ਹੈ: ਸ਼ੈਤਾਨ ਕਿਸੇ ਨੂੰ ਮਜਬੂਰ ਨਹੀਂ ਕਰਦਾ। ਉਹ ਜੋ ਕਰਦਾ ਹੈ ਉਹ ਹੈ ਤੁਹਾਨੂੰ ਆਕਰਸ਼ਿਤ ਕਰਨਾ ਅਤੇ ਤੁਹਾਨੂੰ ਆਪਣੀ ਮਰਜ਼ੀ ਨਾਲ ਆਪਣੇ ਕੋਲ ਲਿਆਉਣਾ। ਇਸੇ ਲਈ ਬਾਈਬਲ ਕਹਿੰਦੀ ਹੈ: "ਸ਼ੈਤਾਨ ਦਾ ਵਿਰੋਧ ਕਰੋ ਅਤੇ ਉਹ ਤੁਹਾਡੇ ਤੋਂ ਭੱਜ ਜਾਵੇਗਾ" (ਯਾਕੂਬ 4:7)। ਸ਼ੈਤਾਨ ਲਈ ਆਤਮਾ ਜਿੱਤਣ ਦਾ ਇੱਕ ਹੋਰ ਖੇਤਰ ਲਿਫਟ ਦੇਣਾ ਹੈ। ਅਸੀਂ ਆਪਣੀਆਂ ਕੁੜੀਆਂ ਨੂੰ ਸੜਕ 'ਤੇ ਖੜ੍ਹੇ ਹੋਣ ਲਈ ਭੇਜਦੇ ਸੀ, ਅਤੇ ਆਮ ਤੌਰ 'ਤੇ ਉਹ ਬਹੁਤ ਸੁੰਦਰ ਅਤੇ ਆਕਰਸ਼ਕ ਕੱਪੜੇ ਪਾਉਂਦੀਆਂ ਹਨ। ਤੁਸੀਂ ਉਨ੍ਹਾਂ ਨੂੰ ਹੋਟਲਾਂ ਵਿੱਚ ਵੀ ਪਾਓਗੇ ਅਤੇ ਇਨ੍ਹਾਂ ਰਾਹਾਂ ਰਾਹੀਂ ਸਾਨੂੰ ਮਰਦ ਅਤੇ ਔਰਤਾਂ ਮਿਲਦੀਆਂ ਹਨ। ਬਹੁਤ ਸਾਰੇ ਲੋਕ ਜਿਨ੍ਹਾਂ ਦਾ ਅਸੀਂ ਅਖ਼ਬਾਰਾਂ ਵਿੱਚ ਇਸ਼ਤਿਹਾਰ ਲਾਪਤਾ ਦੇਖਦੇ ਹਾਂ, ਉਹ ਉਨ੍ਹਾਂ ਕੁੜੀਆਂ ਨੂੰ ਲਿਫਟ ਦੇ ਕੇ ਗੁਆਚ ਗਏ ਜਿਨ੍ਹਾਂ ਨੂੰ ਉਹ ਨਹੀਂ ਜਾਣਦੇ ਸਨ।
ਇਸ ਲਈ ਤੁਹਾਨੂੰ ਧਿਆਨ ਰੱਖਣਾ ਚਾਹੀਦਾ ਹੈ ਕਿ ਤੁਸੀਂ ਆਪਣੀ ਕਾਰ ਵਿੱਚ ਕਿਸ ਨੂੰ ਚੁੱਕਦੇ ਹੋ।

[**ਚਰਚ ਨੂੰ ਚਾਰਜ:** ***ਸਕੂਲਾਂ ਅਤੇ ਨੌਜਵਾਨਾਂ ਨੂੰ ਬੇਪਰਵਾਹ ਨਾ ਛੱਡੋ—ਕੈਂਪਸ ਚੇਲੇਪਨ, ਸੁਰੱਖਿਅਤ ਸਲਾਹ, ਅਤੇ ਮਾਪਿਆਂ ਦੀ ਚੌਕਸੀ ਨੂੰ ਤੈਨਾਤ ਕਰੋ(ਕਹਾਉਤਾਂ22:6; 2 ਤਿਮੋ. 3:14-15)। ਅਜਨਬੀਆਂ/ "ਲਿਫਟਾਂ" ਨਾਲ ਸਿਆਣਪ ਵਾਲੀਆਂ ਸੀਮਾਵਾਂ ਦਾ ਅਭਿਆਸ ਕਰੋ।]***

ਤੇਜ਼ ਸੇਵਕਾਈ ਟੂਲ (ਇੱਕ ਪੰਨਾ)

- **ਜਦੋਂ ਸੇਵਾ ਵਿੱਚ ਧਿਆਨ ਭਟਕਦਾ ਹੈ:** ਪਿਛਲੀ ਕਤਾਰ ਵਿੱਚ ਵਿਚੋਲਗੀ ਕਰਨ ਵਾਲੇ ਨੂੰ ਘੜੀ ਦਿਓ, ਕੋਮਲਤਾ ਨਾਲ ਸ਼ੁਰੂਆਤ ਕਰੋ, ਆਤਮਾ ਵਿੱਚ ਸ਼ਾਂਤੀ ਨਾਲ ਪ੍ਰਾਰਥਨਾ ਕਰੋ (ਅਫ਼. 6:18)।
- **ਜਦੋਂ ਵਾਸਨਾ/ਭਰਮ ਨੇੜੇ ਆਉਂਦਾ ਹੈ:** ਭੱਜ ਜਾਓ (2 ਤਿਮੋ. 2:22), ਇਕਬਾਲ ਕਰੋ, ਤੁਰੰਤ ਜਵਾਬਦੇਹੀ ਸਾਥੀ ਨੂੰ ਬੁਲਾਓ।
- **ਜਦੋਂ ਦਮਨਕਾਰੀ ਸੁਪਨੇ ਆਉਂਦੇ ਹਨ:** ਉੱਚੀ ਆਵਾਜ਼ ਵਿੱਚ ਪ੍ਰਾਰਥਨਾ ਕਰੋ; ਨੇਮ ਤੋੜੋ; ਦਰਵਾਜ਼ਿਆਂ ਨੂੰ ਮਸਹ ਕਰੋ; ਜ਼ਬੂਰ 91/ਯਸਾਯਾਹ 54 ਪੜ੍ਹੋ; ਸੰਗਤ ਕਰੋ; ਬਜ਼ੁਰਗਾਂ ਨੂੰ ਪ੍ਰਾਰਥਨਾ ਕਰਨ ਲਈ ਕਹੋ (ਯਾਕੂਬ 5:14-16)।
- **ਜਦੋਂ ਸੰਗਤ ਵਿੱਚ ਉਲਝਣ/ਝਗੜਾ ਵਧਦਾ ਹੈ:** ਏਜੰਡਾ ਰੋਕੋ; 10 ਮਿੰਟ ਪ੍ਰਸ਼ੰਸਾ ਅਤੇ ਧਰਮ-ਗ੍ਰੰਥ ਪੜ੍ਹਨਾ; ਮਿਸ਼ਨ ਦੀ ਪੁਸ਼ਟੀ ਕਰੋ; ਏਕਤਾ ਲਈ ਪ੍ਰਾਰਥਨਾ ਕਰੋ (ਜ਼ਬੂਰ 133; ਯੂਹੰਨਾ 17)।
- **ਨੌਜਵਾਨਾਂ ਦੀ ਸੁਰੱਖਿਆ:** ਸ਼ਿਸ਼ਟਾਚਾਰ ਦੁਆਰਾ ਨਿਮਰਤਾ ਸੱਭਿਆਚਾਰ, ਸ਼ਰਮ ਨਹੀਂ; ਡਿਜੀਟਲ/ਮੀਡੀਆ ਗਾਰਡਰੇਲ; ਹਫਤਾਵਾਰੀ ਵਰਡ ਕਲੱਬ; ਕੁੜੀਆਂ ਲਈ ਸਿਖਲਾਈ ਪ੍ਰਾਪਤ ਮਹਿਲਾ ਸਲਾਹਕਾਰ, ਮੁੰਡਿਆਂ ਲਈ ਪੁਰਸ਼ ਸਲਾਹਕਾਰ।

ਮਜ਼ਬੂਤੀ ਦੀ ਪ੍ਰਾਰਥਨਾ

ਪ੍ਰਭੂ ਯਿਸੂ, ਤੁਸੀਂ ਮੇਰੇ ਸ਼ਸਤਰ ਅਤੇ ਮੇਰੀ ਜਿੱਤ ਹੋ। ਮੈਂ ਪਾਪ ਜਾਂ ਲਾਪਰਵਾਹੀ ਦੇ ਹਰ ਖੁੱਲ੍ਹੇ ਦਰਵਾਜ਼ੇ ਨੂੰ ਬੰਦ ਕਰ ਦਿੰਦਾ ਹਾਂ। ਮੈਨੂੰ ਸੱਚਾਈ,

ਧਾਰਮਿਕਤਾ, ਸ਼ਾਂਤੀ ਦੀ ਖੁਸ਼ਖਬਰੀ, ਵਿਸ਼ਵਾਸ, ਮੁਕਤੀ ਅਤੇ ਪਰਮੇਸ਼ੁਰ ਦੇ ਬਚਨ ਨਾਲ ਪਹਿਨਾਓ। ਮੇਰੇ ਹੱਥਾਂ ਨੂੰ ਯੁੱਧ ਕਰਨਾ ਅਤੇ ਮੇਰੇ ਦਿਲ ਨੂੰ ਪਿਆਰ ਕਰਨਾ ਸਿਖਾਓ। ਮੈਂ ਸ਼ੈਤਾਨ ਦਾ ਵਿਰੋਧ ਕਰਦਾ ਹਾਂ; ਉਸਨੂੰ ਭੱਜਣਾ ਪਵੇਗਾ। ਅੱਗ ਦੀ ਕੰਧ ਮੈਨੂੰ ਅਤੇ ਮੇਰੇ ਘਰ ਨੂੰ ਘੇਰ ਲਵੇ। ਮੈਨੂੰ ਪਵਿੱਤਰਤਾ, ਸਮਝਦਾਰੀ ਅਤੇ ਦਲੇਰ ਗਵਾਹੀ ਵਿੱਚ ਸਥਾਪਿਤ ਕਰੋ - ਆਮੀਨ।

(ਅਫ਼ਸੀਆਂ 6:10-18; ਜ਼ਕ. 2:5; ਯਾਕੂਬ 4:7)

ਅਧਿਆਇ 5: ਯਿਸੂ ਮਸੀਹ ਨਾਲ ਮੇਰੀ ਮੁਲਾਕਾਤ

(ਮੂਲ ਗਵਾਹੀ ਸੁਰੱਖਿਅਤ ਹੈ, ਸੰਖੇਪ ਵਿਚਾਰਾਂ ਦੇ ਨਾਲ)

"ਫਰਵਰੀ 1985 ਦੇ ਮਹੀਨੇ ਵਿੱਚ, ਸਾਡੀ ਸਮੁੰਦਰ ਵਿੱਚ ਆਮ ਮੁਲਾਕਾਤ ਹੋਈ, ਜਿਸ ਤੋਂ ਬਾਅਦ ਮੈਂ ਆਪਣੇ ਸਵਰਗਵਾਸੀ ਚਾਚੇ ਦੀ ਪਤਨੀ ਨੂੰ ਮਿਲਣ ਲਈ ਰਿਵਰਸ ਸਟੇਟ ਦੇ ਪੋਰਟ ਹਾਰਕੋਰਟ ਜਾਣ ਦਾ ਫੈਸਲਾ ਕੀਤਾ। ਮੈਂ ਐਂਥਨੀ ਨਾਮ ਦੇ ਇੱਕ ਆਦਮੀ ਨੂੰ ਮਿਲਿਆ। ਉਸਦੀ ਨਵਾਜਾ ਜੰਕਸ਼ਨ 'ਤੇ ਇੱਕ ਵਰਕਸ਼ਾਪ ਹੈ , ਟ੍ਰਾਂਸ- ਅਮਾਦੀ ਰੋਡ, ਪੋਰਟ ਹਾਰਕੋਰਟ, ਰਿਵਰਸ ਸਟੇਟ ਦੇ ਨਾਲ। ਉਸਨੇ ਮੈਨੂੰ ਬੁਲਾਇਆ ਅਤੇ ਕਿਉਂਕਿ ਸਾਡੇ ਸਮਾਜ ਵਿੱਚ ਸਾਡੇ ਕੋਲ ਕਦੇ ਵੀ ਕਾਲਾਂ ਨੂੰ ਇਨਕਾਰ ਨਾ ਕਰਨ ਦਾ ਕਾਨੂੰਨ ਹੈ, ਮੈਂ ਉਸਦੀ ਕਾਲ ਦਾ ਜਵਾਬ ਦੇਣ ਦਾ ਫੈਸਲਾ ਕੀਤਾ। ਮੈਂ ਉਸ ਹਫ਼ਤੇ ਦੇ ਵੀਰਵਾਰ ਨੂੰ ਦੁਪਹਿਰ ਨੂੰ ਉਸਦੇ ਕੋਲ ਗਿਆ। ਉਸਨੇ ਇਹ ਕਹਿ ਕੇ ਸ਼ੁਰੂਆਤ ਕੀਤੀ ਕਿ

ਪਰਮਾਤਮਾ ਨੇ ਉਸਨੂੰ ਮੇਰੇ ਲਈ ਇੱਕ ਸੰਦੇਸ਼ ਦਿੱਤਾ ਹੈ। ਉਸਨੇ ਆਪਣੀ ਬਾਈਬਲ ਕੱਢੀ ਅਤੇ ਪ੍ਰਚਾਰ ਕਰਨਾ ਸ਼ੁਰੂ ਕਰ ਦਿੱਤਾ। ਉੱਥੇ ਤਿੰਨ ਹੋਰ ਈਸਾਈ ਬੈਠੇ ਸਨ (ਇੱਕ ਮਰਦ ਅਤੇ ਦੋ ਔਰਤਾਂ)। ਉਸਨੇ ਲੰਬੇ ਸਮੇਂ ਤੱਕ ਆਪਣਾ ਪ੍ਰਚਾਰ ਜਾਰੀ ਰੱਖਿਆ ਅਤੇ ਮੈਨੂੰ ਯਕੀਨ ਨਹੀਂ ਸੀ ਕਿ ਮੈਂ ਉਸਦੀ ਸਾਰੀ ਗੱਲ ਸੁਣੀ ਹੈ। ਉਸਨੇ ਮੈਨੂੰ ਪ੍ਰਾਰਥਨਾ ਲਈ ਗੋਡੇ ਟੇਕਣ ਲਈ ਕਿਹਾ। ਮੈਂ ਕਿਹਾ ਅਤੇ ਚੁੱਪਚਾਪ ਗੋਡੇ ਟੇਕ ਦਿੱਤੇ।

ਤੁਰੰਤ ਉਸਨੇ ਆਪਣੀਆਂ ਪ੍ਰਾਰਥਨਾਵਾਂ ਸ਼ੁਰੂ ਕੀਤੀਆਂ। ਮੈਨੂੰ ਪਰਮਾਤਮਾ ਦੀ ਆਤਮਾ ਨੇ ਢਾਹ ਦਿੱਤਾ ਅਤੇ ਮੈਂ ਡਿੱਗ ਪਿਆ। ਮੈਂ ਸੰਘਰਸ਼ ਕੀਤਾ ਅਤੇ ਲੋਹੇ ਵਾਂਗ ਖੜ੍ਹਾ ਹੋ ਗਿਆ। ਮੈਂ ਵਰਕਸ਼ਾਪ ਦੇ ਅੰਦਰ ਲੋਹੇ ਦੀਆਂ ਕੁਰਸੀਆਂ ਨੂੰ ਤਬਾਹ ਕਰ ਦਿੱਤਾ। ਮੈਂ ਬਾਹਰ ਦੇਖਿਆ ਅਤੇ ਸਾਡੇ ਤਿੰਨ ਰਾਜ਼ ਵੇਖੇ। ਸੋਸਾਇਟੀ ਦੇ ਮੈਂਬਰ, ਇੱਕ ਆਦਮੀ ਅਤੇ ਦੋ ਕੁੜੀਆਂ। ਉਹ ਮਨੁੱਖੀ ਰੂਪ ਵਿੱਚ ਆਏ ਅਤੇ ਦਰਵਾਜ਼ੇ ਵੱਲ ਵਧੇ ਪਰ ਪਰਮਾਤਮਾ ਦੀ ਸ਼ਕਤੀ ਕਾਰਨ ਉਹ ਅੰਦਰ ਨਹੀਂ ਜਾ ਸਕੇ।

[**ਨੋਟ:** ਨਰਕ ਵੀ ਪਰਮੇਸ਼ੁਰ ਦੇ ਅਧਿਕਾਰ ਦੀ ਸੀਮਾ ਨੂੰ ਨਹੀਂ ਤੋੜ ਸਕਦਾ (ਜ਼ਬੂਰ 91:1-3; ਲੂਕਾ 10:19)। ਮਸਹ ਜੂਲਿਆਂ ਨੂੰ ਤੋੜਦਾ ਹੈ।]

"ਮੈਨੂੰ ਯਕੀਨ ਹੈ ਕਿ ਸਮੁੰਦਰ ਵਿੱਚ ਅਲਾਰਮ ਨੇ ਉਨ੍ਹਾਂ ਨੂੰ ਮੁਸੀਬਤ ਬਾਰੇ ਸੁਚੇਤ ਕੀਤਾ ਸੀ ਅਤੇ ਟੀਵੀ ਨਾਲ ਉਨ੍ਹਾਂ ਨੂੰ ਪਤਾ ਸੀ ਕਿ ਸਮੱਸਿਆ ਕਿੱਥੇ ਹੈ ਅਤੇ ਉਨ੍ਹਾਂ ਨੇ 'ਸ਼ਕਤੀਹੀਣ' ਬਚਾਅ ਟੀਮ ਭੇਜ ਦਿੱਤੀ ਸੀ। ਇਹ ਹਮੇਸ਼ਾ ਉਦੋਂ ਹੁੰਦਾ ਹੈ ਜਦੋਂ ਕੋਈ ਮੈਂਬਰ ਮੁਸੀਬਤ ਵਿੱਚ ਪੈਂਦਾ ਹੈ। ਜਦੋਂ ਕਿ ਦੋ ਈਸਾਈ ਆਦਮੀਆਂ ਨੇ ਮੈਨੂੰ ਗੋਡਿਆਂ ਭਾਰ ਢਾਲਿਆ, ਕੁੜੀਆਂ ਪ੍ਰਾਰਥਨਾ ਕਰਦੀਆਂ ਰਹੀਆਂ ਅਤੇ ਭੂਤਾਂ ਨੂੰ ਬੰਨ੍ਹਦੀਆਂ ਰਹੀਆਂ, ਪਰ ਉਹ ਖਾਸ ਨਹੀਂ ਸਨ। ਉਨ੍ਹਾਂ

ਨੇ ਮੈਨੂੰ ਪੁੱਛਿਆ ਕਿ ਕੀ ਮੈਂ ਯਿਸੂ ਮਸੀਹ ਵਿੱਚ ਵਿਸ਼ਵਾਸ ਕਰਦੀ ਹਾਂ, ਮੈਂ ਕੁਝ ਨਹੀਂ ਕਿਹਾ। ਉਨ੍ਹਾਂ ਨੇ ਮੈਨੂੰ ਯਿਸੂ ਦਾ ਨਾਮ ਲੈਣ ਲਈ ਕਿਹਾ, ਮੈਂ ਇਨਕਾਰ ਕਰ ਦਿੱਤਾ। ਉਨ੍ਹਾਂ ਨੇ ਮੈਨੂੰ ਆਪਣਾ ਨਾਮ ਪੁੱਛਿਆ ਅਤੇ ਮੈਂ ਉਨ੍ਹਾਂ ਨੂੰ ਦੱਸਿਆ। ਉਨ੍ਹਾਂ ਨੇ ਘੰਟਿਆਂ ਤੱਕ ਸੰਘਰਸ਼ ਕੀਤਾ ਅਤੇ ਮੈਨੂੰ ਜਾਣ ਲਈ ਛੱਡ ਦਿੱਤਾ। ਮੇਰੇ ਵਿੱਚੋਂ ਕੋਈ ਆਤਮਾ ਨਹੀਂ ਕੱਢੀ ਗਈ, ਇਸ ਲਈ ਮੈਂ ਉਸੇ ਤਰ੍ਹਾਂ ਬਾਹਰ ਨਿਕਲ ਗਈ ਜਿਵੇਂ ਮੈਂ ਅੰਦਰ ਆਈ ਸੀ।"

[**ਸਬਕ:** ਛੁਟਕਾਰਾ ਲਈ ਪ੍ਰਗਟਾਵੇ ਅਤੇ ਅਧਿਕਾਰ ਦੀ ਲੋੜ ਹੁੰਦੀ ਹੈ - ਭਾਵਨਾ ਦੀ ਨਹੀਂ। ਵਿਸ਼ੇਸ਼ਤਾ ਅਤੇ ਸਮਝ ਮਾਇਨੇ ਰੱਖਦੀ ਹੈ (ਮਰਕੁਸ 9:29; ਰਸੂਲਾਂ ਦੇ ਕਰਤੱਬ 19:15-16)।]

ਚਰਚ ਦੇ ਸਮਾਗਮ

"ਅਗਲੇ ਦਿਨ ਸ਼ੁੱਕਰਵਾਰ ਸੀ, ਮੈਨੂੰ ਉਸੇ ਐਂਥਨੀ ਨੇ ਪੋਰਟ ਹਾਰਕੋਰਟ ਦੇ ਸਿਲਵਰ ਵੈਲੀ ਵਿੱਚ ਸਥਿਤ ਅਸੈਂਬਲੀਜ਼ ਆਫ਼ ਗੌਡ ਚਰਚ ਵਿੱਚ ਉਨ੍ਹਾਂ ਦੇ ਰਾਤ ਦੇ ਜਾਗਰਣ ਵਿੱਚ ਸ਼ਾਮਲ ਹੋਣ ਲਈ ਸੱਦਾ ਦਿੱਤਾ। ਮੈਂ ਇਹ ਸੱਦਾ ਸਵੀਕਾਰ ਕਰ ਲਿਆ ਕਿਉਂਕਿ ਨੀਂਦ ਅਤੇ ਉਲਝਣ ਪੈਦਾ ਕਰਨ ਲਈ ਚਰਚ ਦੀਆਂ ਸੇਵਾਵਾਂ ਵਿੱਚ ਸ਼ਾਮਲ ਹੋਣਾ ਸਾਡੇ ਕੰਮ ਦਾ ਹਿੱਸਾ ਸੀ। ਪ੍ਰੋਗਰਾਮ ਕੋਰਸ ਨਾਲ ਸ਼ੁਰੂ ਹੋਇਆ। ਅਸੀਂ ਉਦੋਂ ਤੱਕ ਗਾਇਆ ਜਦੋਂ ਤੱਕ ਇੱਕ ਮੈਂਬਰ ਨੇ ਇੱਕ ਖਾਸ ਈਸਾਈ ਬੈਂਡ ਦੁਆਰਾ ਇੱਕ ਪ੍ਰਸਿੱਧ ਕੋਰਸ ਨਹੀਂ ਉਠਾਇਆ, ਯਿਸੂ ਦੀ ਸ਼ਕਤੀ ਤੋਂ ਇਲਾਵਾ ਹੋਰ ਸ਼ਕਤੀਆਂ ਦੀ ਸ਼ਕਤੀਹੀਣਤਾ ਦਾ।

ਫਿਰ ਮੈਂ ਹੱਸਣ ਲੱਗ ਪਿਆ। ਮੈਂ ਹੱਸਿਆ ਕਿਉਂਕਿ ਜਦੋਂ ਮੈਂ ਆਤਮਾ ਵਿੱਚ ਉਨ੍ਹਾਂ

ਦੇ ਜੀਵਨ ਵਿੱਚ ਦੇਖਿਆ ਤਾਂ ਇਸ ਕੋਰਸ ਨੂੰ ਗਾਉਣ ਵਾਲੇ ਲਗਭਗ ਤਿੰਨ ਚੌਥਾਈ ਲੋਕ ਪਾਪ ਵਿੱਚ ਜੀ ਰਹੇ ਸਨ। ਮੈਨੂੰ ਪਤਾ ਸੀ ਕਿ ਉਨ੍ਹਾਂ ਦੇ ਜੀਵਨ ਵਿੱਚ ਪਾਪਾਂ ਦੇ ਕਾਰਨ, ਉਹ ਬੇਨਕਾਬ ਹੋਏ ਸਨ ਅਤੇ ਇਨ੍ਹਾਂ ਸ਼ਕਤੀਆਂ ਦੁਆਰਾ ਉਨ੍ਹਾਂ ਨੂੰ ਗੰਭੀਰਤਾ ਨਾਲ ਨੁਕਸਾਨ ਪਹੁੰਚਾਇਆ ਜਾ ਸਕਦਾ ਸੀ।"

[**ਸੂਝ:** ਸ਼ੁੱਧਤਾ ਤੋਂ ਬਿਨਾਂ ਉਸਤਤ ਸਵਰਗ ਤੱਕ ਸ਼ੋਰ ਹੈ (ਯਸਾਯਾਹ 1:15; ਯੂਹੰਨਾ 4:24)। ਪਵਿੱਤਰਤਾ ਭਗਤਾਂ ਦੀ ਢਾਲ ਹੈ।]

"ਉਸ ਸੇਵਾ ਵਿੱਚ ਅਸੀਂ ਚਾਰ ਲੋਕ ਸਮੁੰਦਰ ਤੋਂ ਦੂਰ ਸੀ ਅਤੇ ਉਨ੍ਹਾਂ ਨਾਲ ਗਾ ਰਹੇ ਸੀ ਅਤੇ ਤਾੜੀਆਂ ਵਜਾ ਰਹੇ ਸੀ। ਮੈਂ ਇੱਥੇ ਫਿਰ ਜ਼ੋਰ ਦੇਣਾ ਚਾਹੁੰਦਾ ਹਾਂ ਕਿ ਜਦੋਂ ਕੋਈ ਸੇਵਾ ਸ਼ੁਰੂ ਕੀਤੀ ਜਾਂਦੀ ਹੈ, ਤਾਂ ਮੈਂਬਰਾਂ ਨੂੰ ਪਹਿਲਾਂ ਆਪਣੇ ਪਾਪਾਂ ਦਾ ਇਕਬਾਲ ਕਰਨ ਦੀ ਸਲਾਹ ਦਿੱਤੀ ਜਾਣੀ ਚਾਹੀਦੀ ਹੈ, ਫਿਰ ਪਰਮਾਤਮਾ ਦੀ ਅਸਲ ਉਸਤਤ ਦੇ ਸਮੇਂ ਵਿੱਚ ਜਾਣਾ ਚਾਹੀਦਾ ਹੈ। ਇਸ ਨਾਲ ਸ਼ੈਤਾਨ ਦਾ ਏਜੰਟ ਬਹੁਤ ਬੇਆਰਾਮ ਹੋਵੇਗਾ ਅਤੇ ਅਸਲ ਵਿੱਚ ਆਪਣੀ ਜਾਨ ਬਚਾਉਣ ਲਈ ਬਚ ਜਾਵੇਗਾ।
ਇਸ ਖਾਸ ਸੇਵਾ ਵਿੱਚ ਅਸੀਂ ਬਹੁਤ ਆਰਾਮਦਾਇਕ ਸੀ ਅਤੇ ਇੱਥੋਂ ਤੱਕ ਕਿ ਕੰਮ ਵੀ ਸ਼ੁਰੂ ਕਰ ਦਿੱਤਾ। ਬਹੁਤ ਸਾਰੇ ਸੌਣ ਲੱਗ ਪਏ, ਕੋਰਸ ਕਮਜ਼ੋਰ ਢੰਗ ਨਾਲ ਗਾਏ ਗਏ ਅਤੇ ਚੀਜ਼ਾਂ ਹਲਚਲ ਮਚਾ ਰਹੀਆਂ ਸਨ।"

[**ਨੋਟ:** ਇਕਬਾਲ ਅਤੇ ਪਛਤਾਵਾ ਬ੍ਰਹਮ ਅੱਗ ਨੂੰ ਸੱਦਾ ਦਿੰਦੇ ਹਨ। ਜਿੱਥੇ ਪਵਿੱਤਰਤਾ ਨਹੀਂ ਹੁੰਦੀ, ਉੱਥੇ ਹਨੇਰਾ ਘਰ ਵਰਗਾ ਮਹਿਸੂਸ ਹੁੰਦਾ ਹੈ (2 ਇਤਹਾਸ 7:14)।]

"ਭਰਾ ਐਂਥਨੀ ਨੇ ਉਨ੍ਹਾਂ ਨੂੰ ਮੇਰੇ ਬਾਰੇ ਪਹਿਲਾਂ ਹੀ ਦੱਸ ਦਿੱਤਾ ਸੀ, ਇਸ ਲਈ ਉਨ੍ਹਾਂ ਨੇ ਮੈਨੂੰ ਸਵੇਰੇ 2.00 ਵਜੇ ਮੇਰੇ ਲਈ ਪ੍ਰਾਰਥਨਾ ਕਰਨ ਲਈ ਬੁਲਾਇਆ। ਜਿਵੇਂ ਹੀ ਮੈਂ ਮੋਰਚੇ 'ਤੇ ਆਇਆ, ਉਨ੍ਹਾਂ ਨੇ ਯਿਸੂ ਦੇ ਖ਼ੂਨ ਦੀ ਬੇਨਤੀ ਕਰਨੀ ਸ਼ੁਰੂ ਕਰ ਦਿੱਤੀ। ਮੈਂ ਉਨ੍ਹਾਂ ਨੂੰ ਰੋਕਿਆ ਅਤੇ ਕਿਹਾ: 'ਇਹ ਖ਼ੂਨ ਦੀ ਬੇਨਤੀ ਨਹੀਂ ਹੈ ਜੋ ਹੱਲ ਹੈ। ਮੈਂ ਇੱਕ ਡੂੰਘੀ ਗੁਪਤ ਸਮਾਜ ਦਾ ਮੈਂਬਰ ਹਾਂ। ਜੇ ਤੁਸੀਂ ਸਹਿਮਤ ਹੋ ਕਿ ਤੁਸੀਂ ਮੈਨੂੰ ਛੁਡਾ ਸਕਦੇ ਹੋ, ਤਾਂ ਮੈਂ ਗੋਡੇ ਟੇਕਾਂਗਾ।' ਇਹ ਸ਼ਬਦ ਜੋ ਮੈਂ ਕਹੇ ਸਨ, ਪਹਿਲਾਂ ਤੋਂ ਸੋਚੇ ਸਮਝੇ ਨਹੀਂ ਸਨ। ਯਿਸੂ ਦਾ ਖ਼ੂਨ ਭੂਤਾਂ ਨੂੰ ਡਰਾਉਂਦਾ ਹੈ ਅਤੇ ਵਿਸ਼ਵਾਸੀ ਦੀ ਰੱਖਿਆ ਕਰਦਾ ਹੈ, ਪਰ ਭੂਤਾਂ ਨੂੰ ਨਹੀਂ ਬੰਨ੍ਹਦਾ। ਭੂਤਾਂ ਨੂੰ ਬੰਨ੍ਹਣਾ ਸਿਰਫ਼ ਉਦੋਂ ਹੁੰਦਾ ਹੈ ਜਦੋਂ ਈਸਾਈ ਆਪਣੇ ਅਧਿਕਾਰ ਦੀ ਵਰਤੋਂ ਕਰਦਾ ਹੈ ਅਤੇ ਹੁਕਮ ਦਿੰਦਾ ਹੈ।"

[**ਸਪਸ਼ਟੀਕਰਨ:** ਲਹੂ ਛੁਟਕਾਰਾ ਦਿੰਦਾ ਹੈ ਅਤੇ ਢਾਲ ਦਿੰਦਾ ਹੈ; ਯਿਸੂ ਦੇ ਨਾਮ ਵਿੱਚ ਅਧਿਕਾਰ ਜਿੱਤ ਨੂੰ ਲਾਗੂ ਕਰਦਾ ਹੈ (ਪ੍ਰਕਾਸ਼ ਦੀ ਪੋਥੀ 12:11; ਮਰਕੁਸ 16:17-18)।]

"ਉਹ ਸਹਿਮਤ ਹੋ ਗਏ ਅਤੇ ਮੈਂ ਗੋਡੇ ਟੇਕ ਦਿੱਤੇ। ਉਸ ਸਮੇਂ ਪਰਮਾਤਮਾ ਦੀ ਆਤਮਾ ਦੀ ਅਗਵਾਈ ਹੇਠ ਇੱਕ ਭੈਣ ਨੇ ਚੀਕ ਕੇ ਕਿਹਾ: 'ਜੇ ਤੁਸੀਂ ਯੋਗ ਨਹੀਂ ਹੋ, ਤਾਂ ਨੇੜੇ ਨਾ ਆਓ!' ... ਪਾਪ ਵਿੱਚ ਰਹਿਣ ਵਾਲੇ ਇੱਕ ਈਸਾਈ ਲਈ ਭੂਤਾਂ ਨੂੰ ਕੱਢਣਾ ਖ਼ਤਰਨਾਕ ਹੈ। ਬਹੁਤ ਸਾਰੇ ਪਿੱਛੇ ਹਟ ਗਏ ਅਤੇ ਕੁਝ ਮੇਰੇ ਲਈ ਪ੍ਰਾਰਥਨਾ ਕਰਨ ਲਈ ਬਾਹਰ ਆਏ। ਜਿਵੇਂ ਹੀ ਉਨ੍ਹਾਂ ਨੇ 'ਯਿਸੂ ਦੇ ਨਾਮ ਵਿੱਚ' ਨਾਲ ਸ਼ੁਰੂਆਤ ਕੀਤੀ, ਮੈਂ ਆਪਣੇ ਅੰਦਰ ਇੱਕ ਵੱਡਾ ਧਮਾਕਾ ਸੁਣਿਆ ਅਤੇ ਫਰਸ਼ 'ਤੇ ਡਿੱਗ ਪਿਆ... ਦੋ ਵਿਰੋਧੀ ਤਾਕਤਾਂ ਹਰਕਤ ਵਿੱਚ ਆਈਆਂ ਅਤੇ ਮਾਹੌਲ ਬਦਲ ਗਿਆ।"

[**ਨੋਟ:** ਸਿਰਫ਼ ਸਾਫ਼ ਭਾਂਡੇ ਹੀ ਸਥਾਈ ਅਧਿਕਾਰ ਰੱਖਦੇ ਹਨ (2 ਤਿਮੋਥਿਉਸ 2:21)। ਛੁਟਕਾਰਾ ਪਵਿੱਤਰ ਯੁੱਧ ਹੈ।]

"ਇੱਕ ਭੂਤ ਮੇਰੇ ਵਿੱਚੋਂ ਨਿਕਲ ਗਿਆ ਅਤੇ ਉਨ੍ਹਾਂ ਦੇ ਵਿਚਕਾਰ ਇੱਕ ਮੁੰਡੇ ਨੂੰ ਆਪਣੇ ਕਬਜ਼ੇ ਵਿੱਚ ਕਰ ਲਿਆ... ਭਰਾਵਾਂ ਨੇ ਕਦੇ ਵੀ ਉਸ ਨਾਲ ਸਮਾਂ ਬਰਬਾਦ ਨਹੀਂ ਕੀਤਾ ਸਗੋਂ ਉਹ ਉਸਨੂੰ ਅਤੇ ਹੋਰ ਜੋ ਡਰਦੇ ਸਨ, ਨੂੰ ਚਰਚ ਦੇ ਵੈਸਟਰੀ ਵਿੱਚ ਲੈ ਗਏ ਅਤੇ ਅੰਦਰ ਬੰਦ ਕਰ ਦਿੱਤਾ। ਇਹ ਸਵੇਰੇ 7.00 ਵਜੇ ਤੱਕ ਜਾਰੀ ਰਿਹਾ... ਉਨ੍ਹਾਂ ਨੂੰ ਇਹ ਵਿਸ਼ਵਾਸ ਕਰਨ ਲਈ ਧੋਖਾ ਦਿੱਤਾ ਗਿਆ ਕਿ ਮੇਰਾ ਬਚਾਅ ਹੋ ਗਿਆ ਹੈ।"

[**ਸਬਕ:** ਸਮਝਦਾਰੀ ਕੁੰਜੀ ਹੈ; ਕੁਝ ਮੁਕਤੀ ਅੰਸ਼ਕ ਜਾਂ ਨਕਲੀ ਹਨ ਜੇਕਰ ਜੜ੍ਹਾਂ ਨੂੰ ਸੰਬੋਧਿਤ ਨਹੀਂ ਕੀਤਾ ਜਾਂਦਾ (ਲੂਕਾ 11:24-26)।]

"ਮੈਂ ਸਰੀਰਕ ਤੌਰ 'ਤੇ ਇੰਨਾ ਕਮਜ਼ੋਰ ਸੀ ਕਿ ਮੈਨੂੰ ਚਰਚ ਤੋਂ ਬਾਹਰ ਨਿਕਲਣਾ ਮੁਸ਼ਕਲ ਹੋ ਗਿਆ। ਪਰ ਕੁਝ ਅਜਿਹਾ ਹੋਇਆ, ਕਿਉਂਕਿ ਜਿਵੇਂ ਹੀ ਮੈਂ ਚਰਚ ਤੋਂ ਬਾਹਰ ਨਿਕਲਿਆ ਅਤੇ ਸੜਕ ਪਾਰ ਕੀਤੀ, ਮੈਂ ਸਰੀਰਕ ਤੌਰ 'ਤੇ ਬਹੁਤ ਤਾਕਤਵਰ ਹੋ ਗਿਆ। ਸ਼ਾਇਦ ਕੁਝ ਭੂਤ ਜੋ ਚਲੇ ਗਏ ਸਨ ਵਾਪਸ ਆ ਗਏ। ਮੈਂ ਬਹੁਤ ਗੁੱਸੇ ਵਿੱਚ ਆ ਗਿਆ ਅਤੇ ਚਰਚ ਤੋਂ ਬਦਲਾ ਲੈਣ ਦਾ ਫੈਸਲਾ ਕੀਤਾ।"

[**ਪ੍ਰਤੀਬਿੰਬ:** ਦੁਸ਼ਮਣ ਆਜ਼ਾਦੀ ਤੋਂ ਪਹਿਲਾਂ ਸਭ ਤੋਂ ਵੱਧ ਲੜਦਾ ਹੈ; ਪਰ ਪਰਮਾਤਮਾ ਜਾਪਦੀ ਅਸਫਲਤਾ ਦੇ ਬਾਵਜੂਦ ਵੀ ਬ੍ਰਹਮ ਹਮਲੇ ਸਥਾਪਤ ਕਰਦਾ ਹੈ (ਉਤਪਤ 50:20)।]

ਲਾਗੋਸ ਦੇ ਰਸਤੇ ਵਿੱਚ

"ਆਪਣੇ ਚਾਚੇ ਦੀ ਪਤਨੀ ਦੇ ਘਰ ਪਹੁੰਚਣ 'ਤੇ, ਮੈਂ ਉਨ੍ਹਾਂ ਨੂੰ ਦੱਸਿਆ ਕਿ ਮੈਂ ਤੁਰੰਤ ਲਾਗੋਸ ਲਈ ਰਵਾਨਾ ਹੋ ਰਿਹਾ ਹਾਂ... ਮਾਈਲ 3 'ਤੇ ਅਸੀਂ ਉਡਾਣ ਭਰੀ ਅਤੇ ਓਮਾਗਵੇ ਪਹੁੰਚਣ 'ਤੇ , ਅੰਤਰਰਾਸ਼ਟਰੀ ਹਵਾਈ ਅੱਡਾ ਜੰਕਸ਼ਨ 'ਤੇ, ਮੈਨੂੰ ਇੱਕ ਆਵਾਜ਼ ਸੁਣਾਈ ਦਿੱਤੀ ਜੋ ਮੈਨੂੰ ਮੇਰੇ ਜੱਦੀ ਨਾਮ 'NKEM' ਨਾਲ ਬੁਲਾ ਰਹੀ ਸੀ। ... ਜਦੋਂ ਮੈਂ ਅਜੇ ਸੋਚ ਰਿਹਾ ਸੀ, ਤਾਂ ਆਵਾਜ਼ ਫਿਰ ਆਈ: 'NKEM, ਕੀ ਤੁਸੀਂ ਮੈਨੂੰ ਦੁਬਾਰਾ ਧੋਖਾ ਦੇਣ ਜਾ ਰਹੇ ਹੋ?' ... ਅਚਾਨਕ ਮੈਨੂੰ ਤੇਜ਼ ਬੁਖਾਰ ਹੋ ਗਿਆ... ਓਵੇਰੀ ਦੇ ਉਮੁਆਕਪਾ ਵਿਖੇ , ਮੈਂ ਟੈਕਸੀ ਦੇ ਅੰਦਰ ਡਿੱਗ ਪਿਆ।"

[**ਨੋਟ:** ਪਰਮੇਸ਼ੁਰ ਦੀ ਦਇਆ ਸਾਨੂੰ ਸਫ਼ਰ ਦੇ ਵਿਚਕਾਰ ਰੋਕਦੀ ਹੈ—ਸੌਲੁਸ ਦਾ ਦਮਿਸ਼ਕ ਵਾਲਾ ਪਲ (ਰਸੂਲਾਂ ਦੇ ਕਰਤੱਬ 9:3-6)।]

"ਅਗਲਾ ਸਮਾਂ ਮੈਨੂੰ ਪਤਾ ਸੀ ਕਿ ਦੋ ਆਦਮੀ, ਲੰਬੇ ਅਤੇ ਵੱਡੇ, ਮੈਨੂੰ ਲੈਣ ਲਈ ਆਏ... 'ਤੂੰ ਇੱਕ ਲੋੜੀਂਦਾ ਆਦਮੀ ਹੈਂ!' ... ਅਸੀਂ ਇੱਕ ਬਹੁਤ ਵੱਡੀ ਅਤੇ ਲੰਬੀ ਇਮਾਰਤ ਵੱਲ ਚਲੇ ਗਏ ਜੋ ਇੱਕ ਕਾਨਫਰੰਸ ਹਾਲ ਵਰਗੀ ਦਿਖਾਈ ਦਿੰਦੀ ਸੀ। ... ਅੰਤ ਵਿੱਚ ਇੱਕ ਵੇਦੀ ਸੀ। ਮੈਂ ਸੂਰਜ ਦੇ ਆਲੇ-ਦੁਆਲੇ ਇੱਕ ਚੰਦ ਅਤੇ ਤਾਰੇ ਦੇਖੇ। ਫਿਰ ਮੈਂ ਇੱਕ ਸਿੰਘਾਸਣ ਦੇਖਿਆ ਅਤੇ ਉਸ ਉੱਤੇ ਬੈਠਾ ਇੱਕ ਬਹੁਤ ਹੀ ਸੁੰਦਰ ਆਦਮੀ ਸੀ ਜਿਸਦੇ ਕੱਪੜੇ ਸੂਰਜ ਵਾਂਗ ਚਮਕ ਰਹੇ ਸਨ। ਉਸਨੇ ਕਿਹਾ: 'ਆਓ!' ... ਫਿਰ ਚੰਦ ਸਿੰਘਾਸਣ ਵੱਲ ਵਾਪਸ ਚਲਾ ਗਿਆ ਅਤੇ ਫਿਰ ਉਸ ਉੱਤੇ ਬੈਠਾ ਉਹ ਦੁਬਾਰਾ ਬੋਲਿਆ: 'ਆਓ!'"

[**ਵਿਆਖਿਆ:** ਇਹ ਇੱਕ ਕਲਾਸਿਕ ਮੌਤ-ਤੋਂ-ਜੀਵਨ ਮੁਲਾਕਾਤ ਹੈ—ਸਰੀਰ ਨੂੰ ਲਟਕਾਇਆ ਗਿਆ, ਆਤਮਾ ਨੂੰ ਮਸੀਹ ਦੇ ਨਿਆਂ ਸਿੰਘਾਸਣ ਦੇ ਅੱਗੇ ਖਿੱਚਿਆ ਗਿਆ (2 ਕੁਰਿੰਥੀਆਂ 5:10)।]

ਅਧਿਆਤਮਿਕ ਸ਼ੁੱਧਤਾ

"ਮੈਂ ਇੱਕ ਬਿੰਦੂ ਤੇ ਤੁਰਿਆ ਅਤੇ ਉਹ ਸਿੰਘਾਸਣ ਤੋਂ ਬਾਹਰ ਮੇਰੇ ਵੱਲ ਆਇਆ, ਮੇਰੇ ਪੈਰਾਂ ਨੂੰ ਇੱਕ ਤੋਂ ਬਾਅਦ ਇੱਕ ਹਟਾਇਆ ਅਤੇ ਜੋ ਕੁਝ ਉਨ੍ਹਾਂ ਦੇ ਅੰਦਰ ਸੀ ਉਸਨੂੰ ਬਾਹਰ ਕੱਢ ਦਿੱਤਾ ਅਤੇ ਉਨ੍ਹਾਂ ਨੂੰ ਵਾਪਸ ਠੀਕ ਕਰ ਦਿੱਤਾ।... ਮੈਂ ਆਪਣੇ ਮਨ ਵਿੱਚ ਸੋਚਿਆ, ਇਹ ਕੌਣ ਹੋ ਸਕਦਾ ਹੈ ਅਤੇ ਉਸਨੂੰ ਕਿਵੇਂ ਪਤਾ ਸੀ ਕਿ ਇਹ ਚੀਜ਼ਾਂ ਕਿੱਥੇ ਰੱਖੀਆਂ ਗਈਆਂ ਸਨ।"

[**ਭਾਵ:** ਪ੍ਰਭੂ ਸ਼ੈਤਾਨੀ ਇਮਪਲਾਂਟ ਨੂੰ ਉਖਾੜ ਸੁੱਟਦਾ ਹੈ ਅਤੇ ਉਹਨਾਂ ਨੂੰ ਆਪਣੀ ਸੰਪੂਰਨਤਾ ਨਾਲ ਬਦਲ ਦਿੰਦਾ ਹੈ—ਹਿਜ਼ਕੀਏਲ 36:26।]

"ਇਸ ਤੋਂ ਬਾਅਦ ਉਹ ਆਪਣੇ ਸਿੰਘਾਸਣ ਤੇ ਵਾਪਸ ਚਲਾ ਗਿਆ ਅਤੇ ਮੈਨੂੰ ਆਉਣ ਲਈ ਕਿਹਾ।... ਉਸਨੇ ਕਿਹਾ: 'ਹਾਂ, ਪਰ ਮੈਂ ਤੁਹਾਨੂੰ ਦਿਖਾਵਾਂਗਾ ਕਿ ਤੁਹਾਡੇ ਮਨ ਵਿੱਚ ਕੀ ਹੈ।'... ਇਹ ਆਦਮੀ ਮੈਨੂੰ ਇੱਕ ਕਮਰੇ ਵਿੱਚ ਲੈ ਗਿਆ ਅਤੇ ਇੱਕ ਬਲੈਕਬੋਰਡ ਵਰਗੀ ਚੀਜ਼ ਖੋਲ੍ਹੀ।... ਮੇਰੇ ਸਾਹਮਣੇ ਉਹ ਸਭ ਕੁਝ ਲਿਖਿਆ ਹੋਇਆ ਸੀ ਜੋ ਮੈਂ ਈਸਾਈਆਂ ਦੇ ਵਿਰੁੱਧ ਯੋਜਨਾ ਬਣਾਈ ਸੀ ਅਤੇ ਸਿਲਵਰ ਵੈਲੀ ਵਿੱਚ ਅਸੈਂਬਲੀਜ਼ ਆਫ਼ ਗੌਡ ਚਰਚ ਦੇ ਵਿਰੁੱਧ ਮੇਰੀ ਯੋਜਨਾ।"

[**ਸਬਕ:** ਪਰਮੇਸ਼ੁਰ ਦੀਆਂ ਅੱਖਾਂ ਅੱਗੇ ਕੁਝ ਵੀ ਲੁਕਿਆ ਨਹੀਂ ਹੈ (ਇਬਰਾਨੀਆਂ 4:13)। ਇਕਬਾਲ ਅਤੇ ਪਛਤਾਵਾ ਬੋਰਡ ਨੂੰ ਮਿਟਾ ਦਿੰਦੇ ਹਨ।]

ਬ੍ਰਹਮ ਪ੍ਰਕਾਸ਼

"ਉਹ ਸਿੰਘਾਸਣ ਤੋਂ ਬਾਹਰ ਆਇਆ ਅਤੇ ਮੈਨੂੰ ਆਪਣੇ ਹੱਥਾਂ ਵਿੱਚ ਫੜ ਲਿਆ ਅਤੇ ਕਿਹਾ ਕਿ ਉਹ ਮੈਨੂੰ ਕੁਝ ਚੀਜ਼ਾਂ ਦਿਖਾਉਣ ਜਾ ਰਿਹਾ ਹੈ।... 'ਮੈਂ ਨਹੀਂ ਚਾਹੁੰਦਾ ਕਿ ਤੂੰ ਨਾਸ਼ ਹੋ ਜਾਵੇਂ ਪਰ ਤੈਨੂੰ ਬਚਾ ਲਵੇਂ ਅਤੇ ਇਹ ਤੇਰਾ ਆਖਰੀ ਮੌਕਾ ਹੈ।'... ਜਦੋਂ ਉਸਨੇ ਇਹ ਕਿਹਾ, ਤਾਂ ਮੈਨੂੰ ਪਤਾ ਲੱਗ ਗਿਆ ਕਿ ਉਹ ਯਿਸੂ ਮਸੀਹ ਸੀ।"

[**ਕਿਰਪਾ:** ਸਭ ਤੋਂ ਵੱਧ ਅਪਵਿੱਤਰ ਨੂੰ ਵੀ *ਆਖਰੀ ਵਾਰ ਬੁਲਾਇਆ ਜਾ ਸਕਦਾ ਹੈ*। ਦਇਆ ਅਜੇ ਵੀ ਬੇਨਤੀ ਕਰਦੀ ਹੈ (ਯਸਾਯਾਹ 1:18)।]

"ਅਸੀਂ ਇੱਕ ਕਮਰੇ ਵਿੱਚ ਦਾਖਲ ਹੋਏ ਅਤੇ ਉਸਨੇ ਇੱਕ ਪਰਦੇ ਵਰਗੀ ਚੀਜ਼ ਖੋਲ੍ਹ ਦਿੱਤੀ। ਮੈਂ ਸਾਰੀ ਦੁਨੀਆਂ ਦੇਖੀ... ਅਸੀਂ ਦੂਜੇ ਕਮਰੇ ਵਿੱਚ ਗਏ... ਉਸਨੇ ਇਨ੍ਹਾਂ ਲੋਕਾਂ ਨੂੰ 'ਕਪਟੀਆਂ' ਕਿਹਾ। ... ਅਸੀਂ ਤੀਜੇ ਕਮਰੇ ਵਿੱਚ ਗਏ... 'ਇਹ ਛੁਡਾਏ ਹੋਏ ਹਨ ਜੋ ਆਪਣੇ ਇਨਾਮ ਦੀ ਉਡੀਕ ਕਰ ਰਹੇ ਹਨ।' ... ਅਸੀਂ ਚੌਥੇ ਕਮਰੇ ਵਿੱਚ ਗਏ... ਇਹ ਅੱਗ ਵਿੱਚ ਸੜ ਰਹੇ ਪੂਰੇ ਸ਼ਹਿਰ ਵਾਂਗ ਦਿਖਾਈ ਦਿੰਦਾ ਸੀ। ਨਰਕ ਅਸਲੀ ਅਤੇ ਭਿਆਨਕ ਹੈ। ... ਉਸਨੇ ਉਨ੍ਹਾਂ ਦੇ ਨਾਮ ਪ੍ਰਕਾਸ਼ ਦੀ ਪੋਥੀ 21:8 ਵਿੱਚ ਦਰਜ ਕੀਤੇ ਅਨੁਸਾਰ ਰੱਖੇ।"

[**ਚੇਤਾਵਨੀ:** ਗਵਾਹੀ ਧਰਮ-ਗ੍ਰੰਥ ਦੀ ਇਕਸਾਰ ਗਵਾਹੀ ਨਾਲ ਮੇਲ ਖਾਂਦੀ ਹੈ—ਨਰਕ ਅਤੇ ਸਵਰਗ ਸ਼ਾਬਦਿਕ ਕਿਸਮਤ ਹਨ (ਮੱਤੀ 25:41-46)।]

"ਅਸੀਂ ਪੰਜਵੇਂ ਕਮਰੇ ਵਿੱਚ ਗਏ ਅਤੇ ਜਦੋਂ ਉਸਨੇ ਇੱਕ ਪਰਦਾ ਖੋਲ੍ਹਿਆ, ਤਾਂ ਜੋ ਮੈਂ ਦੇਖਿਆ ਉਸਨੂੰ ਸਿਰਫ਼ ਸ਼ਾਨਦਾਰ ਦੱਸਿਆ ਜਾ ਸਕਦਾ ਹੈ। ... ਉਸਨੇ ਕਿਹਾ: 'ਇਹ ਸੰਤਾਂ ਦੀ ਉਮੀਦ ਹੈ। ਕੀ ਤੁਸੀਂ ਉੱਥੇ ਹੋਵੋਗੇ?' ਮੈਂ ਤੁਰੰਤ ਜਵਾਬ ਦਿੱਤਾ 'ਹਾਂ!' ... ਉਸਨੇ ਕਿਹਾ: 'ਜਾਓ ਅਤੇ ਗਵਾਹੀ ਦਿਓ ਕਿ ਮੈਂ ਤੁਹਾਡੇ ਲਈ ਕੀ ਕੀਤਾ ਹੈ।'"

[**ਕਮਿਸ਼ਨ:** ਹਰ ਸੱਚੀ ਮੁਲਾਕਾਤ ਇੱਕ ਹੁਕਮ ਨੂੰ ਜਨਮ ਦਿੰਦੀ ਹੈ – *"ਜਾ ਕੇ ਦੱਸ।"* (ਮਰਕੁਸ 5:19)।]

ਧਰਤੀ ਤੇ ਵਾਪਸੀ

"ਫੇਰ, ਉਹ ਮੈਨੂੰ ਦੂਜੇ ਕਮਰੇ ਵਿੱਚ ਲੈ ਗਿਆ... 'ਡਰ ਨਾ, ਜਾ, ਮੈਂ ਤੇਰੇ ਨਾਲ ਰਹਾਂਗਾ।' ਉਹ ਮੈਨੂੰ ਹਾਲ ਤੋਂ ਬਾਹਰ ਲੈ ਗਿਆ ਅਤੇ ਗਾਇਬ ਹੋ ਗਿਆ, ਅਤੇ ਮੈਂ ਕਿਸੇ ਹੋਰ ਆਦਮੀ ਦੇ ਘਰ ਵਿੱਚ ਇੱਕ ਬਿਸਤਰੇ 'ਤੇ ਜਾਗਿਆ।... ਫਿਰ ਉਸ ਆਦਮੀ ਨੇ ਦੱਸਿਆ ਕਿ ਮੈਂ ਕਿਵੇਂ ਇੱਕ ਟੈਕਸੀ ਵਿੱਚ ਡਿੱਗ ਪਿਆ ਅਤੇ ਉਹ ਮੈਨੂੰ ਓਵੇਰੀ ਵਿੱਚ ਕੈਥੋਲਿਕ ਗਿਰਜਾਘਰ ਵਿੱਚ ਕਿਵੇਂ ਲੈ ਗਏ।... ਫਿਰ ਉਹ ਆਦਮੀ ਮੈਨੂੰ ਆਪਣੀ ਕਾਰ ਵਿੱਚ ਆਪਣੇ ਘਰ ਲੈ ਗਿਆ ਅਤੇ ਉਡੀਕ ਕਰ ਰਿਹਾ ਸੀ।... ਮੈਂ ਇਸ ਦਿਆਲੂ ਪਰਿਵਾਰ ਨਾਲ ਦੋ ਦਿਨ ਸ਼ਾਂਤੀ ਨਾਲ

ਰਿਹਾ ਅਤੇ ਫਿਰ ਉਹ ਆਦਮੀ ਅਤੇ ਉਸਦੀ ਪਤਨੀ ਮੈਨੂੰ ਓਵੇਰੀ ਮੋਟਰ ਪਾਰਕ ਲੈ ਗਏ।"

[**ਨਿਰੀਖਣ:** ਬ੍ਰਹਮ ਨਿਯੁਕਤੀਆਂ ਵਿੱਚ ਅਕਸਰ ਆਤਮਾ ਦੁਆਰਾ ਪ੍ਰੇਰਿਤ ਅਜਨਬੀ ਸ਼ਾਮਲ ਹੁੰਦੇ ਹਨ—ਇਬਰਾਨੀਆਂ 13:2।]

"ਪ੍ਰਭੂ ਨੇ ਮੈਨੂੰ ਮੇਰੀ ਯਾਤਰਾ ਬਾਰੇ ਜੋ ਕੁਝ ਦਿਖਾਇਆ ਉਹ ਇੱਕ ਤੋਂ ਬਾਅਦ ਇੱਕ ਹੋਇਆ।... ਮੈਂ ਆਗਿਆ ਮੰਨੀ ਅਤੇ ਅਗਲੀ ਸਵੇਰ ਲਾਗੋਸ ਤੋਂ ਪੋਰਟ ਹਾਰਕੋਰਟ ਲਈ ਰਵਾਨਾ ਹੋ ਗਿਆ। ਮੈਂ ਅਕਸਰ ਆਪਣੇ ਆਪ ਤੋਂ ਪੁੱਛਦਾ ਹਾਂ, ਪ੍ਰਭੂ ਮੇਰੇ ਵਰਗੇ ਆਦਮੀ ਨੂੰ ਕਿਉਂ ਬਚਾਏਗਾ। ਇੱਕ ਇੰਨਾ ਦੁਸ਼ਟ ਅਤੇ ਵਿਨਾਸ਼ਕਾਰੀ ਆਦਮੀ, ਸ਼ੈਤਾਨ ਦਾ ਏਜੰਟ! ਮੈਨੂੰ ਇਨ੍ਹਾਂ ਤਿੰਨ ਸ਼ਬਦਾਂ ਵਿੱਚ ਜਵਾਬ ਮਿਲਿਆ: **ਪਰਮਾਤਮਾ ਪਿਆਰ ਹੈ।** ਸੱਚਮੁੱਚ, ਪਰਮਾਤਮਾ ਪਿਆਰ ਹੈ! (1 ਯੂਹੰਨਾ 4:8, 4:16)"

[**ਅੰਤਮ ਨੋਟ:** ਅੰਤਮ ਪ੍ਰਕਾਸ਼ ਨਿਰਣਾ ਨਹੀਂ ਸਗੋਂ ਪਿਆਰ ਹੈ—ਯੂਹੰਨਾ 3:16; ਰੋਮੀਆਂ 5:8।]

ਅੱਜ ਲਈ ਅਧਿਆਤਮਿਕ ਕੁੰਜੀਆਂ

1. **ਅਧਿਕਾਰ:** ਮਸੀਹ ਵਿੱਚ ਆਪਣੇ ਕਾਨੂੰਨੀ ਅਧਿਕਾਰ ਨੂੰ ਜਾਣੋ ਅਤੇ ਵਰਤੋ (ਲੂਕਾ 10:19)।

2. **ਪਵਿੱਤਰਤਾ**: ਪਛਤਾਵਾ ਸ਼ਸਤਰ ਨੂੰ ਬਰਕਰਾਰ ਰੱਖਦਾ ਹੈ; ਪਾਪ ਮੁੜ ਪ੍ਰਵੇਸ਼ ਨੂੰ ਸੱਦਾ ਦਿੰਦਾ ਹੈ।
3. **ਸਮਝ**: ਹਰ ਅਧਿਆਤਮਿਕ ਪ੍ਰਗਟਾਵਾ ਬ੍ਰਹਮ ਨਹੀਂ ਹੁੰਦਾ; ਸਾਰੀਆਂ ਆਤਮਾਵਾਂ ਦੀ ਜਾਂਚ ਕਰੋ (1 ਯੂਹੰਨਾ 4:1)।
4. **ਭਾਈਚਾਰਾ**: ਧਰਮੀ ਵਿਚੋਲਿਆਂ ਨਾਲ ਸਮੂਹਿਕ ਪ੍ਰਾਰਥਨਾ ਵਿੱਚ ਛੁਟਕਾਰਾ ਸਭ ਤੋਂ ਸੁਰੱਖਿਅਤ ਹੈ।
5. **ਗਵਾਹ**: ਹਰ ਛੁਟਕਾਰਾ ਗਵਾਹੀ ਦੀ ਮੰਗ ਕਰਦਾ ਹੈ - ਚੁੱਪ ਦੁਸ਼ਮਣ ਦੀ ਮਦਦ ਕਰਦੀ ਹੈ।

ਪੂਰਨ ਸਮਰਪਣ ਦੀ ਪ੍ਰਾਰਥਨਾ

ਪ੍ਰਭੂ ਯਿਸੂ ਮਸੀਹ, ਮੈਂ ਤੁਹਾਨੂੰ ਇੱਕੋ ਇੱਕ ਸੱਚਾ ਪ੍ਰਭੂ ਅਤੇ ਮੁਕਤੀਦਾਤਾ ਮੰਨਦਾ ਹਾਂ। ਮੈਨੂੰ ਹਨੇਰੇ ਦੇ ਹਰ ਨੇਮ ਤੋਂ ਛੁਟਕਾਰਾ ਦਿਵਾਉਣ ਲਈ ਤੁਹਾਡਾ ਧੰਨਵਾਦ। ਮੈਂ ਆਪਣਾ ਜੀਵਨ, ਸਰੀਰ, ਆਤਮਾ ਅਤੇ ਆਤਮਾ ਤੁਹਾਨੂੰ ਸੌਂਪ ਦਿੰਦਾ ਹਾਂ। ਦੁਸ਼ਮਣ ਦੇ ਹਰ ਲੁਕਵੇਂ ਇਮਪਲਾਂਟ ਨੂੰ ਹਟਾ ਦਿਓ; ਮੈਨੂੰ ਆਪਣੇ ਲਹੂ ਨਾਲ ਸ਼ੁੱਧ ਕਰੋ; ਮੈਨੂੰ ਪਵਿੱਤਰ ਆਤਮਾ ਨਾਲ ਭਰ ਦਿਓ; ਅਤੇ ਮੈਨੂੰ ਦੂਜਿਆਂ ਨੂੰ ਆਜ਼ਾਦ ਕਰਨ ਲਈ ਵਰਤੋ। ਮੇਰੀ ਜ਼ਿੰਦਗੀ ਗਵਾਹੀ ਦੇਵੇ ਕਿ **ਪਰਮਾਤਮਾ ਪਿਆਰ ਹੈ** । ਆਮੀਨ।

(ਯੂਹੰਨਾ 3:16 • 1 ਯੂਹੰਨਾ 4:8 • ਅਫ਼ਸੀਆਂ 6:10-18)

ਅਧਿਆਇ 6: ਪਰਤਾਵੇ ਅਤੇ ਜਿੱਤ

"ਮੇਰੀਆਂ ਭੇਡਾਂ ਮੇਰੀ ਅਵਾਜ਼ ਸੁਣਦੀਆਂ ਹਨ, ਅਤੇ ਮੈਂ ਉਨ੍ਹਾਂ ਨੂੰ ਜਾਣਦਾ ਹਾਂ, ਅਤੇ ਉਹ ਮੇਰੇ ਮਗਰ ਲੱਗਦੀਆਂ ਹਨ: ਅਤੇ ਮੈਂ ਉਨ੍ਹਾਂ ਨੂੰ ਸਦੀਵੀ ਜੀਵਨ ਦਿੰਦਾ ਹਾਂ..." ਜੀਵਨ; ਅਤੇ ਉਹ ਕਦੇ ਨਾਸ਼ ਨਹੀਂ ਹੋਣਗੇ, ਅਤੇ ਨਾ ਹੀ ਕੋਈ ਉਨ੍ਹਾਂ ਨੂੰ ਮੇਰੇ ਹੱਥੋਂ ਖੋਹ ਸਕਦਾ ਹੈ।" ਯੂਹੰਨਾ 10:27-28

*[ਟਿੱਪਣੀ: **ਇਹ ਵਾਅਦਾ ਪੂਰੇ ਅਧਿਆਇ ਨੂੰ ਦਰਸਾਉਂਦਾ ਹੈ: ਯਿਸੂ ਦੀ ਪਕੜ ਕਿਸੇ ਵੀ ਜਵਾਬੀ ਹਮਲੇ ਨਾਲੋਂ ਮਜ਼ਬੂਤ ਹੈ (ਯੂਹੰਨਾ 10:27-28) ।]***

ਮੇਰੇ ਮਸੀਹ ਵਿੱਚ ਬਦਲਣ ਤੋਂ ਬਾਅਦ, ਸਭ ਤੋਂ ਪਹਿਲਾਂ ਜੋ ਹੋਇਆ ਉਹ ਸੀ ਸਮੁੰਦਰ ਤੋਂ ਮਿਲੇ ਸਾਰੇ ਤੋਹਫ਼ੇ, ਦੂਰਬੀਨ, ਟੀਵੀ, ਕਮੀਜ਼ਾਂ, ਸਮੁੰਦਰ ਪ੍ਰਯੋਗਸ਼ਾਲਾਵਾਂ ਦੇ ਅੰਦਰ ਖਿੱਚੀਆਂ ਗਈਆਂ ਫੋਟੋਆਂ ਅਤੇ ਮੇਰੇ ਫਲੈਟ ਵਿੱਚ ਪ੍ਰਦਰਸ਼ਿਤ ਤੱਟ ਦੀ ਰਾਣੀ ਦੀ ਫੋਟੋ ਗਾਇਬ ਹੋ ਗਈ।
*[ਟਿੱਪਣੀ: **ਰਸੂਲਾਂ ਦੇ ਕਰਤੱਬ 19:19— ਜਾਦੂਈ ਕਲਾਕ੍ਰਿਤੀਆਂ ਸ਼ਕਤੀ ਗੁਆ ਬੈਠਦੀਆਂ ਹਨ ਅਤੇ ਉਨ੍ਹਾਂ ਨੂੰ ਰੱਦ ਕਰਨਾ ਪੈਂਦਾ ਹੈ; ਪ੍ਰਭੂ ਅਕਸਰ ਉਨ੍ਹਾਂ ਨੂੰ ਪ੍ਰਭੂਸੱਤਾ ਨਾਲ ਹਟਾ ਦਿੰਦਾ ਹੈ।]***

ਪੋਰਟ ਹਾਰਕੋਰਟ ਵਾਪਸ ਆਉਣ 'ਤੇ, ਮੈਨੂੰ ਇਹ ਗਵਾਹੀ ਦੇਣ ਦੀ ਇੱਛਾ ਹੋਈ ਕਿ ਮੈਂ ਪ੍ਰਭੂ ਨੇ ਮੇਰੇ ਲਈ ਕੀ ਕੀਤਾ ਸੀ ਪਰ ਮੈਨੂੰ ਚਰਚ ਵਿੱਚ ਜਾਣ ਦੀ ਇਜਾਜ਼ਤ ਨਹੀਂ ਸੀ। ਮੇਰੇ ਸਵਰਗਵਾਸੀ ਚਾਚੇ ਦੀ ਪਤਨੀ, ਜੋ ਕਿ ਇੱਕ ਈਸਾਈ ਵੀ ਹੈ, ਮੈਨੂੰ ਇੱਕ ਪਾਦਰੀ ਕੋਲ ਲੈ ਗਈ, ਪਰ ਉਸਨੇ ਜੋ ਸਵਾਲ

ਪੁੱਛਿਆ ਉਹ ਇਹ ਸੀ: "ਕੀ ਉਹ ਕਾਗਜ਼ ਲੈ ਕੇ ਆਇਆ ਸੀ?" ਬਾਅਦ ਵਿੱਚ ਮੈਨੂੰ ਸਮਝ ਆਈ ਕਿ ਜਿਸ ਕਾਗਜ਼ ਦਾ ਉਹ ਮਤਲਬ ਸੀ ਉਹ ਇੱਕ 'ਮੈਂਬਰਸ਼ਿਪ ਪੱਤਰ' ਸੀ। ਮੈਂਬਰਸ਼ਿਪ ਪੱਤਰ ਦਾ ਮੇਰੇ ਮਸੀਹ ਦੀ ਸ਼ਕਤੀ ਅਤੇ ਉਸਨੇ ਮੇਰੇ ਲਈ ਕੀ ਕੀਤਾ ਹੈ - ਪ੍ਰਮਾਤਮਾ, ਮੈਨੂੰ ਹਨੇਰੇ ਦੀ ਸ਼ਕਤੀ ਤੋਂ ਉਸਦੇ ਪਿਆਰੇ ਪੁੱਤਰ ਦੇ ਰਾਜ ਵਿੱਚ ਅਨੁਵਾਦ ਕਰਨ ਨਾਲ ਕੀ ਸੰਬੰਧ ਹੈ, ਜਿਸ ਵਿੱਚ ਮੈਨੂੰ ਉਸਦੇ ਲਹੂ ਦੁਆਰਾ ਛੁਟਕਾਰਾ ਹੈ, ਇੱਥੋਂ ਤੱਕ ਕਿ ਮੇਰੇ ਪਾਪਾਂ ਦੀ ਮਾਫ਼ੀ ਵੀ?

*[ਟਿੱਪਣੀ: **ਨੌਕਰਸ਼ਾਹੀ ਪਰਮਾਤਮਾ ਦੇ ਪਲਾਂ ਨੂੰ ਗੁਆ ਸਕਦੀ ਹੈ। ਫਿਰ ਵੀ, ਗਵਾਹੀ ਸ਼ਾਸਤਰੀ ਹੈ (ਪ੍ਰਕਾਸ਼ 12:11); ਸਮਾਂ ਅਤੇ ਚਰਵਾਹਾ ਮਾਇਨੇ ਰੱਖਦਾ ਹੈ।**]*

ਮੈਂ ਉਦਾਸ ਸੀ, ਕਿਉਂਕਿ ਮੈਨੂੰ ਪਤਾ ਸੀ ਕਿ ਸ਼ੈਤਾਨ ਨੌਜਵਾਨ ਧਰਮ ਪਰਿਵਰਤਨ ਕਰਨ ਵਾਲਿਆਂ ਨੂੰ ਗਵਾਹੀ ਦੇਣ ਦੀ ਇਜਾਜ਼ਤ ਨਹੀਂ ਦਿੰਦਾ, ਖਾਸ ਕਰਕੇ ਉਹ ਜੋ ਪਹਿਲਾਂ ਆਪਣੀਆਂ ਗਤੀਵਿਧੀਆਂ ਵਿੱਚ ਡੂੰਘਾਈ ਨਾਲ ਸ਼ਾਮਲ ਸਨ, ਅਤੇ ਅਜਿਹੀਆਂ ਗਵਾਹੀਆਂ ਨੂੰ ਰੋਕਣ ਲਈ ਸਭ ਕੁਝ ਕਰੇਗਾ। ਮੈਨੂੰ ਫਿਰ ਯਾਦ ਆਇਆ, ਪ੍ਰਭੂ ਨੇ ਮੈਨੂੰ ਸਪੱਸ਼ਟ ਤੌਰ 'ਤੇ "ਜਾ ਕੇ ਗਵਾਹੀ ਦੇਣ ਲਈ ਕਿਹਾ ਸੀ ਕਿ ਮੈਂ ਤੁਹਾਡੇ ਲਈ ਕੀ ਕੀਤਾ ਹੈ" ਅਤੇ ਇੱਥੇ ਮੈਨੂੰ ਅਸਵੀਕਾਰ ਦਾ ਸਾਹਮਣਾ ਕਰਨਾ ਪਿਆ। ਸ਼ਾਇਦ ਅਜੇ ਸਮਾਂ ਨਹੀਂ ਆਇਆ ਸੀ। ਇਸ ਲਈ ਮੈਂ ਆਪਣੀ ਗਵਾਹੀ ਕਿਸੇ ਨੂੰ ਵੀ ਦੇਣ ਦਾ ਫੈਸਲਾ ਕੀਤਾ। ਮੈਂ ਤਿੰਨ ਵਪਾਰੀਆਂ ਨਾਲ ਆਬਾ ਤੋਂ ਟੋਗੋ ਇੱਕ ਵਪਾਰਕ ਯਾਤਰਾ ਲਈ ਯਾਤਰਾ ਕੀਤੀ। ਉੱਥੇ ਮੈਂ N160,000 (ਇੱਕ ਲੱਖ ਸੱਠ ਹਜ਼ਾਰ ਨਾਇਰਾ) ਦਾ ਸਮਾਨ ਖਰੀਦਿਆ। ਇਸ ਰਕਮ ਵਿੱਚੋਂ ਮੇਰਾ ਨਿੱਜੀ ਪੈਸਾ N70,000 ਸੀ ਜਦੋਂ ਕਿ ਬਾਕੀ N90,000 ਆਬਾ ਦੇ ਵਪਾਰੀਆਂ ਤੋਂ ਉਧਾਰ ਲਿਆ ਗਿਆ ਸੀ। ਮੈਂ ਜੋ

ਚੀਜ਼ਾਂ ਖਰੀਦੀਆਂ ਉਨ੍ਹਾਂ ਵਿੱਚ ਲੇਸਾਂ ਦੇ ਬੰਡਲ, ਵੱਖ-ਵੱਖ ਦਵਾਈਆਂ (ਖਾਸ ਕਰਕੇ ਐਂਟੀਬਾਇਓਟਿਕਸ), ਟੀਕੇ, ਥਰਮਾਮੀਟਰ, ਆਦਿ ਸ਼ਾਮਲ ਸਨ। ਨਾਈਜੀਰੀਅਨ ਸਰਹੱਦ 'ਤੇ, ਸਾਨੂੰ ਕਸਟਮ ਦੁਆਰਾ ਰੋਕਿਆ ਗਿਆ ਅਤੇ ਬਾਅਦ ਵਿੱਚ ਕੁਝ ਰਿਸ਼ਵਤ ਦੇਣ ਲਈ ਕਿਹਾ ਗਿਆ। ਅਸੀਂ ਇਨਕਾਰ ਕਰ ਦਿੱਤਾ ਅਤੇ ਸਾਮਾਨ ਜ਼ਬਤ ਕਰ ਲਿਆ ਗਿਆ ਜਿਸ ਵਿੱਚ ਮੇਰੇ ਸਾਥੀਆਂ ਦਾ ਵੀ ਸ਼ਾਮਲ ਸੀ। ਕੁਝ ਮਹੀਨਿਆਂ ਬਾਅਦ, ਮੇਰੇ ਸਾਥੀਆਂ ਦੇ ਸਾਰੇ ਸਾਥੀਆਂ ਨੂੰ ਛੱਡ ਦਿੱਤਾ ਗਿਆ, ਮੇਰੇ ਸਾਥੀਆਂ ਨੂੰ ਛੱਡ ਕੇ। ਮੈਂ ਬਾਅਦ ਵਿੱਚ ਵਾਪਸ ਗਿਆ ਅਤੇ ਮੈਨੂੰ N40,000 ਦਾ ਭੁਗਤਾਨ ਕਰਨ ਲਈ ਕਿਹਾ ਗਿਆ, ਪਰ ਸਾਮਾਨ ਦੀ ਜਾਂਚ ਕਰਨ 'ਤੇ ਮੈਨੂੰ ਪਤਾ ਲੱਗਾ ਕਿ ਸਾਰੇ ਕੀਮਤੀ ਸਾਮਾਨ, ਲੇਸਾਂ ਦੇ ਬੰਡਲ, ਟੀਕੇ, ਨਸ਼ੇ, ਆਦਿ ਪਹਿਲਾਂ ਹੀ ਚੋਰੀ ਹੋ ਚੁੱਕੇ ਸਨ। ਮੈਂ ਬਾਕੀ ਸਾਮਾਨ ਦਾ ਮੁਲਾਂਕਣ ਕੀਤਾ ਅਤੇ ਜਾਣਦਾ ਸੀ ਕਿ ਕਸਟਮ ਨੂੰ N40,000 ਦਾ ਭੁਗਤਾਨ ਕਰਨ ਨਾਲ ਸਿਰਫ ਨੁਕਸਾਨ ਹੀ ਹੋਵੇਗਾ, ਇਸ ਲਈ ਮੈਂ ਬਾਕੀ ਸਾਮਾਨ ਨੂੰ ਛੱਡਣ ਦਾ ਫੈਸਲਾ ਕੀਤਾ।

*[ਟਿੱਪਣੀ: **ਜਦੋਂ ਪੁਰਾਣੇ ਢੱਕਣ ਖਤਮ ਹੋ ਜਾਂਦੇ ਹਨ, ਤਾਂ ਪਰਮਾਤਮਾ ਸਾਨੂੰ ਉਸਦੇ ਰਾਹਾਂ 'ਤੇ ਚੱਲਣ ਦੀ ਸਿਖਲਾਈ ਦਿੰਦਾ ਹੈ, ਨਾ ਕਿ ਪੁਰਾਣੇ "ਸੁਰੱਖਿਆਵਾਂ"** (**ਕਹਾਉਤਾਂ** 3:5-6) /]*

ਜਿਨ੍ਹਾਂ ਵਪਾਰੀਆਂ ਦੇ ਪੈਸੇ ਮੈਂ ਉਧਾਰ ਲਏ ਸਨ, ਉਹ ਮੇਰਾ ਪਿੱਛਾ ਕਰਨ ਲੱਗ ਪਏ। ਕੁਝ ਨੇ ਪੁਲਿਸ ਨੂੰ ਬੁਲਾਇਆ, ਕੁਝ ਨੇ ਕਾਨੂੰਨ ਆਪਣੇ ਹੱਥਾਂ ਵਿੱਚ ਲੈ ਲਏ ਅਤੇ ਮੇਰੀ ਜਾਨ ਲੈਣ ਦੀ ਯੋਜਨਾ ਬਣਾਈ। ਇੱਕੋ ਇੱਕ ਹੱਲ ਸੀ ਕਿ ਮੈਂ ਆਪਣੇ ਬੈਂਕ ਖਾਤੇ ਬੰਦ ਕਰ ਦੇਵਾਂ ਅਤੇ ਮੇਰੇ ਕੋਲ ਜੋ ਵੀ ਪੈਸਾ ਸੀ ਉਸਨੂੰ ਸਾਰੇ ਕਰਜ਼ੇ ਚੁਕਾਉਣ ਲਈ ਵਰਤਾਂ। ਪਰਮਾਤਮਾ ਦੀ ਕਿਰਪਾ ਨਾਲ, ਮੈਂ ਲਾਗੋਸ ਵਿੱਚ ਆਪਣੇ ਮਕਾਨ ਮਾਲਕ ਲਈ N1,000 ਨੂੰ ਛੱਡ ਕੇ ਸਭ ਕੁਝ

ਅਦਾ ਕਰ ਦਿੱਤਾ। ਮੈਂ ਪੂਰੀ ਤਰ੍ਹਾਂ ਦੀਵਾਲੀਆ ਹੋ ਗਿਆ ਅਤੇ ਟੈਕਸੀ ਕਿਰਾਏ ਲਈ 20 ਕੋਬੋ ਵੀ ਉਧਾਰ ਲੈਂਦਾ ਸੀ।

*[ਟਿੱਪਣੀ: **ਗੰਭੀਰ ਦਬਾਅ ਅਕਸਰ ਮੁਕਤੀ ਤੋਂ ਬਾਅਦ ਆਉਂਦਾ ਹੈ; ਪ੍ਰਭੂ ਇਸਦੀ ਵਰਤੋਂ ਹੰਕਾਰ ਨੂੰ ਤੋੜਨ ਅਤੇ ਨਵੀਂ ਨਿਰਭਰਤਾ ਸਥਾਪਤ ਕਰਨ ਲਈ ਕਰਦਾ ਹੈ।**]*

ਮੈਂ ਕੁਝ ਕਾਰੋਬਾਰੀ ਈਸਾਈਆਂ ਕੋਲ ਗਿਆ ਜਿਨ੍ਹਾਂ ਨੂੰ ਮੈਂ ਉਦੋਂ ਜਾਣਦਾ ਸੀ, ਮਦਦ ਲੈਣ ਲਈ ਤਾਂ ਜੋ ਮੈਂ ਨਵੇਂ ਸਿਰੇ ਤੋਂ ਸ਼ੁਰੂਆਤ ਕਰ ਸਕਾਂ। ਕਿਸੇ ਨੇ ਵੀ ਹਾਂ ਜਾਂ ਨਾ ਨਹੀਂ ਕਿਹਾ, ਸਗੋਂ ਮੈਨੂੰ ਅਗਲੇ ਦਿਨ ਵਾਰ-ਵਾਰ ਆਉਣ ਲਈ ਕਿਹਾ ਜਾਂਦਾ ਸੀ ਜਦੋਂ ਤੱਕ ਮੈਂ ਥੱਕ ਨਹੀਂ ਜਾਂਦਾ ਜਾਂ ਮਦਦ ਨਹੀਂ ਲੱਭ ਲੈਂਦਾ। ਮੈਨੂੰ ਪਰਮੇਸ਼ੁਰ ਦਾ ਬਚਨ ਨਹੀਂ ਪਤਾ ਸੀ ਅਤੇ ਮੇਰੇ ਦਿਲ ਵਿੱਚ ਸਾਰੀ ਉਲਝਣ ਦੇ ਨਾਲ, ਮੈਂ ਬਾਈਬਲ ਪੜ੍ਹਦਾ ਸੀ ਅਤੇ ਸਮਝ ਨਹੀਂ ਆਉਂਦਾ ਸੀ। ਅਜੇ ਵੀ ਸੋਚ ਰਿਹਾ ਸੀ ਕਿ ਕੀ ਕਰਨਾ ਹੈ, ਮੈਨੂੰ ਆਪਣੇ ਪਿੰਡ ਤੋਂ ਇੱਕ ਜ਼ਰੂਰੀ ਫ਼ੋਨ ਆਇਆ। ਮੈਂ ਘਰ ਭੱਜਿਆ ਅਤੇ ਦੇਖਿਆ ਕਿ ਮੈਂ ਜਿਸ ਛੋਟੀ ਜਿਹੀ ਇਮਾਰਤ ਦੀ ਉਸਾਰੀ ਕਰ ਰਿਹਾ ਸੀ, ਉਸ ਨੂੰ ਮੇਰੇ ਚਾਚੇ ਨੇ ਢਾਹ ਦਿੱਤਾ ਸੀ ਜੋ ਉੱਥੇ ਵੀ ਮੌਜੂਦ ਸੀ ਅਤੇ ਮੈਨੂੰ ਜਾਨੋਂ ਮਾਰਨ ਦੀ ਧਮਕੀ ਦਿੱਤੀ ਸੀ। ਮੇਰੇ ਅੰਦਰਲੇ ਪੁਰਾਣੇ ਸੁਭਾਅ ਨੂੰ ਚੁਣੌਤੀ ਦਿੱਤੀ ਗਈ ਸੀ। ਮੈਨੂੰ ਯਾਦ ਆਇਆ ਜਦੋਂ ਮੈਂ ਗੁਪਤ ਸਮਾਜ ਨਾਲ ਸੀ, ਉਹ ਮੈਨੂੰ ਕਿਵੇਂ ਡਰਦਾ ਸੀ ਅਤੇ ਮੇਰੇ ਅੱਗੇ ਗੋਡੇ ਟੇਕਦਾ ਸੀ। ਪਰ ਹੁਣ ਉਸਨੂੰ ਪਤਾ ਸੀ ਕਿ ਮੈਂ ਇੱਕ ਬਦਲਿਆ ਹੋਇਆ ਆਦਮੀ ਸੀ (ਉਹ ਜਾਣਦਾ ਸੀ ਕਿ ਮੈਂ ਨਹੀਂ ਜਾਣਦਾ ਸੀ ਕਿਉਂਕਿ ਮੈਂ ਆਪਣੇ ਧਰਮ ਪਰਿਵਰਤਨ ਤੋਂ ਬਾਅਦ ਘਰ ਨਹੀਂ ਗਿਆ ਸੀ) ਅਤੇ ਹੁਣ ਉਸਨੇ ਮੈਨੂੰ ਧਮਕੀ ਦਿੱਤੀ। ਮੈਂ ਪ੍ਰਭੂ ਨੂੰ ਪੁਕਾਰਿਆ ਅਤੇ ਕਿਹਾ: "ਤਾਂ ਤੁਸੀਂ ਮੈਨੂੰ ਨਿਰਾਸ਼ ਛੱਡਣ ਅਤੇ ਮੇਰੇ ਦੁਸ਼ਮਣਾਂ ਨੂੰ ਮੇਰੇ ਉੱਤੇ ਖੁਸ਼ ਹੋਣ ਦੇਣ ਲਈ ਬਚਾਇਆ!" ਮੈਂ

ਰੋਇਆ ਅਤੇ ਸਮਾਜ ਵਿੱਚ ਵਾਪਸ ਜਾਣ ਦਾ ਫੈਸਲਾ ਕੀਤਾ।

*[ਟਿੱਪਣੀ: **ਕਲਾਸਿਕ ਪਰਤਾਵੇ ਦਾ ਬਿੰਦੂ— ਨਿਰਾਸ਼ਾ ਰਿਗਰੈਸ਼ਨ ਨੂੰ ਸੱਦਾ ਦਿੰਦੀ ਹੈ। ਪਰਮਾਤਮਾ ਅੱਗੇ ਵਿਰਲਾਪ ਕਰੋ, ਬੰਧਨ ਵਿੱਚ ਵਾਪਸ ਨਾ ਜਾਓ (ਜ਼ਬੂਰ 42) ।]***

ਸ਼ੈਤਾਨ ਦੇ ਏਜੰਟਾਂ ਨਾਲ ਲੜਾਈ

*[ਟਿੱਪਣੀ: **ਅੱਗੇ ਕੀ ਹੈ ਜੋ ਧਰਮ ਪਰਿਵਰਤਨ ਤੋਂ ਬਾਅਦ ਦੇ ਜਵਾਬੀ ਹਮਲਿਆਂ ਅਤੇ ਕਿਵੇਂ ਖੜ੍ਹੇ ਰਹਿਣਾ ਹੈ ਨੂੰ ਦਰਸਾਉਂਦਾ ਹੈ।]***

ਇਸ ਸਮੇਂ ਦੌਰਾਨ, ਰਾਣੀ ਆਫ਼ ਦ ਕੋਸਟ ਦੇ ਏਜੰਟ ਮੇਰਾ ਪਿੱਛਾ ਕਰਨ ਲੱਗ ਪਏ। ਮੈਨੂੰ ਉਨ੍ਹਾਂ ਦੇ ਹੱਥਾਂ ਵਿੱਚ ਬਹੁਤ ਦੁੱਖ ਹੋਇਆ। ਮੈਨੂੰ ਬੁਰੇ ਸੁਪਨੇ ਆਏ। 1 ਮਈ 1985 ਨੂੰ, ਮੇਰੇ ਧਰਮ ਪਰਿਵਰਤਨ ਤੋਂ ਇੱਕ ਮਹੀਨੇ ਬਾਅਦ, ਸਵੇਰੇ ਲਗਭਗ 2.00 ਵਜੇ, ਘਰ ਦੇ ਬਾਕੀ ਲੋਕ ਸੁੱਤੇ ਪਏ ਸਨ। ਮੈਨੂੰ ਇਨ੍ਹਾਂ ਏਜੰਟਾਂ ਨੇ ਜਗਾਇਆ। ਉਨ੍ਹਾਂ ਨੇ ਮੈਨੂੰ ਘਰੋਂ ਬਾਹਰ ਨਿਕਲਣ ਦਾ ਹੁਕਮ ਦਿੱਤਾ। ਮੈਂ ਕਿਹਾ, ਬਾਹਰ ਨਿਕਲਿਆ ਅਤੇ ਉਹ ਪਿੱਛੇ-ਪਿੱਛੇ ਤੁਰ ਪਏ। ਇਹ ਸਭ ਇੱਕ ਸੁਪਨੇ ਵਾਂਗ ਹੋ ਰਿਹਾ ਸੀ ਪਰ ਇਹ ਹਕੀਕਤ ਵਿੱਚ ਸੀ। ਅਸੀਂ ਪੋਰਟ ਹਾਰਕੋਰਟ ਦੇ ਆਬਾ ਰੋਡ ਤੋਂ ਦੂਰ, ਸੇਂਟ ਪੌਲਜ਼ ਐਂਗਲੀਕਨ ਚਰਚ ਦੇ ਕੋਲ ਕਬਰਸਤਾਨ ਵੱਲ ਚਲੇ ਗਏ।

*[ਟਿੱਪਣੀ: **ਨੀਂਦ ਦੇ ਸਮੇਂ ਵਿੱਚ ਹੇਰਾਫੇਰੀ ਅਤੇ ਮਜਬੂਰੀ ਆਮ ਹੈ; ਯਿਸੂ ਵਿੱਚ ਅਧਿਕਾਰ ਇਸਨੂੰ ਤੋੜਦਾ ਹੈ (ਲੂਕਾ 10:19) ।]***

ਉੱਥੇ ਪਹੁੰਚਣ 'ਤੇ ਉਨ੍ਹਾਂ ਨੇ ਕਿਹਾ: "ਤੁਹਾਨੂੰ ਵਾਪਸ ਆਉਣਾ ਚਾਹੀਦਾ ਹੈ। ਜੇ ਤੁਸੀਂ ਇਨਕਾਰ ਕੀਤਾ ਤਾਂ ਅਸੀਂ ਤੁਹਾਨੂੰ ਮਾਰ ਦੇਵਾਂਗੇ ਜਾਂ ਤੁਹਾਨੂੰ ਬੇਸਹਾਰਾ ਬਣਾ ਦੇਵਾਂਗੇ।" ਇਸ ਹਦਾਇਤ ਤੋਂ ਬਾਅਦ ਉਹ ਚਲੇ ਗਏ। ਮੈਂ ਆਪਣੇ ਹੋਸ਼ ਵਾਪਸ ਲਿਆ ਅਤੇ ਸੋਚਿਆ ਕਿ ਮੈਂ ਕਬਰਸਤਾਨ ਵਿੱਚ ਕਿਵੇਂ ਆਇਆ। ਮੈਂ ਵਾਪਸ ਸੌਂ ਗਿਆ ਅਤੇ ਸੌਂ ਗਿਆ। ਉਨ੍ਹਾਂ ਨੇ ਦੁਪਹਿਰ ਨੂੰ ਮੇਰੇ 'ਤੇ ਹਮਲਾ ਕਰਨ ਦਾ ਫੈਸਲਾ ਕੀਤਾ। ਕਈ ਵਾਰ, ਸੜਕ 'ਤੇ ਤੁਰਦੇ ਹੋਏ ਉਹ ਮੇਰੇ ਨਾਲ ਲੜਦੇ ਸਨ। ਆਲੇ-ਦੁਆਲੇ ਦੇ ਲੋਕ ਮੈਨੂੰ ਹਵਾ ਨਾਲ ਲੜਦੇ ਹੋਏ ਦੇਖਦੇ ਸਨ ਜਾਂ ਮੈਨੂੰ ਭੱਜਦੇ ਹੋਏ ਦੇਖਦੇ ਸਨ ਜਿਵੇਂ ਪਿੱਛਾ ਕੀਤਾ ਜਾ ਰਿਹਾ ਹੋਵੇ। ਮੈਂ ਇਕੱਲੀ ਉਨ੍ਹਾਂ ਨੂੰ ਦੇਖ ਰਹੀ ਹੁੰਦੀ। ਉਨ੍ਹਾਂ ਨੇ ਚਾਰ ਵਾਰ ਅਜਿਹਾ ਕੀਤਾ ਅਤੇ ਰੁਕ ਗਏ। ਫਿਰ ਉਨ੍ਹਾਂ ਦੀ ਨੇਤਾ, ਤੱਟ ਦੀ ਰਾਣੀ ਨੇ ਆਪਣਾ ਹੱਥ ਸੰਭਾਲ ਲਿਆ। ਪਹਿਲੇ ਦਿਨ ਉਹ ਇੱਕ ਕਾਰ ਵਿੱਚ ਆਈ ਅਤੇ ਸਾਡੇ ਘਰ ਦੇ ਕੋਲ ਖੜ੍ਹੀ ਸੀ। ਉਹ ਵਧੀਆ ਕੱਪੜੇ ਪਹਿਨੀ ਹੋਈ ਸੀ ਅਤੇ ਆਮ ਵਾਂਗ ਬਹੁਤ ਸੁੰਦਰ ਸੀ। ਆਲੇ-ਦੁਆਲੇ ਦੇ ਲੋਕਾਂ ਨੇ ਉਸਨੂੰ ਮੇਰੀ ਪ੍ਰੇਮਿਕਾ ਸਮਝ ਲਿਆ। ਤੁਰੰਤ ਉਹ ਅੰਦਰ ਆਈ ਮੈਨੂੰ ਪਤਾ ਸੀ ਕਿ ਉਹ ਕੌਣ ਸੀ। ਉਹ ਦੁਪਹਿਰ 12.00 ਵਜੇ ਦੇ ਕਰੀਬ ਆਈ ਜਦੋਂ ਸਾਰਾ ਇਲਾਕਾ ਘੱਟ ਵਿਅਸਤ ਸੀ। ਉਹ ਬੈਠ ਗਈ ਅਤੇ ਹੋਰ ਗੱਲਾਂ ਦੇ ਨਾਲ-ਨਾਲ ਕਿਹਾ: "ਤੁਸੀਂ ਆਪਣੇ ਚਰਚ ਜਾ ਸਕਦੇ ਹੋ, ਜੋ ਵੀ ਵਿਸ਼ਵਾਸ ਕਰਨਾ ਚਾਹੁੰਦੇ ਹੋ ਵਿਸ਼ਵਾਸ ਕਰੋ, ਪਰ ਜੇਕਰ ਤੁਸੀਂ ਮੈਨੂੰ ਪ੍ਰਗਟ ਨਹੀਂ ਕਰੋਗੇ, ਤਾਂ ਮੈਂ ਤੁਹਾਨੂੰ ਇਸ ਜੀਵਨ ਵਿੱਚ ਜੋ ਵੀ ਚਾਹੀਦਾ ਹੈ ਦੇਵਾਂਗਾ।" ਮੈਨੂੰ ਧਰਮ-ਗ੍ਰੰਥਾਂ ਦਾ ਗਿਆਨ ਨਹੀਂ ਸੀ, ਇਸ ਲਈ ਮੈਂ ਸਿਰਫ਼ ਉਸਦੀ ਗੱਲ ਸੁਣਦਾ ਅਤੇ ਦੇਖਦਾ ਰਿਹਾ। ਉਸਨੇ ਬੇਨਤੀ ਕੀਤੀ ਅਤੇ ਮੈਨੂੰ ਵਾਪਸ ਆਪਣੇ ਕੋਲ ਆਉਣ ਲਈ ਮਨਾਉਣ ਦੀ ਕੋਸ਼ਿਸ਼ ਕੀਤੀ। ਮੈਂ ਉਸਨੂੰ ਕਦੇ ਹਾਂ ਜਾਂ ਨਾਂਹ ਨਹੀਂ ਕਿਹਾ। ਉਹ ਖੜ੍ਹੀ ਹੋਈ, ਆਪਣੀ ਕਾਰ ਵਿੱਚ

ਚਲੀ ਗਈ ਅਤੇ ਚਲੀ ਗਈ।

*[ਟਿੱਪਣੀ: **ਦੁਸ਼ਮਣ ਚੁੱਪ ਰਹਿਣ ਲਈ ਸੌਦੇਬਾਜ਼ੀ ਕਰਦਾ ਹੈ। ਅਫ਼ਸੀਆਂ 5:11 — " ਕੋਈ ਸੰਗਤ ਨਾ ਕਰੋ... ਸਗੋਂ ਪਰਦਾਫਾਸ਼ ਕਰੋ।"**]*

ਲਗਭਗ ਦੋ ਵਾਰ ਮੇਰੇ ਚਾਚੇ ਦੀ ਪਤਨੀ ਨੇ ਉਸਨੂੰ ਜਾਣੇ ਬਿਨਾਂ ਉਸਦਾ ਮਨੋਰੰਜਨ ਕੀਤਾ ਅਤੇ ਮੈਂ ਕਦੇ ਵੀ ਆਪਣੇ ਚਾਚੇ ਦੀ ਪਤਨੀ ਨੂੰ ਇਹ ਨਹੀਂ ਦੱਸਿਆ ਕਿ ਉਹ ਔਰਤ ਕੌਣ ਸੀ। ਆਪਣੀ ਆਖਰੀ ਮੁਲਾਕਾਤ ਦੌਰਾਨ ਉਸਨੇ ਆਪਣਾ ਤਰੀਕਾ ਬਦਲ ਲਿਆ। ਇਸ ਵਾਰ ਉਸਨੇ ਮੈਨੂੰ ਇੱਕ ਸਖ਼ਤ ਚੇਤਾਵਨੀ ਦਿੱਤੀ ਕਿ ਉਸਨੇ ਇਹਨਾਂ ਮੁਲਾਕਾਤਾਂ ਦੌਰਾਨ ਮੈਨੂੰ ਉਸਦੇ ਕੋਲ ਵਾਪਸ ਆਉਣ ਲਈ ਮਨਾਉਣ ਦੀ ਕੋਸ਼ਿਸ਼ ਕੀਤੀ ਸੀ ਅਤੇ ਮੈਂ ਬਹੁਤ ਜ਼ਿੱਦੀ ਸੀ, ਅਤੇ ਇਹ ਉਸਦੀ ਆਖਰੀ ਮੁਲਾਕਾਤ ਸੀ। ਜੇਕਰ ਮੈਂ ਅਜੇ ਵੀ ਵਾਪਸ ਆਉਣ ਤੋਂ ਇਨਕਾਰ ਕਰਦਾ ਹਾਂ, ਤਾਂ ਉਹ ਅਗਸਤ ਵਿੱਚ ਮੇਰੇ ਕੋਲ ਆਵੇਗੀ ਅਤੇ ਜਾਂ ਤਾਂ ਮੈਨੂੰ ਮਾਰ ਦੇਵੇਗੀ, ਜਾਂ ਮੇਰਾ ਰੂਪ ਵਿਗਾੜ ਦੇਵੇਗੀ ਜਾਂ ਮੈਨੂੰ ਬੇਸਹਾਰਾ ਬਣਾ ਦੇਵੇਗੀ। ਇਸ ਦੇ ਨਾਲ ਉਹ ਚਲੀ ਗਈ।

*[ਟਿੱਪਣੀ: **ਜਦੋਂ ਮਨਾਉਣਾ ਅਸਫਲ ਹੁੰਦਾ ਹੈ ਤਾਂ ਧਮਕੀਆਂ ਵਧ ਜਾਂਦੀਆਂ ਹਨ। ਯਸਾਯਾਹ 54:17 ਢਾਲ ਹੈ- ਮਜ਼ਬੂਤੀ ਨਾਲ ਖੜ੍ਹੇ ਰਹੋ।**]*

ਮੈਂ ਡਰ ਗਿਆ ਸੀ, ਇਸ ਲਈ ਇੱਕ ਦਿਨ ਮੈਂ ਚਰਚ ਗਿਆ ਅਤੇ ਇੱਕ ਭਰਾ ਨੂੰ ਬੁਲਾਇਆ। ਮੈਂ ਉਸਨੂੰ ਆਪਣੀਆਂ ਸਮੱਸਿਆਵਾਂ ਅਤੇ ਚਰਚ ਦੇ ਕੁਝ ਮੈਂਬਰਾਂ ਬਾਰੇ ਆਪਣੇ ਵਿਚਾਰ ਦੱਸੇ, ਆਦਿ। ਇਸ ਭਰਾ ਨੇ ਮੈਨੂੰ SCRIPTURE UNION'S (SU) ਦੇ ਦਫ਼ਤਰ ਦਾ ਪਤਾ ਦਿੱਤਾ ਅਤੇ ਕਿਹਾ: "ਉੱਥੇ ਤੁਹਾਨੂੰ ਮਦਦ ਮਿਲੇਗੀ।" ਇਤਫਾਕਨ, ਇਹ ਆਖਰੀ ਦਿਨ ਸੀ ਜਦੋਂ ਮੈਂ ਇਸ "ਭਰਾ" ਨੂੰ ਦੇਖਿਆ। ਮੈਂ ਉਸਨੂੰ ਅੱਜ ਤੱਕ ਪੋਰਟ ਹਾਰਕੋਰਟ ਵਿੱਚ ਕਿਤੇ ਵੀ ਨਹੀਂ

ਦੇਖਿਆ। ਮੈਂ ਪਤਾ ਲਿਆ ਅਤੇ ਅਗਲੇ ਦਿਨ, ਨੰਬਰ 108 ਬੋਨੀ ਸਟਰੀਟ ਲਈ ਟੈਕਸੀ ਲਈ, ਜਿੱਥੇ ਦਫ਼ਤਰ ਹੈ ਅਤੇ ਟਾਈਪਿਸਟ ਨੂੰ ਮਿਲਿਆ ਜਿਸਨੇ ਮੈਨੂੰ SU Rumuomasi Pilgrims Group ਦੇ ਗਤੀਵਿਧੀਆਂ ਦਾ ਤਿਮਾਹੀ ਪ੍ਰੋਗਰਾਮ ਦਿੱਤਾ, ਜੋ ਕਿ ਮੇਰੇ ਸਭ ਤੋਂ ਨੇੜੇ ਸੀ। ਉਸਨੇ ਕਿਹਾ: "ਐਤਵਾਰ ਨੂੰ ਆਓ!" ਮੈਂ ਉੱਥੇ ਫੈਲੋਸ਼ਿਪ ਸੈਂਟਰ - ਸੇਂਟ ਮਾਈਕਲ ਸਟੇਟ ਸਕੂਲ, Rumuomasi - ਦੁਪਹਿਰ 2.00 ਵਜੇ ਸੀ, ਇਹ ਨਹੀਂ ਜਾਣਦਾ ਸੀ ਕਿ ਫੈਲੋਸ਼ਿਪ ਦੁਪਹਿਰ 3.00 ਵਜੇ ਸ਼ੁਰੂ ਹੁੰਦੀ ਹੈ, ਪਰ ਮੈਂ ਪ੍ਰਾਰਥਨਾ ਬੈਂਡ ਨੂੰ ਮਿਲਿਆ, ਇਸ ਲਈ ਮੈਂ ਉਨ੍ਹਾਂ ਵਿੱਚ ਸ਼ਾਮਲ ਹੋ ਗਿਆ।

[ਟਿੱਪਣੀ: ***ਪਰਮਾਤਮਾ ਅਕਸਰ ਸਧਾਰਨ ਕਦਮਾਂ ਦੁਆਰਾ ਮਾਰਗਦਰਸ਼ਨ ਕਰਦਾ ਹੈ - ਪ੍ਰਾਰਥਨਾ, ਸ਼ਬਦ-ਕੇਂਦ੍ਰਿਤ ਭਾਈਚਾਰਾ ਲੱਭੋ ਅਤੇ ਪਲੱਗ ਇਨ ਕਰੋ।]***

ਘੱਟੋ ਘੱਟ ਮੈਂ ਸਾਰੀ ਉਲਝਣ ਤੋਂ ਬਚ ਜਾਵਾਂਗਾ ਅਤੇ ਆਪਣੇ ਚਾਚੇ ਨੂੰ ਇੱਕ ਅਜਿਹਾ ਸਬਕ ਵੀ ਸਿਖਾਵਾਂਗਾ ਜੋ ਉਹ ਆਪਣੀ ਸਾਰੀ ਜ਼ਿੰਦਗੀ ਕਦੇ ਨਹੀਂ ਭੁੱਲੇਗਾ। ਹਾਲਾਂਕਿ ਮੈਂ ਫੈਸਲਾ ਲਿਆ, ਮੇਰੇ ਅੰਦਰ ਦੋ ਪ੍ਰਮੁੱਖ ਡਰ ਸਨ:

1. ਮੇਰੇ ਧਰਮ ਪਰਿਵਰਤਨ ਦੌਰਾਨ, ਪ੍ਰਭੂ ਨੇ ਮੈਨੂੰ ਸਪੱਸ਼ਟ ਤੌਰ 'ਤੇ ਕਿਹਾ: "ਇਹ ਤੁਹਾਡਾ ਆਖਰੀ ਮੌਕਾ ਹੈ।" ਮੇਰੇ ਸਮਾਜ ਵਿੱਚ ਵਾਪਸ ਜਾਣ ਦਾ ਅਰਥ ਮੌਤ ਹੋ ਸਕਦੀ ਹੈ, ਨਾ ਸਿਰਫ਼ ਸਰੀਰਕ ਸਗੋਂ ਅਧਿਆਤਮਿਕ ਮੌਤ ਵੀ।
2. ਜੇ ਮੈਂ ਪ੍ਰਭੂ ਵਿੱਚ ਰਿਹਾ, ਤਾਂ ਮੇਰਾ ਚਾਚਾ ਮੈਨੂੰ ਮਾਰਨ ਦੀਆਂ ਧਮਕੀਆਂ ਦੇ ਰਿਹਾ ਸੀ।

   ਮੈਂ ਬਹੁਤ ਉਲਝਣ ਵਿੱਚ ਸੀ ਅਤੇ ਮੈਨੂੰ ਮਦਦ ਦੀ ਲੋੜ ਸੀ। ਮੈਂ

ਪਰਮੇਸ਼ੁਰ ਦੇ ਬਚਨ ਤੋਂ ਅਣਜਾਣ ਸੀ ਅਤੇ ਕਦੇ ਨਹੀਂ ਜਾਣਦਾ ਸੀ ਕਿ ਉਪਰੋਕਤ ਦੇ ਸੰਬੰਧ ਵਿੱਚ ਬਚਨ ਕੀ ਕਹਿੰਦਾ ਹੈ। ਪਿਆਰੇ ਪਾਠਕ, ਤੁਸੀਂ ਇੱਥੇ ਮਹਿਸੂਸ ਕਰੋਗੇ ਕਿ ਇੱਕ ਨੌਜਵਾਨ ਧਰਮ ਪਰਿਵਰਤਨ ਦੇ ਰੂਪ ਵਿੱਚ ਫਾਲੋ-ਅਪ ਦੀ ਘਾਟ ਕਾਰਨ ਮੈਨੂੰ ਇਹ ਸਾਰੀਆਂ ਉਲਝਣਾਂ ਸਨ। ਨੌਜਵਾਨ ਧਰਮ ਪਰਿਵਰਤਨ ਕਰਨ ਵਾਲਿਆਂ ਲਈ ਫਾਲੋ-ਅਪ ਬਹੁਤ ਮਹੱਤਵਪੂਰਨ ਹੈ ਅਤੇ ਈਸਾਈਆਂ ਨੂੰ ਇਸਨੂੰ ਗੰਭੀਰਤਾ ਨਾਲ ਲੈਣਾ ਚਾਹੀਦਾ ਹੈ। ਜੇ ਤੁਸੀਂ ਜਾਣਦੇ ਹੋ ਕਿ ਤੁਸੀਂ ਆਪਣੇ ਧਰਮ ਪਰਿਵਰਤਨ ਕਰਨ ਵਾਲਿਆਂ ਦਾ ਫਾਲੋ-ਅਪ ਨਹੀਂ ਕਰ ਸਕਦੇ, ਤਾਂ ਕਿਰਪਾ ਕਰਕੇ ਗਵਾਹੀ ਲਈ ਬਾਹਰ ਨਾ ਜਾਓ। ਯਿਸੂ ਮਸੀਹ ਨੇ ਇਸ ਗੱਲ 'ਤੇ ਤਿੰਨ ਵਾਰ ਜ਼ੋਰ ਦਿੱਤਾ ਜਦੋਂ ਉਸਨੇ ਪਤਰਸ ਨੂੰ ਪੁੱਛਿਆ: "ਸ਼ਮਊਨ, ਯੂਨਾਹ ਦੇ ਪੁੱਤਰ, ਕੀ ਤੂੰ ਮੈਨੂੰ ਇਨ੍ਹਾਂ ਨਾਲੋਂ ਵੱਧ ਪਿਆਰ ਕਰਦਾ ਹੈਂ ?... ਮੇਰੇ ਲੇਲਿਆਂ ਨੂੰ ਚਰਾਉਂਦਾ ਹੈਂ।" ਸਹੀ ਫਾਲੋ-ਅਪ ਦੀ ਘਾਟ ਕਾਰਨ ਬਹੁਤ ਸਾਰੇ ਧਰਮ ਪਰਿਵਰਤਨ ਪਿੱਛੇ ਹਟ ਜਾਂਦੇ ਹਨ। ਜੇ ਤੁਸੀਂ ਯਿਸੂ ਨੂੰ ਪਿਆਰ ਕਰਦੇ ਹੋ, ਤਾਂ ਉਸਦੇ ਲੇਲਿਆਂ ਦੀ ਦੇਖਭਾਲ ਕਰੋ! *[ਟਿੱਪਣੀ:* ***ਚਰਚਾਂ ਨੂੰ ਜ਼ੋਰਦਾਰ ਉਪਦੇਸ਼: ਖੁਸ਼ਖਬਰੀ ਨੂੰ ਚੇਲੇਪਨ ਨਾਲ ਜੋੜਿਆ ਜਾਣਾ ਚਾਹੀਦਾ ਹੈ (ਯੂਹੰਨਾ*** *21:15-17) ।]*

ਉਸ ਦਿਨ ਸੰਗਤ ਤੋਂ ਬਾਅਦ ਮੈਨੂੰ ਪਤਾ ਲੱਗਾ ਕਿ ਇਹ ਮੇਰੇ ਲਈ ਸਹੀ ਜਗ੍ਹਾ ਸੀ। ਪਰਮਾਤਮਾ ਨੇ ਮੈਨੂੰ ਇੱਕ ਈਸਾਈ ਔਰਤ ਪ੍ਰਦਾਨ ਕੀਤੀ, ਜਿਸਨੂੰ ਮੈਂ ਇੱਕ ਮਾਂ ਵਜੋਂ ਲਿਆ, ਜਿਸਨੇ ਮੈਨੂੰ ਪਰਮਾਤਮਾ ਦੇ ਬਚਨ ਨੂੰ ਸਮਝਾਉਣ ਵਿੱਚ ਦਿਲਚਸਪੀ ਲਈ ਅਤੇ ਮੈਨੂੰ ਸਲਾਹ ਵੀ ਦਿੱਤੀ। ਭਰਾ ਮੇਰੇ ਵਿੱਚ ਬਹੁਤ

ਦਿਲਚਸਪੀ ਲੈਣ ਲੱਗ ਪਏ ਅਤੇ ਮੇਰੀ ਦੇਖਭਾਲ ਕੀਤੀ। ਮੈਂ ਅਸਲੀ ਪਿਆਰ ਦੇਖਿਆ। ਪਵਿੱਤਰ ਆਤਮਾ ਨੇ ਮੈਨੂੰ ਬਚਨ ਦੀ ਸਮਝ ਦੇਣੀ ਸ਼ੁਰੂ ਕਰ ਦਿੱਤੀ ਅਤੇ ਮੇਰਾ ਵਿਸ਼ਵਾਸ ਵਧਿਆ। ਪਰ ਤੱਟ ਦੀ ਰਾਣੀ ਦਿਖਾਈ ਨਹੀਂ ਦਿੱਤੀ ਜਿਵੇਂ ਉਸਨੇ ਧਮਕੀ ਦਿੱਤੀ ਸੀ। ਜ਼ਬੂਰ 91, ਪਰਮਾਤਮਾ ਦੀ ਸੁਰੱਖਿਆ, ਮੇਰੇ ਜੀਵਨ ਵਿੱਚ ਪੂਰੀ ਹੋਈ। ਯਸਾਯਾਹ 54:17: "ਤੇਰੇ ਵਿਰੁੱਧ ਬਣਾਇਆ ਗਿਆ ਕੋਈ ਵੀ ਹਥਿਆਰ ਸਫਲ ਨਹੀਂ ਹੋਵੇਗਾ; ਅਤੇ ਹਰ ਜ਼ਬਾਨ ਜੋ ਤੇਰੇ ਵਿਰੁੱਧ ਨਿਆਂ ਵਿੱਚ ਉੱਠੇਗੀ, ਤੂੰ ਉਸਨੂੰ ਦੋਸ਼ੀ ਠਹਿਰਾਵੇਂਗਾ। ਇਹ ਯਹੋਵਾਹ ਦੇ ਸੇਵਕਾਂ ਦੀ ਵਿਰਾਸਤ ਹੈ, ਅਤੇ ਉਨ੍ਹਾਂ ਦੀ ਧਾਰਮਿਕਤਾ ਮੇਰੇ ਵੱਲੋਂ ਹੈ, ਪ੍ਰਭੂ ਨੇ ਕਿਹਾ।" ਇਹ ਵੀ ਪੂਰਾ ਹੋਇਆ।

*[ਟਿੱਪਣੀ: **ਸਥਾਈ ਭਾਈਚਾਰਾ + ਪੋਥੀ = ਸੁਰੱਖਿਆ ਅਤੇ ਵਾਧਾ। ਪਰਮਾਤਮਾ ਆਪਣਾ ਬਚਨ ਰੱਖਦਾ ਹੈ।]***

ਸਤੰਬਰ 1985 ਨੂੰ, ਮੈਨੂੰ ਇੱਕ ਸੁਨੇਹਾ ਮਿਲਿਆ ਕਿ ਮੇਰਾ ਨਾਮ ਸਿਲਵਰ ਬ੍ਰਾਂਡ ਸੀਮੈਂਟ, ਲਾਗੋਸ ਦੇ ਇੱਕ ਵਿਤਰਕ ਵਜੋਂ ਸਾਹਮਣੇ ਆਇਆ ਹੈ ਅਤੇ ਮੈਨੂੰ 27/9/85 ਨੂੰ ਦਫ਼ਤਰ ਵਿੱਚ ਰਿਪੋਰਟ ਕਰਨ ਦੀ ਉਮੀਦ ਹੈ। ਮੈਂ 26/9/85 ਨੂੰ ਪੋਰਟ ਹਾਰਕੋਰਟ ਛੱਡਿਆ ਅਤੇ ਰਾਤ ਨੂੰ ਲਾਗੋਸ ਪਹੁੰਚਿਆ। ਅਗਲੀ ਸਵੇਰ 27/9/85 ਨੂੰ, ਮੈਂ ਦਫ਼ਤਰ ਵਿੱਚ ਗਿਆ ਪਰ ਪਰਸੋਨਲ ਮੈਨੇਜਰ ਨੇ ਮੈਨੂੰ ਦੱਸਿਆ ਕਿ ਮੇਰਾ ਅਲਾਟਮੈਂਟ ਕਿਸੇ ਹੋਰ ਨੂੰ ਸੌਂਪ ਦਿੱਤਾ ਗਿਆ ਹੈ। ਉਸਨੇ ਮੈਨੂੰ ਅਗਲੇ ਦਿਨ 28/9/85 ਨੂੰ ਮੈਨੇਜਿੰਗ ਡਾਇਰੈਕਟਰ ਨੂੰ ਮਿਲਣ ਲਈ ਦੁਹਰਾਉਣ ਲਈ ਕਿਹਾ। ਜਦੋਂ ਮੈਂ ਆਪਣੇ ਫਲੈਟ ਵਾਪਸ ਆ ਰਿਹਾ ਸੀ, ਇੱਕ ਰਸਤੇ ਵਿੱਚੋਂ ਲੰਘ ਰਿਹਾ ਸੀ, ਤਾਂ ਕਿਸੇ ਨੇ ਪਿੱਛੇ ਤੋਂ ਆ ਕੇ ਮੈਨੂੰ ਫੜ ਲਿਆ ਅਤੇ ਮੇਰਾ ਦਮ ਘੁੱਟਣ ਦੀ ਕੋਸ਼ਿਸ਼ ਕੀਤੀ ਭਾਵ ਮੇਰਾ ਨੱਕ

ਅਤੇ ਮੂੰਹ ਇਕੱਠੇ ਫੜ ਲਿਆ। ਮੈਂ ਜਾਨ ਲਈ ਸੰਘਰਸ਼ ਕੀਤਾ ਅਤੇ ਜਦੋਂ ਲੋਕ ਲੰਘ ਰਹੇ ਸਨ, ਕੋਈ ਵੀ ਮੇਰੇ ਬਚਾਅ ਲਈ ਨਹੀਂ ਆਇਆ, ਪਰ ਪ੍ਰਭੂ ਨੇ ਦਖਲ ਦਿੱਤਾ। ਜਦੋਂ ਮੈਂ ਅਜੇ ਵੀ ਹੱਥਾਂ ਨਾਲ ਸੰਘਰਸ਼ ਕਰ ਰਿਹਾ ਸੀ ਤਾਂ ਮੈਂ ਉਸਦੀ ਚੀਕ ਸੁਣੀ ਅਤੇ ਮੈਨੂੰ ਧੱਕਾ ਦੇ ਕੇ ਕਿਹਾ: "ਤੁਹਾਡੇ ਪਿੱਛੇ ਉਹ ਵਿਅਕਤੀ ਕੌਣ ਹੈ?" ਉਸਨੇ ਦੂਜੀ ਵਾਰ ਦੁਹਰਾਇਆ ਅਤੇ ਗਾਇਬ ਹੋ ਗਈ। ਆਵਾਜ਼ ਤੋਂ ਮੈਨੂੰ ਪਤਾ ਸੀ ਕਿ ਇਹ ਇੱਕ ਔਰਤ ਸੀ ਪਰ ਕਦੇ ਨਹੀਂ ਦੇਖਿਆ ਕਿ ਉਹ ਕੌਣ ਸੀ। ਮੈਂ ਹੈਰਾਨ ਸੀ ਅਤੇ ਆਪਣੇ ਫਲੈਟ ਵੱਲ ਭੱਜਿਆ ਜਾ ਰਿਹਾ ਸੀ।

*[ਟਿੱਪਣੀ: **ਦੂਤਾਂ ਦੀ ਦਖਲਅੰਦਾਜ਼ੀ ਅਸਲ ਹੈ (ਜ਼ਬੂਰ 34:7) / ਆਰਥਿਕ ਦਬਾਅ + ਸਰੀਰਕ ਹਮਲਾ ਅਕਸਰ ਇਕੱਠੇ ਹੁੰਦੇ ਹਨ।**]*

ਇੱਥੇ ਫਿਰ ਮੇਰਾ ਮਕਾਨ ਮਾਲਕ ਬਹੁਤ ਗੁੱਸੇ ਵਿੱਚ ਸੀ ਅਤੇ ਕਹਿਣ ਲੱਗਾ: "ਤੂੰ ਮੇਰੇ ਕਿਰਾਏ ਦੇ ਪੈਸੇ ਲੈ ਕੇ ਕਿਉਂ ਭੱਜ ਗਿਆ?" ਮੈਂ ਉਸਨੂੰ ਬੇਨਤੀ ਕੀਤੀ ਅਤੇ ਸਮਝਾਉਣ ਦੀ ਕੋਸ਼ਿਸ਼ ਕੀਤੀ ਕਿ ਇਸ ਵੇਲੇ ਮੈਂ ਕੰਮ ਨਹੀਂ ਕਰ ਰਿਹਾ ਸੀ ਅਤੇ ਜਿਵੇਂ ਹੀ ਮੇਰੇ ਕੋਲ ਪੈਸੇ ਹੋਣਗੇ ਮੈਂ ਉਸਦੇ ਸਾਰੇ ਪੈਸੇ ਦੇ ਦੇਵਾਂਗਾ। ਜਿਸ ਤਰੀਕੇ ਨਾਲ ਉਸਨੇ ਸਹਿਮਤੀ ਦਿੱਤੀ, ਉਸ ਨਾਲ ਮੈਨੂੰ ਲੱਗਿਆ ਕਿ ਇਹ ਮਾਮਲਾ ਸੁਲਝ ਗਿਆ ਹੈ। ਅਗਲੇ ਦਿਨ 28/9/85 ਨੂੰ, ਮੈਂ ਦਫ਼ਤਰ ਵਾਪਸ ਗਿਆ ਅਤੇ ਪ੍ਰਬੰਧ ਨਿਰਦੇਸ਼ਕ ਨੂੰ ਮਿਲਿਆ ਜਿਸਨੇ ਮੇਰਾ ਅਲਾਟਮੈਂਟ ਕਿਸੇ ਹੋਰ ਨੂੰ ਦੇਣ ਲਈ ਮੁਆਫੀ ਮੰਗੀ। ਜਦੋਂ ਉਹ ਅਜੇ ਗੱਲ ਕਰ ਰਿਹਾ ਸੀ ਤਾਂ ਇੱਕ ਨੌਜਵਾਨ ਅੰਦਰ ਆਇਆ ਅਤੇ ਮੈਨੂੰ ਪੁੱਛਿਆ: "ਕੀ ਤੂੰ ਇਮੈਨੁਅਲ ਨਹੀਂ ਹੈਂ?" ਮੈਂ ਕਿਹਾ: "ਹਾਂ, ਮੈਂ ਹਾਂ।" ਉਸਨੇ ਕਿਹਾ: "ਹਾਂ, ਅਸੀਂ ਤੈਨੂੰ ਆਖਰਕਾਰ ਫੜ ਲਿਆ ਹੈ! ਕੀ ਤੂੰ ਦੌੜਨਾ ਖਤਮ ਕਰ ਦਿੱਤਾ ਹੈ? ਅਸੀਂ ਕਈ ਵਾਰ ਪੋਰਟ ਹਾਰਕੋਰਟ ਗਏ ਹਾਂ ਅਤੇ ਦੇਖਿਆ ਹੈ ਕਿ ਤੂੰ ਹਮੇਸ਼ਾ

ਆਪਣੀ ਅਧਿਆਤਮਿਕ ਮਾਂ ਦੇ ਨਾਲ ਸੀ। ਉਹ ਸਾਡੇ ਲਈ ਇੱਕ ਰੁਕਾਵਟ ਰਹੀ ਸੀ ਅਤੇ ਹੁਣ ਜਦੋਂ ਤੂੰ ਲਾਗੋਸ ਆਇਆ ਹੈਂ ਤਾਂ ਅਸੀਂ ਤੈਨੂੰ ਫੜ ਲਿਆ ਹੈ! ਤੂੰ ਕਦੇ ਵੀ ਪੋਰਟ ਹਾਰਕੋਰਟ ਵਾਪਸ ਨਹੀਂ ਜਾ ਸਕਦਾ। ਮੈਂ ਹੀ ਉਹ ਹਾਂ ਜਿਸਨੇ ਤੇਰਾ ਅਲਾਟਮੈਂਟ ਲਿਆ ਸੀ।" ਮੈਂ ਉਸਨੂੰ ਚੁਣੌਤੀ ਦਿੱਤੀ ਅਤੇ ਕਿਹਾ: "ਤੂੰ ਕੁਝ ਨਹੀਂ ਕਰ ਸਕਦਾ!" ਪ੍ਰਬੰਧ ਨਿਰਦੇਸ਼ਕ ਆਪਣੇ ਦਫ਼ਤਰ ਵਿੱਚ ਕੀ ਹੋ ਰਿਹਾ ਸੀ ਇਸ ਬਾਰੇ ਹੈਰਾਨ ਸੀ। ਮੈਂ ਆਪਣੇ ਆਪ ਨੂੰ ਮਾਫ਼ ਕੀਤਾ ਅਤੇ ਫਲੈਟ ਲਈ ਰਵਾਨਾ ਹੋ ਗਿਆ।

*[ਟਿੱਪਣੀ: **ਦੁਸ਼ਮਣ "ਢੱਕਣਾਂ" (ਅਧਿਆਤਮਿਕ ਮਾਵਾਂ/ ਪਿਤਾ) ਨੂੰ ਨਿਸ਼ਾਨਾ ਬਣਾਉਂਦਾ ਹੈ। ਜੁੜੇ ਰਹੋ; ਅਲੱਗ ਨਾ ਹੋਵੋ।**]*

ਕੁਝ ਮਿੰਟਾਂ ਬਾਅਦ ਮੈਨੂੰ ਮੇਰੇ ਦਰਵਾਜ਼ੇ 'ਤੇ ਦਸਤਕ ਸੁਣਾਈ ਦਿੱਤੀ ਅਤੇ ਨੀਨਾ ਅੰਦਰ ਆਈ। ਉਸਨੇ ਮੈਨੂੰ ਪੁੱਛਿਆ ਕਿ ਕੀ ਮੈਂ ਪੋਰਟ ਹਾਰਕੋਰਟ ਵਾਪਸ ਜਾ ਰਿਹਾ ਹਾਂ। ਮੈਂ ਹਾਂ ਵਿੱਚ ਜਵਾਬ ਦਿੱਤਾ। ਉਸਨੇ ਮੈਨੂੰ ਉਨ੍ਹਾਂ ਕੋਲ ਵਾਪਸ ਆਉਣ ਲਈ ਬੇਨਤੀ ਕੀਤੀ ਅਤੇ ਜਿਨ੍ਹਾਂ ਨੌਕਰੀਆਂ ਲਈ ਮੈਨੂੰ ਖਾਸ ਤੌਰ 'ਤੇ ਸਿਖਲਾਈ ਦਿੱਤੀ ਗਈ ਸੀ ਉਹ ਅਜੇ ਵੀ ਅਧੂਰੀਆਂ ਪਈਆਂ ਹਨ: ਕੋਟੀਪਾਰੀ (ਯੋਰੂਬਾ ਭਾਸ਼ਾ ਵਿੱਚ)। ਮੈਨੂੰ ਸਿਖਲਾਈ ਦਿੱਤੀ ਗਈ ਸੀ:

- ਸ਼ੈਤਾਨੀ ਸ਼ਕਤੀਆਂ ਦੇ ਏਜੰਟਾਂ ਦਾ ਇੰਚਾਰਜ ਹੋਣਾ।
- "ਸਮੁੰਦਰੀ ਕੰਟਰੋਲ ਰੂਮ" ਦਾ ਇੰਚਾਰਜ ਹੋਣਾ, ਦੁਨੀਆ ਵਿੱਚ ਵਾਪਰ ਰਹੀਆਂ ਘਟਨਾਵਾਂ ਦੀ ਨਿਗਰਾਨੀ ਕਰਨਾ, ਸਿਗਨਲ ਭੇਜਣਾ ਅਤੇ ਪ੍ਰਾਪਤ ਕਰਨਾ, ਅਤੇ ਫੌਜਾਂ ਨੂੰ ਜੁਟਾਉਣਾ, ਆਦਿ।
- ਤੱਟ ਦੀ ਰਾਣੀ ਦੇ ਨਾਲ ਹੋਣਾ। ਇਸ ਵਿੱਚ ਸਿਰਫ਼ ਰਸਮਾਂ, ਕੁਰਬਾਨੀਆਂ, ਉਸ ਦੁਆਰਾ ਵਿਸ਼ੇਸ਼ ਕਾਰਜਾਂ ਨੂੰ ਪੂਰਾ ਕਰਨਾ ਹੀ

ਸ਼ਾਮਲ ਨਹੀਂ ਸੀ, ਸਗੋਂ ਹੋਰ ਵੀ ਚੀਜ਼ਾਂ ਸ਼ਾਮਲ ਸਨ ਜਿਨ੍ਹਾਂ ਨੂੰ ਸਮਝਾਉਣਾ ਮੁਸ਼ਕਲ ਸੀ।

- ਹਨੇਰੇ ਦੀਆਂ ਸ਼ਕਤੀਆਂ ਦੀ ਸਹਾਇਤਾ ਨਾਲ, ਨਵੀਆਂ ਗੁਪਤ ਸੁਸਾਇਟੀਆਂ ਸਥਾਪਤ ਕਰਨ ਲਈ ਜੋ ਨੁਕਸਾਨਦੇਹ ਦਿਖਾਈ ਦੇਣ ਤਾਂ ਜੋ ਨੌਜਵਾਨਾਂ ਅਤੇ ਹੋਰ ਚਰਚ ਜਾਣ ਵਾਲਿਆਂ ਨੂੰ ਆਕਰਸ਼ਿਤ ਕੀਤਾ ਜਾ ਸਕੇ।

ਉਸਨੇ ਕਿਹਾ, ਜੇ ਮੈਂ ਉਸਦੇ ਨਾਲ ਜਾਂਦੀ, ਤਾਂ ਜੋ ਮੇਰਾ ਇੰਤਜ਼ਾਰ ਸੀ ਉਹ ਦੋਹਰੀ ਤਰੱਕੀ ਅਤੇ ਬਹੁਤ ਸਾਰੀਆਂ ਬਰਕਤਾਂ ਸਨ। ਉਸਨੇ ਕਬੂਲ ਕੀਤਾ ਕਿ ਉਹ ਮੇਰੇ ਸਾਮਾਨ ਨੂੰ ਜ਼ਬਤ ਕਰਨ ਅਤੇ ਚੋਰੀ ਕਰਨ ਲਈ ਜ਼ਿੰਮੇਵਾਰ ਸਨ, ਇਹ ਵੀ ਕਿ ਉਨ੍ਹਾਂ ਨੇ ਮੇਰੇ ਚਾਚੇ ਨੂੰ ਮੇਰੀ ਇਮਾਰਤ ਨੂੰ ਤਬਾਹ ਕਰਨ ਅਤੇ ਮੇਰੀ ਜਾਨ ਨੂੰ ਧਮਕੀ ਦੇਣ ਲਈ ਉਕਸਾਇਆ ਸੀ। ਕਿ ਜੇ ਮੈਂ ਉਸਦਾ ਪਿੱਛਾ ਕਰਨ ਤੋਂ ਇਨਕਾਰ ਕਰਦੀ ਹਾਂ, ਤਾਂ ਉਹ ਹੋਰ ਵੀ ਕਰਨਗੇ ਅਤੇ ਇਹ ਯਕੀਨੀ ਬਣਾਉਣਗੇ ਕਿ ਮੈਂ ਖੁਸ਼ਹਾਲ ਨਾ ਹੋਵਾਂ। ਕਿ ਉਨ੍ਹਾਂ ਨੇ ਮੇਰੀ ਅਧਿਆਤਮਿਕ ਮਾਂ ਨਾਲ ਲੜਨ ਦਾ ਫੈਸਲਾ ਕੀਤਾ ਸੀ: "ਜੇ ਅਸੀਂ ਉਸਨੂੰ ਪ੍ਰਾਪਤ ਕਰ ਲੈਂਦੇ ਹਾਂ, ਤਾਂ ਅਸੀਂ ਤੁਹਾਨੂੰ ਪ੍ਰਾਪਤ ਕਰ ਲੈਂਦੇ ਹਾਂ" ਉਸਨੇ ਕਿਹਾ। ਉਸ 'ਤੇ, ਮੈਂ ਉਸਨੂੰ ਪ੍ਰਚਾਰ ਕਰਨਾ ਸ਼ੁਰੂ ਕਰ ਦਿੱਤਾ। ਉਹ ਖੜ੍ਹੀ ਹੋ ਗਈ ਅਤੇ ਕਿਹਾ: "ਉਹ ਤੁਹਾਨੂੰ ਧੋਖਾ ਦੇ ਰਹੇ ਹਨ," ਅਤੇ ਚਲੀ ਗਈ। ਇਹ 28/9/85 ਦੀ ਸ਼ਾਮ ਨੂੰ ਹੋਇਆ।

[ਟਿੱਪਣੀ: ***ਪਰਤਾਵਾ+ ਡਰਾਉਣ ਵਾਲਾ ਪੈਕੇਜ: ਤਰੱਕੀ ਦੀਆਂ ਪੇਸ਼ਕਸ਼ਾਂ; ਪ੍ਰਬੰਧ ਲਈ ਧਮਕੀਆਂ; ਅਤੇ ਸਲਾਹਕਾਰਾਂ ਨੂੰ ਨਿਸ਼ਾਨਾ ਬਣਾਉਣਾ।]***

ਉਸਨੂੰ ਚਲੇ ਜਾਣ ਤੋਂ ਪੰਦਰਾਂ ਮਿੰਟ ਵੀ ਨਹੀਂ ਹੋਏ ਸਨ ਕਿ ਮੈਨੂੰ ਇੱਕ ਹੋਰ ਦਸਤਕ ਸੁਣਾਈ ਦਿੱਤੀ। ਇਸ ਵਾਰ ਉਹ ਚਾਰ ਆਦਮੀ ਸਨ। ਉਨ੍ਹਾਂ ਨੇ ਮੈਨੂੰ ਬਾਹਰ ਆਉਣ ਲਈ ਇਸ਼ਾਰਾ ਕੀਤਾ ਅਤੇ ਮੈਂ ਖੁਦ ਨੂੰ ਉਨ੍ਹਾਂ ਦੇ ਨਾਲ ਜਾਂਦੇ ਦੇਖਿਆ। ਅਸੀਂ ਲਗਭਗ 2 ਖੰਭਿਆਂ ਤੱਕ ਚਲੇ ਗਏ ਅਤੇ ਉਨ੍ਹਾਂ ਵਿੱਚੋਂ ਇੱਕ ਨੇ ਮੈਨੂੰ ਪੁੱਛਿਆ: "ਕੀ ਤੁਸੀਂ ਸਾਨੂੰ ਜਾਣਦੇ ਹੋ?" ਮੈਂ ਕਿਹਾ ਨਹੀਂ। ਉਸਨੇ ਅੱਗੇ ਕਿਹਾ: "ਸਾਨੂੰ ਤੁਹਾਡੇ ਮਕਾਨ ਮਾਲਕ ਨੇ ਤੁਹਾਨੂੰ ਮਾਰਨ ਲਈ ਕਿਰਾਏ 'ਤੇ ਲਿਆ ਹੈ।" ਜਦੋਂ ਉਹ ਅਜੇ ਬੋਲ ਰਿਹਾ ਸੀ ਤਾਂ ਉਨ੍ਹਾਂ ਵਿੱਚੋਂ ਇੱਕ ਨੇ ਬੰਦੂਕ ਕੱਢੀ ਅਤੇ ਦੂਜੇ ਨੇ ਛੁਰਾ ਕੱਢਿਆ। ਮੈਂ ਬੇਸਹਾਰਾ ਸੀ ਅਤੇ ਜਾਣਦਾ ਸੀ ਕਿ ਉਹ ਮੈਨੂੰ ਮਾਰ ਦੇਣਗੇ, ਪਰ ਪਰਮਾਤਮਾ ਨੇ ਆਪਣੇ ਅਲੌਕਿਕ ਢੰਗ ਨਾਲ ਇੱਕ ਚਮਤਕਾਰ ਕੀਤਾ ਜਿਸਨੇ ਮੈਨੂੰ ਅਤੇ ਆਪਣੇ ਆਪ ਨੂੰ ਹੈਰਾਨ ਕਰ ਦਿੱਤਾ। ਬੰਦੂਕ ਵਾਲੇ ਆਦਮੀ ਨੇ ਮੇਰੇ 'ਤੇ ਗੋਲੀ ਚਲਾਈ ਪਰ ਕੋਈ ਆਵਾਜ਼ ਨਹੀਂ ਆਈ। ਛੁਰਾ ਵਾਲੇ ਆਦਮੀ ਨੇ ਮੇਰੀ ਪਿੱਠ 'ਤੇ ਇਸਨੂੰ ਚਲਾਇਆ ਪਰ ਇਹ ਕਦੇ ਵੀ ਅੰਦਰ ਨਹੀਂ ਵੜਿਆ ਸਗੋਂ ਇਹ ਕਿਸੇ 'ਤੇ ਡੰਡੇ ਦੀ ਵਰਤੋਂ ਕਰਨ ਵਰਗਾ ਲੱਗਿਆ। ਉਹ ਮੇਰੇ ਵਾਂਗ ਹੀ ਡਰ ਗਏ। ਪਰਮਾਤਮਾ ਦੀ ਆਤਮਾ ਮੇਰੇ 'ਤੇ ਆਈ ਅਤੇ ਮੈਂ ਪ੍ਰਚਾਰ ਕਰਨਾ ਸ਼ੁਰੂ ਕਰ ਦਿੱਤਾ। ਉਨ੍ਹਾਂ ਵਿੱਚੋਂ ਤਿੰਨ ਭੱਜ ਗਏ, ਪਰ ਚੌਥਾ ਆਦਮੀ ਟੁੱਟ ਗਿਆ ਅਤੇ ਰੋਣ ਲੱਗ ਪਿਆ ਅਤੇ ਬੇਨਤੀ ਕੀਤੀ ਕਿ ਮੈਨੂੰ ਉਸਦੇ ਲਈ ਪ੍ਰਾਰਥਨਾ ਕਰਨੀ ਚਾਹੀਦੀ ਹੈ। ਮੈਨੂੰ ਉਸ ਸਮੇਂ ਕੀ ਪ੍ਰਾਰਥਨਾ ਕਰਨੀ ਹੈ ਇਹ ਵੀ ਨਹੀਂ ਪਤਾ ਸੀ ਪਰ ਸਿਰਫ ਇਹ ਕਿਹਾ: "ਪ੍ਰਭੂ, ਕਿਰਪਾ ਕਰਕੇ ਉਸਨੂੰ ਮਾਫ਼ ਕਰੋ, ਭੁੱਲ ਜਾਓ ਅਤੇ ਮਾਫ਼ ਕਰੋ। ਆਮੀਨ!" ਉਸਨੇ ਆਪਣੀ ਜਾਨ ਮਸੀਹ ਨੂੰ ਦੇ ਦਿੱਤੀ ਇਸ ਲਈ ਮੈਂ ਉਸਨੂੰ ਇੱਕ ਪੈਂਟੇਕੋਸਟਲ ਚਰਚ ਲੈ ਗਿਆ ਅਤੇ ਸਮਝਾਇਆ ਕਿ ਪਾਦਰੀ ਨਾਲ ਕੀ ਹੋਇਆ ਸੀ। ਮੈਂ ਉਸਨੂੰ ਪਾਦਰੀ ਦੇ ਹਵਾਲੇ ਕਰ ਦਿੱਤਾ ਅਤੇ ਚਲਾ ਗਿਆ।

ਜਿਵੇਂ ਹੀ ਮੈਂ ਘਰ ਵਿੱਚ ਵੜਿਆ, ਮਕਾਨ ਮਾਲਕ ਭੱਜ ਗਿਆ ਅਤੇ ਗੋਡਿਆਂ ਭਾਰ ਬੈਠ ਕੇ ਬੇਨਤੀ ਕਰਨ ਲੱਗਾ: "ਕਿਰਪਾ ਕਰਕੇ ਮੈਨੂੰ ਮਾਫ਼ ਕਰ ਦਿਓ। ਮੈਂ ਸੋਚਿਆ ਸੀ ਕਿ ਤੁਸੀਂ ਮੇਰੇ ਪੈਸੇ (N1,000) ਦੇ ਕਾਰਨ ਪੋਰਟ ਹਾਰਕੋਰਟ ਭੱਜਣ ਦਾ ਫੈਸਲਾ ਕੀਤਾ ਹੈ।" ਮੈਂ ਉਸਨੂੰ ਮਾਫ਼ ਕਰ ਦਿੱਤਾ ਅਤੇ ਅਸੀਂ ਅੰਤ ਵਿੱਚ ਸਹਿਮਤ ਹੋਏ ਕਿ ਪੈਸੇ ਕਿਸ਼ਤਾਂ ਵਿੱਚ ਅਦਾ ਕੀਤੇ ਜਾਣ।

[ਟਿੱਪਣੀ: ***ਯਸਾਯਾਹ 54:17 ਕਾਰਵਾਈ ਵਿੱਚ। ਪਰਮੇਸ਼ੁਰ ਹਮਲਿਆਂ ਨੂੰ ਮੁਕਤੀ ਦੇ ਪਲਾਂ ਵਿੱਚ ਬਦਲ ਦਿੰਦਾ ਹੈ; ਮਾਫ਼ੀ ਬਦਲਾ ਲੈਣ ਦਾ ਦਰਵਾਜ਼ਾ ਬੰਦ ਕਰ ਦਿੰਦੀ ਹੈ।]***

ਉਸੇ ਰਾਤ, ਲਗਭਗ 2:00 ਵਜੇ ਪ੍ਰਭੂ ਨੇ ਮੈਨੂੰ ਜਗਾਇਆ। ਮੈਨੂੰ ਨਹੀਂ ਪਤਾ ਸੀ ਕਿ ਮੈਂ ਕਿਉਂ ਜਾਗਿਆ ਇਸ ਲਈ ਮੈਂ ਲਿਵਿੰਗ ਰੂਮ ਵੱਲ ਤੁਰ ਪਿਆ ਅਤੇ ਮੈਂ ਜੋ ਦੇਖਿਆ ਉਹ ਇੱਕ ਵੱਡਾ ਕੱਛੂ ਸੀ ਜੋ ਮੇਰੇ ਸਾਹਮਣੇ ਸੀ। ਤੁਰੰਤ ਮੈਨੂੰ ਪੋਰਟ ਹਾਰਕੋਰਟ ਵਿੱਚ ਬਾਈਬਲ ਅਧਿਐਨ ਯਾਦ ਆਇਆ, ਸ਼ਬਦ ਵਿੱਚ ਸ਼ਕਤੀ ਬਾਰੇ। ਫਿਰ ਮੈਂ ਇਹ ਸ਼ਬਦ ਕਹੇ: "ਕੱਛੂ, ਜਦੋਂ ਤੋਂ ਮੈਂ ਪੈਦਾ ਹੋਇਆ ਹਾਂ, ਕੱਛੂ ਦਾ ਘਰ ਜਾਂ ਤਾਂ ਝਾੜੀ ਹੈ ਜਾਂ ਸਮੁੰਦਰ, ਪਰ ਮੇਰੇ ਘਰ ਵਿੱਚ ਆਉਣ ਲਈ ਜਦੋਂ ਖਿੜਕੀਆਂ ਅਤੇ ਦਰਵਾਜ਼ੇ ਬੰਦ ਹਨ, ਤੁਸੀਂ ਪਾਪ ਕੀਤਾ ਹੈ, ਅਤੇ ਇਸ ਲਈ ਤੁਹਾਨੂੰ ਮਰਨਾ ਪਵੇਗਾ।" ਜਿਵੇਂ ਹੀ ਮੈਂ ਇਹ ਕਿਹਾ ਇਹ ਗਾਇਬ ਹੋ ਗਿਆ। ਮੈਂ ਕਮਰੇ ਵਿੱਚ ਵਾਪਸ ਚਲਾ ਗਿਆ ਅਤੇ ਸੌਂ ਗਿਆ। ਦੂਜੀ ਵਾਰ ਫਿਰ, ਮੈਂ ਜਾਗਿਆ ਅਤੇ ਲਿਵਿੰਗ ਰੂਮ ਵਿੱਚ ਕੁਝ ਆਵਾਜ਼ ਸੁਣੀ। ਮੈਂ ਗਿਆ ਅਤੇ ਉੱਥੇ ਮੇਰੇ ਸਾਹਮਣੇ ਇੱਕ ਭਿਆਨਕ ਦਿੱਖ ਵਾਲਾ ਗਿਰਝ ਖੜ੍ਹਾ ਸੀ। ਮੈਂ ਉਹੀ ਸ਼ਬਦ ਦੁਹਰਾਏ ਅਤੇ ਜਿਵੇਂ ਹੀ ਮੈਂ ਕਿਹਾ: "ਇਹ ਪਾਪ ਕਰਨ ਲਈ ਤੁਹਾਨੂੰ ਮਰਨਾ ਪਵੇਗਾ," ਇਹ ਵੀ ਗਾਇਬ ਹੋ ਗਿਆ। ਇਸ ਲਾਗੋਸ ਯਾਤਰਾ

ਦੌਰਾਨ ਮੈਂ ਪਰਮਾਤਮਾ ਦੀ ਚੰਗਿਆਈ, ਮਹਾਨਤਾ ਅਤੇ ਵਫ਼ਾਦਾਰੀ ਦੇਖੀ।

*[ਟਿੱਪਣੀ: **ਬੋਲੀ, ਧਰਮ-ਗ੍ਰੰਥ ਅਨੁਕੂਲ ਅਧਿਕਾਰ ਮਾਇਨੇ ਰੱਖਦਾ ਹੈ** **(ਮੱਤੀ 4:10-11; ਅੱਯੂਬ 22:28) ।]***

ਅਗਲੀ ਸਵੇਰ 29/9/85 ਨੂੰ, ਮੈਂ ਪੋਰਟ ਹਾਰਕੋਰਟ ਲਈ ਇੱਕ ਆਲੀਸ਼ਾਨ ਬੱਸ ਫੜੀ। ਓਰੇ ਪਹੁੰਚਦਿਆਂ, ਬੱਸ ਇੱਕ ਦਰੱਖਤ ਨਾਲ ਟਕਰਾ ਗਈ। ਇਹ ਖਰਾਬ ਹੋ ਗਈ ਪਰ ਕਿਸੇ ਨੂੰ ਸੱਟ ਨਹੀਂ ਲੱਗੀ। ਡਰਾਈਵਰ ਨੇ ਇਸਨੂੰ ਵਾਪਸ ਸੜਕ 'ਤੇ ਖਿੱਚ ਲਿਆ ਅਤੇ ਜਿਵੇਂ ਹੀ ਉਹ ਅੱਗੇ ਵਧਿਆ, ਬੱਸ ਸੜਕ ਦੇ ਇੱਕ ਪਾਸੇ ਤੋਂ ਦੂਜੇ ਪਾਸੇ ਘੁੰਮਣ ਲੱਗੀ। ਮੈਨੂੰ ਨੀਨਾ ਦੀਆਂ ਧਮਕੀਆਂ ਯਾਦ ਆਈਆਂ, ਇਸ ਲਈ ਮੈਂ ਬੱਸ ਵਿੱਚ ਖੜ੍ਹਾ ਹੋ ਗਿਆ, ਯਾਤਰੀਆਂ ਨੂੰ ਪ੍ਰਚਾਰ ਕੀਤਾ ਅਤੇ ਇਹ ਕਹਿ ਕੇ ਸਮਾਪਤ ਕੀਤਾ: "ਇਹ ਮੇਰੇ ਕਾਰਨ ਹੈ ਕਿ ਇਹ ਹਾਦਸੇ ਹੋ ਰਹੇ ਹਨ। ਪਰ ਹੁਣ ਤੋਂ, ਜਦੋਂ ਤੱਕ ਅਸੀਂ ਪੋਰਟ ਹਾਰਕੋਰਟ ਨਹੀਂ ਪਹੁੰਚਦੇ, ਯਿਸੂ ਦੇ ਨਾਮ 'ਤੇ ਕੋਈ ਹੋਰ ਹਾਦਸੇ ਨਹੀਂ ਹੋਣਗੇ!" ਅਤੇ ਮੈਂ ਬੈਠ ਗਿਆ। ਦਰਅਸਲ, ਜਦੋਂ ਮੈਂ ਬੈਠ ਗਿਆ, ਤਾਂ ਮੈਂ ਹੈਰਾਨ ਸੀ ਕਿ ਮੈਂ ਕੀ ਕਿਹਾ ਸੀ। ਅਤੇ ਇਹੀ ਹੋਇਆ। ਗੱਡੀ ਪੋਰਟ ਹਾਰਕੋਰਟ ਵੱਲ ਸੁਚਾਰੂ ਢੰਗ ਨਾਲ ਚਲੀ ਗਈ। ਕੋਈ ਹੋਰ ਹਾਦਸੇ ਜਾਂ ਟੁੱਟ-ਭੱਜ ਨਹੀਂ ਹੋਵੇਗੀ। ਧਰਮ-ਗ੍ਰੰਥ ਸਹੀ ਕਹਿੰਦਾ ਹੈ: "ਦੇਖੋ, ਉਹ ਜ਼ਰੂਰ ਇਕੱਠੇ ਹੋਣਗੇ, ਪਰ ਮੇਰੇ ਦੁਆਰਾ ਨਹੀਂ: ਜੋ ਕੋਈ ਤੁਹਾਡੇ ਵਿਰੁੱਧ ਇਕੱਠਾ ਹੋਵੇਗਾ ਉਹ ਤੁਹਾਡੇ ਲਈ ਡਿੱਗ ਪਵੇਗਾ" (ਯਸਾਯਾਹ 54:15)। ਉਨ੍ਹਾਂ (ਤੱਟ ਦੀ ਰਾਣੀ ਅਤੇ ਉਸਦੇ ਏਜੰਟਾਂ) ਨੇ ਕੋਸ਼ਿਸ਼ ਕੀਤੀ, ਪਰ ਕਿਉਂਕਿ ਉਨ੍ਹਾਂ ਦਾ ਇਕੱਠ ਪ੍ਰਭੂ ਕੋਲ ਨਹੀਂ ਸਗੋਂ ਉਸਦੇ ਬੱਚੇ ਦੇ ਵਿਰੁੱਧ ਸੀ, ਉਹ ਸਾਰੇ ਠੋਕਰ ਖਾ ਕੇ ਡਿੱਗ ਪਏ। "ਜਦੋਂ ਦੁਸ਼ਮਣ ਹੜ੍ਹ ਵਾਂਗ ਆਵੇਗਾ, ਤਾਂ ਪਰਮੇਸ਼ੁਰ ਦਾ ਆਤਮਾ ਉਸ ਦੇ ਵਿਰੁੱਧ ਇੱਕ ਝੰਡਾ ਉੱਚਾ ਕਰੇਗਾ" (ਯਸਾਯਾਹ 59:19)। ਮੈਂ ਪਰਮੇਸ਼ੁਰ ਨੂੰ ਆਪਣੀ ਤਰਫ਼ੋਂ ਆਪਣੇ

ਆਪ ਨੂੰ ਮਜ਼ਬੂਤ ਦਿਖਾਉਣ ਲਈ ਸਾਰੀ ਮਹਿਮਾ ਦਿੰਦਾ ਹਾਂ।

*[ਟਿੱਪਣੀ: **ਮਸੀਹ ਦੇ ਅਧਿਕਾਰ ਅਧੀਨ ਵਿਸ਼ਵਾਸ ਦਾ ਇਕਬਾਲ ਸੰਕਟ ਨੂੰ ਸਥਿਰ ਕਰ ਸਕਦਾ ਹੈ (ਮਰਕੁਸ 11:23)। ਅੰਤਿਮ ਸਿਧਾਂਤ ਵਿਗਿਆਨ ਜਿੱਤ 'ਤੇ ਮੋਹਰ ਲਗਾਉਂਦਾ ਹੈ।]***

ਫੀਲਡ ਗਾਈਡ: ਮੁਕਤੀ ਤੋਂ ਬਾਅਦ ਪ੍ਰਫੁੱਲਤ ਹੋਣਾ

- **ਸੰਬੰਧਿਤ**: ਇੱਕ ਸ਼ਬਦ-ਆਤਮਾ ਚਰਚ ਵਿੱਚ ਸਥਾਪਿਤ ਕਰੋ; ਸਲਾਹ-ਮਸ਼ਵਰਾ ਪ੍ਰਾਪਤ ਕਰੋ।
- **ਰਚਨਾ**: ਰੋਜ਼ਾਨਾ ਧਰਮ ਗ੍ਰੰਥ + ਪ੍ਰਾਰਥਨਾ (ਉੱਚੀ ਬੋਲੋ); ਸਮੇਂ-ਸਮੇਂ ਤੇ ਵਰਤ ਰੱਖੋ।
- **ਤੋੜੋ**: ਸਾਰੇ ਪੁਰਾਣੇ ਨੇਮ ਤਿਆਗ ਦਿਓ; ਗੁਪਤ ਚੀਜ਼ਾਂ ਨੂੰ ਨਸ਼ਟ ਕਰੋ (ਰਸੂਲਾਂ ਦੇ ਕਰਤੱਬ 19:19)।
- **ਸੀਮਾਵਾਂ**: ਕੋਈ ਗੁਪਤ ਸੌਦੇਬਾਜ਼ੀ ਨਹੀਂ; ਗੁਪਤ "ਦੋਸਤਾਂ" ਨਾਲ ਕੋਈ ਸੰਪਰਕ ਨਹੀਂ।
- **ਲੜਾਈ**: ਇਕਬਾਲ, ਸੰਗਤ, ਅਤੇ ਹੁਕਮ ਪ੍ਰਾਰਥਨਾ ਦੀ ਵਰਤੋਂ ਕਰੋ (ਅਫ਼ਸੀਆਂ 6:10-18)।
- **ਗਵਾਹੀ ਦਿਓ**: ਆਪਣੀ ਗਵਾਹੀ ਸਮਝਦਾਰੀ ਨਾਲ ਸਾਂਝੀ ਕਰੋ; ਇਹ ਦੋਸ਼ਾਂ ਨੂੰ ਬੇਅਸਰ ਕਰਦਾ ਹੈ (ਪ੍ਰਕਾਸ਼ ਦੀ ਪੋਥੀ 12:11)।

ਸੁਰੱਖਿਆ ਅਤੇ ਦ੍ਰਿੜਤਾ ਦੀ ਪ੍ਰਾਰਥਨਾ

ਪ੍ਰਭੂ ਯਿਸੂ, ਤੂੰ ਮੇਰਾ ਚਰਵਾਹਾ ਹੈਂ। ਮੈਂ ਤੇਰੀ ਆਵਾਜ਼ ਸੁਣਦਾ ਹਾਂ ਅਤੇ ਤੇਰਾ ਪਾਲਣ ਕਰਦਾ ਹਾਂ। ਮੈਂ ਹਰ ਧਮਕੀ, ਸੌਦੇਬਾਜ਼ੀ ਅਤੇ ਹਨੇਰੇ ਦੀ ਧਮਕੀ ਨੂੰ ਤਿਆਗਦਾ ਹਾਂ। ਮੈਨੂੰ ਆਪਣੀ ਅੱਗ ਨਾਲ ਘੇਰੋ, ਮੇਰੇ ਮਾਰਗ 'ਤੇ ਦੂਤ ਨਿਯੁਕਤ ਕਰੋ, ਅਤੇ ਮੈਨੂੰ ਆਪਣੇ ਬਚਨ ਅਤੇ ਭਾਈਚਾਰੇ ਵਿੱਚ ਸਥਾਪਿਤ ਰੱਖੋ। ਮੇਰੇ ਵਿਰੁੱਧ ਬਣਾਇਆ ਗਿਆ ਕੋਈ ਵੀ ਹਥਿਆਰ ਸਫਲ ਨਹੀਂ ਹੋਵੇਗਾ। ਮੈਂ ਤੇਰੇ ਹੱਥ ਵਿੱਚ ਰਹਿੰਦਾ ਹਾਂ - ਹੁਣ ਅਤੇ ਹਮੇਸ਼ਾ ਲਈ। ਆਮੀਨ।
(ਯੂਹੰਨਾ 10:27-28; ਯਸਾਯਾਹ 54:17; ਜ਼ਬੂਰ 91)

ਅਧਿਆਇ 7: ਸ਼ੈਤਾਨ ਦੇ ਏਜੰਟਾਂ ਦੀਆਂ ਗਤੀਵਿਧੀਆਂ

"ਪਰਮੇਸ਼ੁਰ ਦੇ ਸਾਰੇ ਸ਼ਸਤ੍ਰ ਬਸਤ੍ਰ ਧਾਰਨ ਕਰੋ, ਤਾਂ ਜੋ ਤੁਸੀਂ ਸ਼ੈਤਾਨ ਦੀਆਂ ਚਾਲਾਂ ਦੇ ਵਿਰੁੱਧ ਖੜ੍ਹੇ ਹੋ ਸਕੋ।
ਕਿਉਂਕਿ ਅਸੀਂ ਮਾਸ ਅਤੇ ਲਹੂ ਦੇ ਵਿਰੁੱਧ ਨਹੀਂ, ਸਗੋਂ ਹਕੂਮਤਾਂ, ਸ਼ਕਤੀਆਂ, ਇਸ ਦੁਨੀਆਂ ਦੇ ਹਨੇਰੇ ਦੇ ਹਾਕਮਾਂ, ਉੱਚੀਆਂ ਥਾਵਾਂ ਵਿੱਚ ਆਤਮਿਕ ਦੁਸ਼ਟਤਾ ਦੇ ਵਿਰੁੱਧ ਲੜਦੇ ਹਾਂ" *— ਅਫ਼ਸੀਆਂ 6:11-12*

ਇਹ ਕਿਤਾਬ ਪੂਰੀ ਨਹੀਂ ਹੋਵੇਗੀ ਜੇਕਰ ਇਹਨਾਂ ਸ਼ਕਤੀਆਂ ਦੇ ਕੰਮ ਕਰਨ ਦੇ ਵੱਖ-ਵੱਖ ਤਰੀਕਿਆਂ ਦਾ ਪਰਦਾਫਾਸ਼ ਨਹੀਂ ਕੀਤਾ ਜਾਂਦਾ। ਨਾਲ ਹੀ ਇਹ ਵੀ ਮਹੱਤਵਪੂਰਨ ਹੈ ਕਿ ਉਹ ਵੱਖ-ਵੱਖ ਰੂਪ ਜਿਨ੍ਹਾਂ ਵਿੱਚ ਉਹ ਆਪਣੇ ਆਪ ਨੂੰ ਪ੍ਰਗਟ ਕਰਦੇ ਹਨ, ਦਾ ਪਰਦਾਫਾਸ਼ ਕੀਤਾ ਜਾਵੇ।

[ਟਿੱਪਣੀ: ***ਪਰਦਾਫਾਸ਼ ਦਾ ਉਦੇਸ਼ ਹਨੇਰੇ ਦੀ ਵਡਿਆਈ ਕਰਨਾ ਨਹੀਂ ਹੈ, ਸਗੋਂ ਵਿਸ਼ਵਾਸੀਆਂ ਨੂੰ ਸਮਝ ਨਾਲ ਲੈਸ ਕਰਨਾ ਹੈ*** *(2 ਕੁਰਿੰਥੀਆਂ 2:11) ।]*

ਇੱਕ ਗੱਲ ਸਪੱਸ਼ਟ ਹੈ ਅਤੇ ਉਹ ਇਹ ਹੈ ਕਿ, ਸ਼ੈਤਾਨ ਜਾਂ ਤਾਂ ਤੁਹਾਨੂੰ ਇਹ ਵਿਸ਼ਵਾਸ ਕਰਨ ਲਈ ਉਤਸ਼ਾਹਿਤ ਕਰੇਗਾ ਕਿ ਉਹ ਇੱਕ ਮਿੱਥ ਹੈ ਜਾਂ ਸਾਧਾਰਨ ਬੁਰੇ ਵਿਚਾਰ ਹਨ, ਜਾਂ ਤੁਹਾਨੂੰ ਆਪਣੀਆਂ ਸ਼ਕਤੀਆਂ ਨੂੰ ਵਧੇਰੇ ਅਤੇ ਪਰਮੇਸ਼ੁਰ ਦੀਆਂ ਸ਼ਕਤੀਆਂ ਨੂੰ ਘੱਟ ਦਿਖਾਏਗਾ। ਜਦੋਂ ਕਿ ਬਾਈਬਲ ਕਹਿੰਦੀ ਹੈ: "ਅਸੀਂ ਮਾਸ ਅਤੇ ਲਹੂ ਦੇ ਵਿਰੁੱਧ ਨਹੀਂ ਸਗੋਂ ਹਕੂਮਤਾਂ, ਸ਼ਕਤੀਆਂ, ਇਸ ਸੰਸਾਰ ਦੇ ਹਨੇਰੇ ਦੇ ਸ਼ਾਸਕਾਂ ਦੇ ਵਿਰੁੱਧ, ਉੱਚੀਆਂ ਥਾਵਾਂ 'ਤੇ ਅਧਿਆਤਮਿਕ ਦੁਸ਼ਟਤਾ ਦੇ ਵਿਰੁੱਧ ਲੜਦੇ ਹਾਂ," ਬਾਈਬਲ ਇਹ ਵੀ ਕਹਿੰਦੀ ਹੈ ਕਿ ਸ਼ੈਤਾਨ ਅਤੇ ਉਸਦੇ ਏਜੰਟਾਂ ਦੇ ਵਿਰੁੱਧ ਈਸਾਈਆਂ ਦੇ ਹਥਿਆਰ "ਸਰੀਰਕ ਨਹੀਂ ਹਨ ਸਗੋਂ ਪਰਮੇਸ਼ੁਰ ਦੁਆਰਾ ਗੜ੍ਹਾਂ ਨੂੰ ਢਾਹ ਦੇਣ, ਕਲਪਨਾਵਾਂ ਅਤੇ ਹਰ ਉੱਚੀ ਚੀਜ਼ ਨੂੰ ਢਾਹ ਦੇਣ ਲਈ ਸ਼ਕਤੀਸ਼ਾਲੀ ਹਨ ਜੋ ਆਪਣੇ ਆਪ ਨੂੰ ਪਰਮੇਸ਼ੁਰ ਦੇ ਗਿਆਨ ਦੇ ਵਿਰੁੱਧ ਉੱਚਾ ਕਰਦੀ ਹੈ , ਅਤੇ ਮਸੀਹ ਦੀ ਆਗਿਆਕਾਰੀ ਲਈ ਹਰ ਵਿਚਾਰ ਨੂੰ ਕੈਦ ਵਿੱਚ ਲਿਆਉਂਦੀ ਹੈ" (2 ਕੁਰਿੰਥੀਆਂ 10:4-5)।

[ਟਿੱਪਣੀ: ***ਮਸੀਹੀ ਲੜਾਈ ਅਧਿਆਤਮਿਕ ਹੈ, ਸੱਚਾਈ, ਆਗਿਆਕਾਰੀ ਅਤੇ ਮਸੀਹ ਦੇ ਅਧਿਕਾਰ ਨਾਲ ਲੜੀ ਜਾਂਦੀ ਹੈ- ਡਰ ਨਾਲ ਨਹੀਂ।]***

ਫਿਰ ਸਪੱਸ਼ਟ ਤੌਰ 'ਤੇ ਐਲਾਨ ਕਰਦੇ ਹਨ: "ਇਸੇ ਲਈ ਪਰਮੇਸ਼ੁਰ ਦਾ ਪੁੱਤਰ ਪ੍ਰਗਟ ਹੋਇਆ ਸੀ ਕਿ ਉਹ ਸ਼ੈਤਾਨ ਦੇ ਕੰਮਾਂ ਨੂੰ ਨਸ਼ਟ ਕਰੇ" (1 ਯੂਹੰਨਾ 3:8)। ਅਤੇ ਯਿਸੂ ਨੇ ਰਿਆਸਤਾਂ ਅਤੇ ਸ਼ਕਤੀਆਂ ਨੂੰ ਤਬਾਹ ਕਰ ਦਿੱਤਾ ਸੀ, ਉਸਨੇ ਉਨ੍ਹਾਂ ਨੂੰ ਖੁੱਲ੍ਹੇਆਮ ਦਿਖਾਇਆ, ਉਨ੍ਹਾਂ ਉੱਤੇ ਜਿੱਤ ਪ੍ਰਾਪਤ ਕੀਤੀ।

[ਟਿੱਪਣੀ: ***ਮਸੀਹ ਦੀ ਜਿੱਤ ਪਹਿਲਾਂ ਹੀ ਪੂਰੀ ਹੋ ਚੁੱਕੀ ਹੈ; ਸਾਡਾ ਯੁੱਧ ਉਸਦੇ ਮੁਕੰਮਲ ਕੰਮ ਨੂੰ ਲਾਗੂ ਕਰਦਾ ਹੈ (ਕੁਲੁੱਸੀਆਂ 2:15) ।]***

"ਤੂੰ ਆਪਣੇ ਮੂੰਹ ਦੇ ਬਚਨਾਂ ਨਾਲ ਫਸ ਗਿਆ ਹੈਂ, ਤੂੰ ਆਪਣੇ ਮੂੰਹ ਦੇ ਬਚਨਾਂ ਨਾਲ ਫਸ ਗਿਆ ਹੈਂ" (ਕਹਾਉਤਾਂ 6:2) ਧਰਮ-ਗ੍ਰੰਥ ਕਹਿੰਦੇ ਹਨ। ਇਸ ਲਈ ਪਰਮੇਸ਼ੁਰ ਦੇ ਬੱਚੇ ਨੂੰ ਪਰਮੇਸ਼ੁਰ ਦੇ ਬਚਨ ਨੂੰ ਕਬੂਲ ਕਰਨ ਲਈ ਸਾਵਧਾਨ ਰਹਿਣਾ ਚਾਹੀਦਾ ਹੈ, ਜਿਸਨੂੰ ਪਰਮੇਸ਼ੁਰ ਨੇ ਵਾਅਦਾ ਕੀਤਾ ਹੈ ਕਿ ਉਹ ਜਲਦੀ ਕਰੇਗਾ।

ਪਰਮੇਸ਼ੁਰ ਦੇ ਬਚਨ ਵਿੱਚ ਤਿੰਨ ਇਕਬਾਲ ਦੱਸੇ ਗਏ ਹਨ:

1. ਮਸੀਹ ਦੇ ਪ੍ਰਭੂ ਹੋਣ ਦਾ ਇਕਬਾਲ।
2. ਬਚਨ ਵਿੱਚ, ਮਸੀਹ ਵਿੱਚ ਅਤੇ ਪਰਮੇਸ਼ੁਰ ਪਿਤਾ ਵਿੱਚ ਵਿਸ਼ਵਾਸ ਦਾ ਇਕਬਾਲ।
3. ਪਾਪ ਦਾ ਇਕਬਾਲ।

   [ਟਿੱਪਣੀ: ***ਇਕਬਾਲ ਸਿਰਫ਼ ਪਛਤਾਵੇ ਬਾਰੇ ਨਹੀਂ ਹੈ- ਇਹ ਬ੍ਰਹਮ ਸੱਚਾਈ ਨਾਲ ਇਕਸਾਰਤਾ ਹੈ (ਰੋਮੀਆਂ 10:9-10) ।]***

ਜਦੋਂ ਅਸੀਂ "ਇਕਬਾਲ" ਸ਼ਬਦ ਸੁਣਦੇ ਹਾਂ, ਤਾਂ ਅਸੀਂ ਆਸਾਨੀ ਨਾਲ ਪਾਪ ਬਾਰੇ ਸੋਚਦੇ ਹਾਂ। ਡਿਕਸ਼ਨਰੀ ਵਿੱਚ ਇਕਬਾਲ ਦੀ ਪਰਿਭਾਸ਼ਾ ਇਹ ਹੈ:

1. ਕਿਸੇ ਅਜਿਹੀ ਚੀਜ਼ ਦੀ ਪੁਸ਼ਟੀ ਕਰਨਾ ਜਿਸ ਵਿੱਚ ਅਸੀਂ ਵਿਸ਼ਵਾਸ ਕਰਦੇ ਹਾਂ।
2. ਕਿਸੇ ਅਜਿਹੀ ਚੀਜ਼ ਦੀ ਗਵਾਹੀ ਦੇਣਾ ਜੋ ਅਸੀਂ ਜਾਣਦੇ ਹਾਂ।
3. ਇੱਕ ਸੱਚਾਈ ਦੀ ਗਵਾਹੀ ਜੋ ਅਸੀਂ ਅਪਣਾ ਲਈ ਹੈ।
   ਇਸ ਲਈ ਇਹ ਅਫ਼ਸੋਸ ਦੀ ਗੱਲ ਹੈ ਕਿ ਜਦੋਂ ਵੀ ਅਸੀਂ "ਇਕਬਾਲ" ਸ਼ਬਦ ਦੀ ਵਰਤੋਂ ਕਰਦੇ ਹਾਂ, ਕੁਝ ਮਨ ਪਾਪ ਕਰਨ ਲਈ ਭੱਜਦੇ ਹਨ। ਲੇਖਕ ਇੱਥੇ ਪਰਮੇਸ਼ੁਰ ਦੇ ਬੱਚੇ ਨੂੰ ਉਤਸ਼ਾਹਿਤ ਕਰ ਰਿਹਾ ਹੈ ਕਿ ਉਹ ਅੱਜ ਤੋਂ ਹੀ ਪਰਮੇਸ਼ੁਰ ਨੇ ਜੋ ਕਿਹਾ ਹੈ ਉਸ ਨੂੰ ਸਵੀਕਾਰ ਕਰਨਾ ਸ਼ੁਰੂ ਕਰੇ। ਤੁਸੀਂ ਜੋ ਅਪਰਾਧਾਂ ਵਿੱਚ ਮਰੇ ਹੋਏ ਸੀ, ਪਰਮੇਸ਼ੁਰ ਨੇ ਮਸੀਹ ਦੇ ਨਾਲ ਇਕੱਠੇ ਜੀਵਨ ਦਿੱਤਾ ਅਤੇ ਉਸਨੇ ਤੁਹਾਨੂੰ ਇਕੱਠੇ ਉਠਾਇਆ ਅਤੇ ਤੁਹਾਨੂੰ ਮਸੀਹ ਯਿਸੂ ਵਿੱਚ ਸਵਰਗੀ ਸਥਾਨਾਂ (ਰਾਜਸ਼ਾਹੀਆਂ ਅਤੇ ਸ਼ਕਤੀਆਂ ਤੋਂ ਬਹੁਤ ਉੱਪਰ) ਵਿੱਚ ਬਿਠਾਇਆ। ਇਸ ਲਈ ਮਸੀਹੀਆਂ ਨੂੰ ਇਹ ਅਹਿਸਾਸ ਹੋਣਾ ਚਾਹੀਦਾ ਹੈ ਕਿ ਉਹ ਕਿੱਥੇ ਬੈਠੇ ਹਨ। ਉਨ੍ਹਾਂ ਨੂੰ ਪਤਾ ਹੋਣਾ ਚਾਹੀਦਾ ਹੈ ਕਿ ਉਹ ਉਸ ਉਚਾਈ ਤੋਂ, ਸ਼ੈਤਾਨ ਅਤੇ ਉਸਦੇ ਏਜੰਟਾਂ ਤੋਂ ਉੱਪਰ ਕੰਮ ਕਰ ਰਹੇ ਹਨ।
   [ਟਿੱਪਣੀ: ਇੱਕ ਵਿਸ਼ਵਾਸੀ ਦੀ ਲੜਾਈ ***ਉੱਪਰ ਜਿੱਤ ਤੋਂ ਸ਼ੁਰੂ ਹੁੰਦੀ ਹੈ, ਹੇਠਾਂ ਸੰਘਰਸ਼ ਤੋਂ ਨਹੀਂ*** *(ਅਫ਼ਸੀਆਂ 2:6) ।]*

ਪ੍ਰਭੂ ਯਿਸੂ ਮਸੀਹ ਨੇ ਤੁਹਾਨੂੰ ਸਾਰੀਆਂ ਸ਼ਕਤੀਆਂ ਅਤੇ ਅਧਿਕਾਰ ਦਿੱਤੇ ਹਨ ਜਿਵੇਂ ਉਸਨੇ ਤੁਹਾਨੂੰ ਜੀਵਨ ਅਤੇ ਭਗਤੀ ਨਾਲ ਸਬੰਧਤ ਸਭ ਕੁਝ ਦਿੱਤਾ ਹੈ (2 ਪਤਰਸ 1:3)। ਪਰਮੇਸ਼ੁਰ ਦਾ ਕਦੇ ਇਰਾਦਾ ਨਹੀਂ ਸੀ ਕਿ ਹਾਲਾਤ ਉਸਦੇ ਬੱਚਿਆਂ ਨੂੰ ਨਿਯੰਤਰਿਤ ਕਰਨ, ਸਗੋਂ ਇਹ ਸੀ ਕਿ ਈਸਾਈ ਦੇ ਮੂੰਹ ਵਿੱਚ ਪਰਮੇਸ਼ੁਰ ਦਾ ਬਚਨ ਉਸਦੇ ਹਾਲਾਤਾਂ ਨੂੰ ਨਿਯੰਤਰਿਤ ਕਰੇ। ਪਰਮੇਸ਼ੁਰ ਨੇ ਯਿਰਮਿਯਾਹ 23:29 ਵਿੱਚ ਕਿਹਾ: "ਕੀ ਮੇਰਾ ਬਚਨ ਅੱਗ ਵਰਗਾ ਨਹੀਂ ਹੈ? ਪ੍ਰਭੂ ਕਹਿੰਦਾ ਹੈ; ਅਤੇ ਇੱਕ ਹਥੌੜੇ ਵਰਗਾ ਜੋ ਚੱਟਾਨ ਨੂੰ ਟੋਟੇ-ਟੋਟੇ ਕਰ ਦਿੰਦਾ ਹੈ ?" ਈਸਾਈਆਂ, ਮੇਰਾ ਮਤਲਬ ਹੈ ਕਿ ਨਵੇਂ ਸਿਰਿਓਂ ਜਨਮ ਲੈਣ ਵਾਲੇ ਈਸਾਈਆਂ ਨੂੰ ਇਹ ਅਹਿਸਾਸ ਹੋਣਾ ਚਾਹੀਦਾ ਹੈ ਕਿ ਜਦੋਂ ਯਿਸੂ ਦਾ ਨਾਮ ਉਚਾਰਿਆ ਜਾਂਦਾ ਹੈ, ਤਾਂ ਜੋ ਉਨ੍ਹਾਂ ਦੇ ਮੂੰਹੋਂ ਨਿਕਲਦਾ ਹੈ ਉਹ ਅੱਗ ਹੈ। *[ਟਿੱਪਣੀ:* ***ਯਿਰਮਿਯਾਹ 23:29 ਭਵਿੱਖਬਾਣੀ ਦੇ ਵਾਕ ਦੀ ਸ਼ਕਤੀ ਨੂੰ ਪ੍ਰਗਟ ਕਰਦਾ ਹੈ- ਸ਼ਬਦ ਖੁਦ ਸ਼ਕਤੀ ਰੱਖਦਾ ਹੈ।]***

ਯਿਸੂ ਦੇ ਨਾਮ ਵਿੱਚ ਹੁਕਮ ਦਿੰਦਾ ਹੈ , ਤਾਂ ਉਸਦੇ ਮੂੰਹ ਵਿੱਚੋਂ ਅੱਗ ਨਿਕਲਦੀ ਹੈ ਅਤੇ ਹਾਲਾਤਾਂ ਨੂੰ ਨਿਯੰਤਰਿਤ ਕਰਨ ਵਾਲੇ ਕਿਸੇ ਵੀ ਭੂਤ ਨੂੰ ਮੰਨਣਾ ਪੈਂਦਾ ਹੈ। ਯਿਸੂ ਅੱਜ ਇਹ ਯਕੀਨੀ ਬਣਾਉਣ ਲਈ ਜ਼ਿੰਦਾ ਹੈ ਕਿ ਉਸਦਾ ਹਰ ਸ਼ਬਦ ਪੂਰਾ ਹੋਵੇ। ਦੁਬਾਰਾ, ਮੈਂ ਇੱਕ ਮਹੱਤਵਪੂਰਨ ਤੱਥ ਨੂੰ ਉਜਾਗਰ ਕਰਨਾ ਚਾਹੁੰਦਾ ਹਾਂ ਜਿਸਨੂੰ ਬਹੁਤ ਸਾਰੇ ਈਸਾਈ ਨਜ਼ਰਅੰਦਾਜ਼ ਕਰਦੇ ਹਨ, ਅਤੇ ਜਿਸਨੂੰ ਸ਼ੈਤਾਨ ਵਰਤ ਰਿਹਾ ਹੈ।

ਯਿਸੂ ਨੇ, ਜਦੋਂ ਪਤਰਸ ਨੂੰ ਪ੍ਰਭੂ ਦੁਆਰਾ ਸਰਾਪਿਆ ਗਿਆ ਸੁੱਕਾ ਅੰਜੀਰ ਦਾ ਦਰੱਖਤ ਦੱਸਿਆ, ਤਾਂ ਕਿਹਾ:

(ਮੱਤੀ ਦਾ ਬਿਰਤਾਂਤ)

"ਮੈਂ ਤੁਹਾਨੂੰ ਸੱਚ ਆਖਦਾ ਹਾਂ, ਜੇ ਤੁਹਾਨੂੰ ਵਿਸ਼ਵਾਸ ਹੈ ਅਤੇ ਤੁਸੀਂ ਸ਼ੱਕ ਨਹੀਂ ਕਰਦੇ, ਤਾਂ ਤੁਸੀਂ ਸਿਰਫ਼ ਇਹ ਹੀ ਨਹੀਂ ਕਰੋਗੇ ਜੋ ਅੰਜੀਰ ਦੇ ਦਰਖ਼ਤ ਨਾਲ ਕੀਤਾ ਗਿਆ ਹੈ, ਸਗੋਂ ਜੇ ਤੁਸੀਂ ਇਸ ਪਹਾੜ ਨੂੰ ਕਹੋਗੇ, ਉੱਠ ਅਤੇ ਸਮੁੰਦਰ ਵਿੱਚ ਡਿੱਗ ਜਾ, ਤਾਂ ਇਹ ਹੋ ਜਾਵੇਗਾ। ਅਤੇ ਸਭ ਕੁਝ, ਜੋ ਤੁਸੀਂ ਪ੍ਰਾਰਥਨਾ ਵਿੱਚ ਵਿਸ਼ਵਾਸ ਕਰਕੇ ਮੰਗੋਗੇ, ਤੁਹਾਨੂੰ ਮਿਲੇਗਾ" (ਮੱਤੀ 21:21-22)।

(ਮਰਕੁਸ ਦਾ ਬਿਰਤਾਂਤ)

"ਪਰਮੇਸ਼ੁਰ ਵਿੱਚ ਵਿਸ਼ਵਾਸ ਰੱਖੋ। ਕਿਉਂਕਿ ਮੈਂ ਤੁਹਾਨੂੰ ਸੱਚ ਆਖਦਾ ਹਾਂ, ਕਿ ਜੋ ਕੋਈ ਇਸ ਪਹਾੜ ਨੂੰ ਕਹੇ, ਉੱਠ ਅਤੇ ਸਮੁੰਦਰ ਵਿੱਚ ਡਿੱਗ ਜਾ, ਅਤੇ ਆਪਣੇ ਦਿਲ ਵਿੱਚ ਸ਼ੱਕ ਨਾ ਕਰੇ, ਪਰ ਵਿਸ਼ਵਾਸ ਕਰੇ ਕਿ ਜੋ ਕੁਝ ਉਸਨੇ ਕਿਹਾ ਹੈ ਉਹ ਜ਼ਰੂਰ ਹੋਵੇਗਾ, ਤਾਂ ਉਹ ਜੋ ਕਹੇਗਾ ਉਹੀ ਹੋਵੇਗਾ" (ਮਰਕੁਸ 11:22-23)।

ਇੱਥੇ ਪ੍ਰਭੂ ਸਾਨੂੰ ਬੋਲੇ ਗਏ ਸ਼ਬਦ ਦੀ ਸ਼ਕਤੀ ਵੱਲ ਇਸ਼ਾਰਾ ਕਰਦਾ ਹੈ ਅਤੇ ਈਸਾਈ ਨੂੰ ਆਪਣੀਆਂ ਪ੍ਰਾਰਥਨਾਵਾਂ ਅਤੇ ਆਪਣੇ ਅਧਿਕਾਰ ਦੀ ਵਰਤੋਂ ਵਿੱਚ ਖਾਸ ਹੋਣ ਲਈ ਉਤਸ਼ਾਹਿਤ ਕਰਦਾ ਹੈ। ਕੁਝ ਈਸਾਈ ਪਹਾੜ ਨੂੰ ਹਿੱਲਣ ਲਈ ਕਹਿੰਦੇ ਹਨ ਪਰ ਪਹਾੜ ਨੂੰ ਇਹ ਨਹੀਂ ਦੱਸਦੇ ਕਿ ਕਿੱਥੇ ਜਾਣਾ ਹੈ। ਯਿਸੂ ਨੇ ਕਿਹਾ ਸੀ ਕਿ ਜੇ ਤੁਸੀਂ ਪਹਾੜ ਨੂੰ ਕਹੋਗੇ: " ਤੂੰ ਉੱਡ ਜਾ ਅਤੇ ਸਮੁੰਦਰ ਵਿੱਚ ਸੁੱਟ ਦਿੱਤਾ ਜਾ..."

*[ਟਿੱਪਣੀ: **ਪ੍ਰਾਰਥਨਾ ਅਤੇ ਅਧਿਕਾਰ ਵਿੱਚ ਸ਼ੁੱਧਤਾ ਮਾਇਨੇ ਰੱਖਦੀ ਹੈ- ਯਿਸੂ ਨੇ ਵਿਸ਼ੇਸ਼ਤਾ ਨੂੰ ਮਾਡਲ ਕੀਤਾ।]***

ਆਓ ਅਸੀਂ ਭੂਤਾਂ ਨੂੰ ਕੱਢਣ ਦੇ ਮਾਮਲੇ ਨੂੰ ਉਦਾਹਰਣ ਵਜੋਂ ਲੈਂਦੇ ਹਾਂ। ਕੁਝ ਈਸਾਈ ਭੂਤਾਂ ਨੂੰ ਖਾਸ ਮੰਜ਼ਿਲਾਂ 'ਤੇ ਭੇਜੇ ਬਿਨਾਂ ਬੰਨ੍ਹਦੇ ਹਨ ਅਤੇ ਕੱਢਦੇ ਹਨ। ਇਹ ਖ਼ਤਰਨਾਕ ਹੈ। ਜਦੋਂ ਤੁਸੀਂ ਕਿਸੇ ਭੂਤ ਨੂੰ ਬੰਨ੍ਹਦੇ ਹੋ ਤਾਂ ਇਹ ਬੰਨ੍ਹਿਆ ਜਾਂਦਾ ਹੈ। ਜੇਕਰ ਤੁਸੀਂ ਇਸਨੂੰ ਕਿਸੇ ਖਾਸ ਮੰਜ਼ਿਲ 'ਤੇ ਭੇਜੇ ਬਿਨਾਂ ਕੱਢਦੇ ਹੋ, ਤਾਂ ਇਹ ਆਸ-ਪਾਸ ਰਹਿੰਦਾ ਹੈ। ਜੇਕਰ ਭੂਤ ਨੂੰ ਸਿਰਫ਼ ਇੱਕ ਆਦਮੀ ਵਿੱਚੋਂ ਬਾਹਰ ਕੱਢਿਆ ਜਾਂਦਾ ਹੈ, ਤਾਂ ਉਹ ਬਾਅਦ ਵਿੱਚ ਵਾਪਸ ਆ ਸਕਦਾ ਹੈ ਜਾਂ ਆਲੇ-ਦੁਆਲੇ ਦੇ ਕਿਸੇ ਵੀ ਵਿਅਕਤੀ ਵਿੱਚ ਦਾਖਲ ਹੋ ਸਕਦਾ ਹੈ ਜੋ ਈਸਾਈ ਨਹੀਂ ਹੈ। ਇਸ ਲਈ ਈਸਾਈਆਂ ਨੂੰ ਭੂਤਾਂ ਨਾਲ ਨਜਿੱਠਣ ਵੇਲੇ ਸਾਵਧਾਨ ਰਹਿਣਾ ਚਾਹੀਦਾ ਹੈ। ਇਹ ਯਕੀਨੀ ਬਣਾਓ ਕਿ ਭੂਤ ਨੂੰ ਬੰਨ੍ਹਿਆ ਗਿਆ ਹੈ, ਬਾਹਰ ਕੱਢਿਆ ਗਿਆ ਹੈ ਅਤੇ ਇੱਕ ਖਾਸ ਮੰਜ਼ਿਲ 'ਤੇ ਭੇਜਿਆ ਗਿਆ ਹੈ (ਅਤੇ ਦੁਬਾਰਾ ਦਾਖਲ ਹੋਣ ਤੋਂ ਵਰਜਿਆ ਗਿਆ ਹੈ)।

[ਟਿੱਪਣੀ: ***ਛੁਟਕਾਰਾ ਆਤਮਾ ਦੀ ਅਗਵਾਈ ਹੇਠ ਕੀਤਾ ਜਾਣਾ ਚਾਹੀਦਾ ਹੈ, ਫਾਰਮੂਲੇ ਦੇ ਅਨੁਸਾਰ ਨਹੀਂ; ਅਧਿਕਾਰ+ ਸਮਝਦਾਰੀ।]***

ਕੁਝ ਈਸਾਈ ਪ੍ਰਾਰਥਨਾ ਕਰਦੇ ਸਮੇਂ ਕਹਿੰਦੇ ਸਨ: "ਮੈਂ ਤੁਹਾਨੂੰ ਯਿਸੂ ਦੇ ਨਾਮ ਵਿੱਚ ਭੂਤਾਂ ਨੂੰ ਫੜਦਾ ਹਾਂ।" ਆਤਮਿਕ ਸੰਸਾਰ ਵਿੱਚ ਤੁਸੀਂ ਸੱਚਮੁੱਚ ਭੂਤਾਂ ਨੂੰ ਅਗਲੇ ਹੁਕਮ ਦੀ ਉਡੀਕ ਵਿੱਚ ਖੜ੍ਹੇ ਦੇਖਦੇ ਹੋ। ਪਰ ਜੇਕਰ ਈਸਾਈ ਉਸ ਬਿੰਦੂ 'ਤੇ ਰੁਕ ਜਾਂਦਾ ਹੈ, ਤਾਂ ਉਸਨੇ ਪੀੜਤ ਦੀ ਮਦਦ ਨਹੀਂ ਕੀਤੀ। ਸ਼ੈਤਾਨ ਨਾਲ ਨਾ ਖੇਡੋ। ਤੁਸੀਂ ਆਪਣੇ ਦੁਸ਼ਮਣ ਨਾਲ ਨਾ ਖੇਡੋ। ਪਰਮੇਸ਼ੁਰ ਨੇ ਤੁਹਾਨੂੰ ਮੁਕਤੀ ਅਤੇ ਸੁਲ੍ਹਾ ਦੀ ਸੇਵਕਾਈ (ਮਨੁੱਖਾਂ ਨੂੰ ਪਰਮੇਸ਼ੁਰ ਨਾਲ ਮੇਲ-ਮਿਲਾਪ) 'ਤੇ ਭੇਜਿਆ ਹੈ। ਇਸ ਲਈ ਤੁਹਾਨੂੰ ਇੱਕ ਸੰਪੂਰਨ ਕੰਮ ਕਰਨ ਲਈ ਸਾਵਧਾਨ ਰਹਿਣਾ ਚਾਹੀਦਾ ਹੈ।

[ਟਿੱਪਣੀ: ***ਅਧਿਆਤਮਿਕ ਅਧਿਕਾਰ ਦੇ ਨਾਲ ਸੰਪੂਰਨਤਾ ਹੋਣੀ ਚਾਹੀਦੀ ਹੈ- ਅੱਧੀ ਆਗਿਆਕਾਰੀ ਖੁੱਲ੍ਹ ਜਾਂਦੀ ਹੈ।***]

ਮੈਂ ਦੁਹਰਾਉਂਦਾ ਹਾਂ, ਜਦੋਂ ਤੁਸੀਂ ਕਿਸੇ ਭੂਤ ਨੂੰ ਬੰਨ੍ਹਦੇ ਹੋ, ਤਾਂ ਇਹ ਬੰਨ੍ਹਿਆ ਹੁੰਦਾ ਹੈ। ਜਦੋਂ ਤੁਸੀਂ ਇਸਨੂੰ ਕਿਸੇ ਵੀ ਮੰਜ਼ਿਲ 'ਤੇ ਸੁੱਟ ਦਿੰਦੇ ਹੋ ਤਾਂ ਇਹ ਇਸ ਤਰ੍ਹਾਂ ਹੁੰਦਾ ਹੈ। ਜਿੰਨਾ ਚਿਰ ਤੁਸੀਂ ਪਾਪ ਵਿੱਚ ਦਖਲ ਨਹੀਂ ਦਿੰਦੇ ਪਰ ਪਰਮਾਤਮਾ ਦੀ ਇੱਛਾ ਵਿੱਚ ਰਹਿੰਦੇ ਹੋ, ਤੁਸੀਂ ਯਿਸੂ ਦੇ ਨਾਮ 'ਤੇ ਸ਼ੈਤਾਨ ਜਾਂ ਉਸਦੇ ਏਜੰਟਾਂ ਨੂੰ ਜੋ ਵੀ ਹੁਕਮ ਦਿੰਦੇ ਹੋ, ਉਸਦੀ ਪਾਲਣਾ ਕੀਤੀ ਜਾਣੀ ਚਾਹੀਦੀ ਹੈ। ਪਰਮਾਤਮਾ ਨੇ ਉਸਦੇ ਹਰ ਸ਼ਬਦ ਦਾ ਸਮਰਥਨ ਕਰਨ ਦਾ ਵਾਅਦਾ ਕੀਤਾ ਹੈ। ਜਿਵੇਂ ਕਿ ਅਸੀਂ ਅਗਲੇ ਪੜਾਅ 'ਤੇ ਜਾਂਦੇ ਹਾਂ, ਸ਼ੈਤਾਨ ਅਤੇ ਉਸਦੇ ਏਜੰਟਾਂ ਦੇ ਪ੍ਰਗਟਾਵੇ, ਮੈਂ ਚਾਹੁੰਦਾ ਹਾਂ ਕਿ ਤੁਹਾਡੇ ਮਨ ਵਿੱਚ ਹੇਠ ਲਿਖੇ ਹਵਾਲੇ ਹੋਣ:

1. "ਤੁਸੀਂ ਉਸ ਵਿੱਚ ਸੰਪੂਰਨ ਹੋ ਜੋ ਸਾਰੀ ਹਕੂਮਤ ਅਤੇ ਸ਼ਕਤੀ ਦਾ ਮੁਖੀ ਹੈ" (ਕੁਲੁੱਸੀਆਂ 2:10)।
2. "ਵੇਖੋ, ਮੈਂ ਤੁਹਾਨੂੰ ਸੱਪਾਂ ਅਤੇ ਬਿੱਛੂਆਂ ਨੂੰ ਮਿਧਣ ਦੀ ਸ਼ਕਤੀ ਦਿੰਦਾ ਹਾਂ, ਅਤੇ ਦੁਸ਼ਮਣ ਦੀ ਸਾਰੀ ਸ਼ਕਤੀ ਉੱਤੇ, ਅਤੇ ਕੋਈ ਵੀ ਚੀਜ਼ ਤੁਹਾਨੂੰ ਨੁਕਸਾਨ ਨਹੀਂ ਪਹੁੰਚਾਏਗੀ।" (ਲੂਕਾ 10:19)
3. "ਵੇਖੋ, ਉਹ ਜ਼ਰੂਰ ਇਕੱਠੇ ਹੋਣਗੇ ਪਰ ਮੇਰੇ ਵੱਲੋਂ ਨਹੀਂ। ਜੋ ਕੋਈ ਵੀ ਤੁਹਾਡੇ ਵਿਰੁੱਧ ਇਕੱਠਾ ਹੋਵੇਗਾ ਉਹ ਤੁਹਾਡੇ ਲਈ ਡਿੱਗ ਪਵੇਗਾ। ਤੁਹਾਡੇ ਵਿਰੁੱਧ ਬਣਾਇਆ ਗਿਆ ਕੋਈ ਵੀ ਹਥਿਆਰ ਸਫਲ ਨਹੀਂ ਹੋਵੇਗਾ: ਅਤੇ ਹਰ ਜੀਭ ਜੋ ਤੁਹਾਡੇ ਵਿਰੁੱਧ ਨਿਆਂ ਵਿੱਚ ਉੱਠੇਗੀ, ਤੁਸੀਂ ਉਸਨੂੰ ਦੋਸ਼ੀ ਠਹਿਰਾਓਗੇ। ਇਹ ਪ੍ਰਭੂ ਦੇ ਸੇਵਕਾਂ ਦੀ

ਵਿਰਾਸਤ ਹੈ, ਅਤੇ ਉਨ੍ਹਾਂ ਦੀ ਧਾਰਮਿਕਤਾ ਮੇਰੇ ਵੱਲੋਂ ਹੈ।"

[ਟਿੱਪਣੀ: ***ਇਹ ਤਿੰਨ ਆਇਤਾਂ ਇੱਕ ਵਿਸ਼ਵਾਸੀ ਦੇ ਰੋਜ਼ਾਨਾ ਯੁੱਧ ਸਿਧਾਂਤ ਨੂੰ ਬਣਾਉਂਦੀਆਂ ਹਨ—ਪਛਾਣ, ਅਧਿਕਾਰ ਅਤੇ ਸੁਰੱਖਿਆ।]***

ਮੈਂ ਤੁਹਾਨੂੰ ਇਸ ਕਿਤਾਬ ਵਿੱਚ ਦਿਖਾਉਣਾ ਚਾਹੁੰਦਾ ਹਾਂ ਕਿ ਇਹ ਬੁਰੀਆਂ ਤਾਕਤਾਂ ਮੁੱਖ ਤੌਰ 'ਤੇ ਗਿਰਜਾਘਰਾਂ, ਬਾਜ਼ਾਰਾਂ, ਕਬਰਸਤਾਨਾਂ, ਜੰਗਲਾਂ, ਹੋਟਲਾਂ, ਸਮੁੰਦਰ ਅਤੇ ਹਵਾ ਵਿੱਚ ਕੰਮ ਕਰਦੀਆਂ ਹਨ।

ਗਿਰਜਾਘਰਾਂ ਵਿੱਚ

ਅਸੀਂ ਅੱਜ ਗਵਾਹ ਹਾਂ ਕਿ ਚਰਚਾਂ ਵਿੱਚ ਬਹੁਤ ਸਾਰੇ ਭੂਤ-ਪ੍ਰੇਤ ਵਿਅਕਤੀ ਹਨ। ਕੁਝ ਭਾਸ਼ਾਵਾਂ ਵਿੱਚ ਬੋਲਦੇ ਹਨ ਅਤੇ ਭਵਿੱਖਬਾਣੀ ਵੀ ਕਰਦੇ ਹਨ। ਸਿਰਫ਼ ਉਹੀ ਲੋਕ ਜਿਨ੍ਹਾਂ ਕੋਲ ਪਰਮੇਸ਼ੁਰ ਦੀ ਆਤਮਾ ਹੈ, ਇਨ੍ਹਾਂ ਲੋਕਾਂ ਨੂੰ ਪਛਾਣ ਸਕਦੇ ਹਨ। ਪਰ ਅਸੀਂ ਇੱਥੇ ਚਰਚਾਂ ਵਿੱਚ ਸ਼ੈਤਾਨ ਦੇ ਏਜੰਟਾਂ ਬਾਰੇ ਚਰਚਾ ਕਰ ਰਹੇ ਹਾਂ। ਦੁਬਾਰਾ, ਅਸੀਂ ਉਨ੍ਹਾਂ ਗੁਪਤ ਪੰਥ ਦੇ ਮੈਂਬਰਾਂ ਬਾਰੇ ਚਰਚਾ ਨਹੀਂ ਕਰ ਰਹੇ ਹਾਂ ਜੋ ਚਰਚਾਂ ਵਿੱਚ ਹਨ (ਕੁਝ ਤਾਂ ਆਗੂ ਵੀ ਹਨ), ਅਸੀਂ ਜਾਣਦੇ ਹਾਂ ਕਿ ਉਹ ਉੱਥੇ ਹਨ। ਮੈਂ ਜਿਸ ਬਾਰੇ ਗੱਲ ਕਰ ਰਿਹਾ ਹਾਂ ਉਹ ਹਨ ਜੋ ਸ਼ੈਤਾਨ ਦੇ ਏਜੰਟ ਵਜੋਂ ਆਉਂਦੇ ਹਨ:

1. ਚਰਚਾਂ ਵਿੱਚ ਝਗੜੇ ਅਤੇ ਉਲਝਣ ਪੈਦਾ ਕਰਨ ਲਈ।
2. ਗਿਰਜਾਘਰਾਂ ਨੂੰ ਖਿੰਡਾਉਣ ਲਈ।

3. ਉਪਦੇਸ਼ ਚੱਲ ਰਹੇ ਹੋਣ ਦੌਰਾਨ ਮਰਦਾਂ ਅਤੇ ਔਰਤਾਂ ਨੂੰ ਸੁਲਾਉਣ ਲਈ।
4. ਸੇਵਾ ਚਾਲੂ ਹੋਣ 'ਤੇ ਕਈ ਤਰ੍ਹਾਂ ਦੇ ਧਿਆਨ ਭਟਕਾਉਣਾ।
5. ਸ਼ੈਤਾਨ ਲਈ ਰੂਹਾਂ ਜਿੱਤਣ ਲਈ।
   *[ਟਿੱਪਣੀ: **ਸਮਝਦਾਰੀ ਅਤੇ ਪਵਿੱਤਰਤਾ ਸ਼ੋਰ ਜਾਂ ਸ਼ੱਕ ਨਾਲੋਂ ਕਲੀਸਿਯਾ ਦੀ ਜ਼ਿਆਦਾ ਰੱਖਿਆ ਕਰਦੇ ਹਨ। 1 ਯੂਹੰਨਾ** 4:1-4]*

ਕਿਉਂਕਿ ਮੈਂ ਉੱਪਰ ਦਿੱਤੇ ਅਧਿਆਇ ਤੀਜੇ ਵਿੱਚ ਕੁਝ ਗੱਲਾਂ ਪਹਿਲਾਂ ਹੀ ਕਹਿ ਚੁੱਕਾ ਹਾਂ, ਇਸ ਲਈ ਮੈਂ ਤੁਹਾਨੂੰ ਹਾਲ ਹੀ ਵਿੱਚ ਵਾਪਰੀਆਂ ਘਟਨਾਵਾਂ ਦੀ ਗਵਾਹੀ ਹੀ ਦੇਵਾਂਗਾ। ਈਸਾਈਆਂ ਨੂੰ ਪ੍ਰਭੂ ਯਿਸੂ ਮਸੀਹ ਦੇ ਹਰ ਬਚਨ ਦੀ ਪਾਲਣਾ ਕਰਨੀ ਚਾਹੀਦੀ ਹੈ, ਕਿਉਂਕਿ ਜਦੋਂ ਉਹ ਅਣਆਗਿਆਕਾਰੀ ਕਰਦੇ ਹਨ ਜਾਂ ਸਮਝੌਤਾ ਕਰਦੇ ਹਨ ਤਾਂ ਉਹ ਸ਼ੈਤਾਨ ਜਾਂ ਉਸਦੇ ਏਜੰਟਾਂ ਦੀ ਥੋੜ੍ਹੀ ਜਿਹੀ ਕੋਸ਼ਿਸ਼ 'ਤੇ ਡਿੱਗਣ ਦਾ ਖ਼ਤਰਾ ਹੁੰਦਾ ਹੈ। ਈਸਾਈਆਂ ਨੂੰ ਹਨੇਰੇ ਤੋਂ ਪਰਮੇਸ਼ੁਰ ਦੇ ਆਪਣੇ ਸ਼ਾਨਦਾਰ ਪ੍ਰਕਾਸ਼ ਵਿੱਚ ਬੁਲਾਇਆ ਗਿਆ ਹੈ। ਈਸਾਈਆਂ ਨੂੰ ਦੁਨੀਆਂ ਅਤੇ ਇਸ ਦੁਆਰਾ ਪੇਸ਼ ਕੀਤੀਆਂ ਜਾਣ ਵਾਲੀਆਂ ਚੀਜ਼ਾਂ ਤੋਂ ਪੂਰੀ ਤਰ੍ਹਾਂ ਵੱਖ ਹੋਣ ਲਈ ਬੁਲਾਇਆ ਗਿਆ ਹੈ। "ਉਨ੍ਹਾਂ ਵਿੱਚੋਂ ਬਾਹਰ ਆਓ ਅਤੇ ਵੱਖਰੇ ਹੋਵੋ," (2 ਕੁਰਿੰ. 6:17) ਧਰਮ-ਗ੍ਰੰਥ ਕਹਿੰਦਾ ਹੈ।

(ਭੈਣ ਜੇ ਦੀ ਗਵਾਹੀ)

ਇਹ ਭੈਣ ਸੀ, ਭੈਣ ਜੇ (ਨਾਮ ਗੁਪਤ ਰੱਖਿਆ ਗਿਆ)। ਉਹ ਦੁਬਾਰਾ ਜਨਮੀ ਸੀ ਅਤੇ 'ਜੀਵਤ' ਚਰਚਾਂ ਵਿੱਚੋਂ ਇੱਕ ਦੀ ਪੂਰੀ ਮੈਂਬਰ ਸੀ। ਉਸਨੇ ਬਾਅਦ ਵਿੱਚ ਆਪਣੀ ਮੈਂਬਰਸ਼ਿਪ ਮੇਰੇ ਆਪਣੇ ਸੰਪ੍ਰਦਾਏ ਵਿੱਚ ਤਬਦੀਲ ਕਰ

ਦਿੱਤੀ। ਉਸਨੇ ਚਰਚ ਦੀਆਂ ਸਾਰੀਆਂ ਗਤੀਵਿਧੀਆਂ ਵਿੱਚ ਹਿੱਸਾ ਲਿਆ ਅਤੇ ਉਨ੍ਹਾਂ ਵਿੱਚ ਬਹੁਤ ਸਰਗਰਮ ਸੀ। ਪਰ ਇੱਕ ਸਮੇਂ ਉਸਦਾ ਚਰਿੱਤਰ ਸ਼ੱਕੀ ਹੋ ਗਿਆ। ਇਸ ਲਈ ਸਾਡੇ ਵਿੱਚੋਂ ਕੁਝ ਲੋਕਾਂ ਨੇ ਉਸਨੂੰ ਉਸਦੇ ਘਰ ਮਿਲਣ ਅਤੇ ਇਹ ਪਤਾ ਲਗਾਉਣ ਦਾ ਫੈਸਲਾ ਕੀਤਾ ਕਿ ਉਸਦੇ ਨਾਲ ਅਸਲ ਵਿੱਚ ਕੀ ਗਲਤ ਹੈ। ਉਸਦੀ ਇੰਟਰਵਿਊ ਕਰਦੇ ਸਮੇਂ, ਉਸਦੇ ਅੰਦਰਲੀਆਂ ਆਤਮਾਵਾਂ ਭੜਕ ਗਈਆਂ ਅਤੇ ਪ੍ਰਗਟ ਹੋਣ ਲੱਗੀਆਂ, ਅਤੇ ਫਿਰ ਸਾਨੂੰ ਦੱਸਿਆ ਕਿ ਉਹ ਚਰਚ ਵਿੱਚ ਉਨ੍ਹਾਂ ਦੀ ਏਜੰਟ ਸੀ। ਇਹਨਾਂ ਭੂਤਾਂ ਨੂੰ ਉਸ ਵਿੱਚੋਂ ਬਾਹਰ ਕੱਢ ਦਿੱਤਾ ਗਿਆ ਅਤੇ ਉਸਨੂੰ ਮੁਕਤੀ ਦਿੱਤੀ ਗਈ। "ਭੈਣ ਜੀ, ਤੁਸੀਂ ਸ਼ੈਤਾਨ ਦੇ ਏਜੰਟ ਕਿਵੇਂ ਹੋ, ਫਿਰ ਵੀ ਚਰਚ ਦੀ ਪੂਰੀ ਮੈਂਬਰ ਹੋ?" ਅਸੀਂ ਪੁੱਛਿਆ।

ਉਸਨੇ ਸਾਨੂੰ ਜੋ ਦੱਸਿਆ ਉਹ ਹੇਠ ਲਿਖੇ ਅਨੁਸਾਰ ਸੀ:

ਇਹ ਸਭ ਇੱਕ ਦਿਨ ਸ਼ੁਰੂ ਹੋਇਆ, ਐਤਵਾਰ ਦੀ ਸੇਵਾ ਤੋਂ ਬਾਅਦ, ਇੱਕ 'ਭੈਣ' (ਮਸੀਹ ਵਿੱਚ ਵਿਸ਼ਵਾਸੀ ਔਰਤ, ਜਿਵੇਂ ਉਸਨੇ ਸੋਚਿਆ) ਉਸਦੇ ਕੋਲ ਆਈ ਅਤੇ ਉਸਦੇ ਨੇੜੇ ਹੋਣ ਦੀ ਇੱਛਾ ਜ਼ਾਹਰ ਕੀਤੀ ਕਿਉਂਕਿ, ਇਸ 'ਭੈਣ' ਦੇ ਅਨੁਸਾਰ, ਉਹ ਭੈਣ ਜੇ ਦੇ ਈਸਾਈ ਜੀਵਨ ਦੀ ਪ੍ਰਸ਼ੰਸਾ ਕਰਦੀ ਹੈ। ਉਸਨੇ ਬਿਨਾਂ ਕਿਸੇ ਸ਼ਰਤ ਦੇ ਉਸਦੀ ਦੋਸਤੀ ਨੂੰ ਸਵੀਕਾਰ ਕਰ ਲਿਆ। ਦੋਵੇਂ ਭੈਣ ਜੇ ਦੇ ਘਰ ਗਏ ਅਤੇ ਅਖੌਤੀ 'ਭੈਣ' ਨੇ ਕੇਲੇ ਅਤੇ ਪੀਸੇ ਹੋਏ ਮੇਵੇ ਲਿਆਂਦੇ, ਜੋ ਦੋਵਾਂ ਨੇ ਖਾਧੇ। ਉਹ ਭੈਣ ਜੇ ਦੇ ਨਾਲ ਕੁਝ ਸਮੇਂ ਲਈ ਰਹੀ ਅਤੇ ਬਾਅਦ ਵਿੱਚ ਚਲੀ ਗਈ।

ਉਸਦੀਆਂ ਮੁਲਾਕਾਤਾਂ ਨਿਯਮਤ ਹੋ ਗਈਆਂ, ਅਤੇ ਹਰ ਮੁਲਾਕਾਤ 'ਤੇ ਉਹ ਭੈਣ ਜੇ ਲਈ ਤੋਹਫ਼ੇ ਲੈ ਕੇ ਆਉਂਦੀ ਸੀ। ਤੋਹਫ਼ੇ ਕੱਪੜੇ, ਜੁੱਤੇ, ਪੈਸੇ ਆਦਿ ਤੋਂ ਲੈ ਕੇ ਆਉਂਦੇ ਸਨ। ਕੁਝ ਮੌਕਿਆਂ 'ਤੇ ਭੈਣ ਜੇ ਦੀ ਸਹੇਲੀ ਕਈ ਹੋਰ ਕੁੜੀਆਂ

ਨਾਲ ਆਉਂਦੀ ਸੀ। ਇਹ ਕੁਝ ਸਮੇਂ ਲਈ ਜਾਰੀ ਰਿਹਾ ਅਤੇ ਜਦੋਂ 'ਭੈਣ' ਨੇ ਦੇਖਿਆ ਕਿ ਉਹ ਭੈਣ ਜੇ ਵਿੱਚ ਮਸੀਹ ਦੀ ਰੌਸ਼ਨੀ ਨੂੰ ਬੁਝਾਉਣ ਵਿੱਚ ਸਫਲ ਹੋ ਗਈ ਹੈ, ਤਾਂ ਉਹ ਬਦਲ ਗਈ ਅਤੇ ਆਤਮਾ ਵਿੱਚ ਭੈਣ ਜੇ ਨੂੰ ਮਿਲਣ ਲੱਗ ਪਈ। ਫਿਰ ਭੈਣ ਜੇ ਨੂੰ ਇੱਕ ਲਾਲ ਕੱਪੜਾ, ਇੱਕ ਪਾਣੀ ਦਾ ਪੱਥਰ, ਉਸਦੇ ਸੱਜੇ ਪੈਰ ਦੇ ਅੰਗੂਠੇ ਲਈ ਇੱਕ ਅੰਗੂਠੀ ਅਤੇ ਉਸਦੇ ਗਿੱਟੇ ਲਈ ਇੱਕ ਚੇਨ ਦਿੱਤੀ ਗਈ। ਕਿਉਂਕਿ ਉਸਨੇ ਉਨ੍ਹਾਂ ਨਾਲ ਬਹੁਤ ਕੁਝ ਖਾਧਾ ਸੀ ਅਤੇ ਉਨ੍ਹਾਂ ਤੋਂ ਬਹੁਤ ਕੁਝ ਲਿਆ ਸੀ, ਇਸ ਲਈ ਪਿੱਛੇ ਮੁੜਨ ਦਾ ਕੋਈ ਮੌਕਾ ਨਹੀਂ ਸੀ। ਉਸਨੇ ਉਨ੍ਹਾਂ ਨਾਲ ਇਕਰਾਰਨਾਮਾ ਕੀਤਾ ਅਤੇ ਉਨ੍ਹਾਂ ਦੀਆਂ ਮੀਟਿੰਗਾਂ ਵਿੱਚ ਜਾਣਾ ਸ਼ੁਰੂ ਕਰ ਦਿੱਤਾ। ਉਹ ਸੱਪ, ਚਮਗਿੱਦੜ, ਆਦਿ ਵਿੱਚ ਬਦਲ ਸਕਦੀ ਸੀ। ਫਿਰ ਉਹ ਚਰਚ ਵਿੱਚ ਉਨ੍ਹਾਂ ਲਈ ਰੂਹਾਂ ਜਿੱਤਣ ਲਈ ਉਨ੍ਹਾਂ ਦੀ ਏਜੰਟ ਬਣ ਗਈ।

ਪਰਮਾਤਮਾ ਦੀ ਉਸਤਤਿ ਹੋਵੇ ਕਿ ਉਸਨੂੰ ਹੁਣ ਸਪੁਰਦ ਕੀਤਾ ਗਿਆ ਹੈ! ਉਸਨੂੰ ਦਿੱਤੇ ਗਏ ਸਾਰੇ ਤੋਹਫ਼ੇ ਤਬਾਹ ਹੋ ਗਏ ਸਨ ਅਤੇ ਉਹ ਹੁਣ ਪ੍ਰਭੂ ਵਿੱਚ ਦੁਬਾਰਾ ਖੁਸ਼ ਹੈ।

[ਟਿੱਪਣੀ: ***ਇਹ ਗਵਾਹੀ 1 ਕੁਰਿੰਥੀਆਂ 15:33 ਨੂੰ ਰੇਖਾਂਕਿਤ ਕਰਦੀ ਹੈ- " ਬੁਰਾ ਸੰਚਾਰ ਚੰਗੇ ਵਿਵਹਾਰ ਨੂੰ ਭ੍ਰਿਸ਼ਟ ਕਰਦਾ ਹੈ।" ਲਾਪਰਵਾਹੀ ਨਾਲ ਸੰਗਤ ਦੁਆਰਾ ਅਧਿਆਤਮਿਕ ਟ੍ਰਾਂਸਫਰ ਹੋ ਸਕਦਾ ਹੈ।]***

ਪਿਆਰੇ ਪਾਠਕੋ, ਇਹ ਸਭ ਇੱਕ ਅਸਾਧਾਰਨ ਦੋਸਤੀ ਨਾਲ ਸ਼ੁਰੂ ਹੋਇਆ ਸੀ, ਅਤੇ ਕਿਉਂਕਿ ਭੈਣ ਜੇ ਵਿੱਚ ਸਮਝਦਾਰੀ ਦੀ ਭਾਵਨਾ ਦੀ ਘਾਟ ਸੀ ਅਤੇ ਉਹ ਪ੍ਰਭੂ ਦੇ ਹੁਕਮ ਅਨੁਸਾਰ ਜਾਗਦੀ ਨਹੀਂ ਸੀ "ਜਾਗਦੇ ਰਹੋ ਅਤੇ ਪ੍ਰਾਰਥਨਾ ਕਰੋ ਕਿ ਤੁਸੀਂ ਪਰਤਾਵੇ ਵਿੱਚ ਨਾ ਪਓ," (ਮਰਕੁਸ 14:38) ਉਹ

ਭਟਕ ਗਈ ਅਤੇ ਦੁਸ਼ਮਣ ਦੇ ਹੱਥਾਂ ਵਿੱਚ ਡਿੱਗ ਪਈ ਅਤੇ ਉਸਦੀ ਨਸਲ ਲਾਪਰਵਾਹੀ ਕਾਰਨ ਨਰਕ ਵਿੱਚ ਖਤਮ ਹੋ ਸਕਦੀ ਸੀ।

ਤੁਸੀਂ ਸ਼ੈਤਾਨ ਦੇ ਏਜੰਟਾਂ ਨੂੰ ਹੇਠ ਲਿਖਿਆਂ ਨਾਲ ਆਸਾਨੀ ਨਾਲ ਪਛਾਣ ਸਕਦੇ ਹੋ:

- ਉਹ ਆਪਣੇ ਪੈਰਾਂ ਦੀਆਂ ਵੱਡੀਆਂ ਉਂਗਲੀਆਂ ਵਿੱਚੋਂ ਇੱਕ 'ਤੇ ਅੰਗੂਠੀਆਂ, ਗਿੱਟੇ ਦੁਆਲੇ ਚੇਨ, ਨੱਕ ਦੀਆਂ ਛੱਲੀਆਂ, ਅਸਾਧਾਰਨ ਚੂੜੀਆਂ, ਆਦਿ ਪਹਿਨਦੇ ਹਨ।
- ਉਹ ਕਿਸੇ ਚਰਚ ਜਾਂ ਸੰਗਤ ਵਿੱਚ ਦਾਖਲ ਹੋ ਸਕਦੇ ਹਨ ਅਤੇ ਸਮੂਹ ਜਾਂ ਚਰਚ ਦੀਆਂ ਗਤੀਵਿਧੀਆਂ ਵਿੱਚ ਬਹੁਤ ਜੋਸ਼ੀਲੇ ਹੋ ਸਕਦੇ ਹਨ, ਸਿਰਫ਼ ਇੱਕ ਈਸਾਈ ਲਈ ਜਿਸਦੀ ਉਹ ਭਾਲ ਕਰ ਰਹੇ ਹਨ।

  ਕੁਝ ਅਸਧਾਰਨ ਵਿਵਹਾਰ ਕਰਦੇ ਹਨ, ਦੂਸਰੇ ਦੁਸ਼ਟ ਹਨ, ਆਦਿ। ਇਸੇ ਕਰਕੇ ਪਰਮੇਸ਼ੁਰ ਦੇ ਬੱਚੇ ਨੂੰ ਪਰਮੇਸ਼ੁਰ ਤੋਂ ਸਮਝਦਾਰੀ ਦੀ ਭਾਵਨਾ ਮੰਗਣੀ ਚਾਹੀਦੀ ਹੈ, ਤਾਂ ਜੋ ਉਹ ਉਨ੍ਹਾਂ ਨੂੰ ਇੱਕ ਨਜ਼ਰ ਵਿੱਚ ਪਛਾਣ ਸਕੇ। ਜਿਸ ਪਲ ਉਹ ਜਾਣਦੇ ਹਨ ਕਿ ਤੁਸੀਂ ਉਨ੍ਹਾਂ ਨੂੰ ਪਛਾਣ ਲਿਆ ਹੈ, ਉਹ ਇਹ ਯਕੀਨੀ ਬਣਾਉਂਦੇ ਹਨ ਕਿ ਉਹ ਤੁਹਾਡੇ ਨੇੜੇ ਨਾ ਆਉਣ। ਕਾਰਨ ਇਹ ਹੈ ਕਿ ਉਨ੍ਹਾਂ ਦਾ ਮਾਲਕ ਉਨ੍ਹਾਂ ਨੂੰ ਤੁਹਾਡੇ ਬਾਰੇ ਚੇਤਾਵਨੀ ਦੇਵੇਗਾ!

ਬਾਜ਼ਾਰਾਂ ਵਿੱਚ

ਉਹ ਬਾਜ਼ਾਰ ਵਿੱਚ ਕਈ ਰੂਪਾਂ ਵਿੱਚ ਕੰਮ ਕਰਦੇ ਹਨ। ਬਾਜ਼ਾਰ ਉਨ੍ਹਾਂ ਦੇ ਕੰਮਕਾਜ ਦੇ ਮੁੱਖ ਖੇਤਰਾਂ ਵਿੱਚੋਂ ਇੱਕ ਹੈ, ਜਿਵੇਂ ਹੋਟਲ ਹੈ ਜਿੱਥੇ ਉਹ ਮਰਦਾਂ ਦੀ ਉਡੀਕ ਵਿੱਚ ਰਹਿੰਦੇ ਹਨ। ਬਾਜ਼ਾਰ ਵਿੱਚ, ਉਹ ਆਪਣੇ ਪੀੜਤਾਂ ਨੂੰ ਚੁਣਦੇ ਹਨ, ਕੁਝ ਗਰਭਵਤੀ ਔਰਤਾਂ ਜਿਨ੍ਹਾਂ ਦੇ ਗਰਭਪਾਤ ਉਹ ਕਰਦੇ ਹਨ ਤਾਂ ਜੋ ਉਹ ਆਪਣੇ ਬਲੱਡ ਬੈਂਕਾਂ ਲਈ ਖ਼ੂਨ ਪ੍ਰਾਪਤ ਕਰ ਸਕਣ। ਕੁਝ ਪੀੜਤਾਂ ਨੂੰ ਉਹ ਰਾਤਾਂ ਨੂੰ ਮਿਲਣ ਲਈ ਉਨ੍ਹਾਂ ਦੇ ਘਰ ਲੈ ਜਾਂਦੇ ਸਨ।
*[ਟਿੱਪਣੀ: **ਵਿਸ਼ਵਾਸੀ ਦਾ ਢੱਕਣ ਯਿਸੂ ਦਾ ਖ਼ੂਨ ਹੈ, ਪਾਗਲਪਨ ਨਹੀਂ- ਪਵਿੱਤਰਤਾ ਅਤੇ ਦਲੇਰੀ ਵਿੱਚ ਚੱਲੋ (ਜ਼ਬੂਰ91) ।]***

ਇਹ ਅਵਿਸ਼ਵਾਸੀ ਲੋਕਾਂ ਨਾਲ ਹੁੰਦਾ ਹੈ! ਬਾਜ਼ਾਰ ਵਿੱਚ ਵਿਕਣ ਵਾਲੇ ਕੁਝ ਕਾਲਪਨਿਕ ਉਤਪਾਦ ਜਿਵੇਂ ਕਿ ਹਾਰ, ਲਿਪਸਟਿਕ, ਪਰਫਿਊਮ, ਅਤੇ ਖਾਣ-ਪੀਣ ਦੀਆਂ ਚੀਜ਼ਾਂ ਜਿਵੇਂ ਕਿ ਸਾਰਡੀਨ "ਕੁਈਨ ਆਫ਼ ਦ ਕੋਸਟ" ਆਦਿ, ਅਜੀਬ ਮੂਲ ਦੇ ਹਨ।
ਈਸਾਈਆਂ ਨੂੰ ਕੁਝ ਕਾਰਵਾਈਆਂ ਤੋਂ ਸਾਵਧਾਨ ਰਹਿਣਾ ਚਾਹੀਦਾ ਹੈ, ਕਿਉਂਕਿ ਤੁਸੀਂ ਇੱਕ ਔਰਤ ਜਾਂ ਸ਼ਾਇਦ ਇੱਕ ਸੱਜਣ ਨੂੰ ਦੇਖ ਸਕਦੇ ਹੋ ਜੋ ਅਚਾਨਕ ਤੁਹਾਡੇ ਪੇਟ ਜਾਂ ਤੁਹਾਡੇ ਸਰੀਰ ਦੇ ਕਿਸੇ ਵੀ ਹਿੱਸੇ ਨੂੰ ਛੂਹ ਲੈਂਦਾ ਹੈ। ਇਹ ਬਿਮਾਰੀ ਦਾ ਕਾਰਨ ਬਣਦਾ ਹੈ। ਇਸ ਲਈ, ਈਸਾਈ ਨੂੰ ਇਸਦਾ ਅਨੁਭਵ ਕਰਨ 'ਤੇ, ਯਿਸੂ ਦੇ ਨਾਮ ਵਿੱਚ ਹੁਕਮ ਦਾ ਸ਼ਬਦ ਦੇਣਾ ਚਾਹੀਦਾ ਹੈ, ਸ਼ੈਤਾਨ ਦੀਆਂ ਯੋਜਨਾਵਾਂ ਨੂੰ ਖਿੰਡਾਉਣਾ ਜਾਂ ਨਸ਼ਟ ਕਰਨਾ, ਆਦਿ। ਅਤੇ ਯਕੀਨਨ ਜੋ ਵੀ ਤੁਸੀਂ ਇੱਥੇ ਧਰਤੀ 'ਤੇ ਖਿੰਡਾਉਂਦੇ ਜਾਂ ਬੰਨ੍ਹਦੇ ਹੋ ਉਹੀ ਹੋਵੇਗਾ। (ਮੱਤੀ 16:19, ਮੱਤੀ 18:18)

*[ਟਿੱਪਣੀ: **ਮੁੱਖ ਜਵਾਬ ਡਰ ਨਹੀਂ ਸਗੋਂ ਐਲਾਨ ਹੈ: ਬ੍ਰਹਮ ਸੀਮਾਵਾਂ ਨੂੰ ਲਾਗੂ ਕਰਨ ਲਈ ਆਪਣੇ ਮੂੰਹ ਦੀ ਵਰਤੋਂ ਕਰੋ।]***

ਸੱਭਿਆਚਾਰਕ ਗਤੀਵਿਧੀਆਂ

ਇਹ ਵੀ ਧਿਆਨ ਦੇਣਾ ਬਹੁਤ ਜ਼ਰੂਰੀ ਹੈ ਕਿ ਬਹੁਤ ਸਾਰੇ ਲੋਕ ਸ਼ੈਤਾਨ ਦੀਆਂ ਗਤੀਵਿਧੀਆਂ ਵਿੱਚ ਸ਼ਾਮਲ ਹੋ ਜਾਂਦੇ ਹਨ ਜਾਂ ਇਹਨਾਂ ਵਿੱਚੋਂ ਜ਼ਿਆਦਾਤਰ ਸੱਭਿਆਚਾਰਕ ਸਮਾਰੋਹਾਂ ਅਤੇ ਨਾਚਾਂ ਰਾਹੀਂ ਗ੍ਰਸਤ ਹੋ ਜਾਂਦੇ ਹਨ। ਸਾਡੀਆਂ ਜ਼ਿਆਦਾਤਰ ਸੱਭਿਆਚਾਰਾਂ ਭੂਤਾਂ-ਮੁਖੀ ਹਨ। ਕੁਝ ਦੋਸਤਾਂ ਰਾਹੀਂ, ਕੁਝ ਪੈਂਫਲੇਟ ਜਾਂ ਨਾਵਲ ਪੜ੍ਹਨ ਰਾਹੀਂ। ਭੂਤ ਹਰ ਮੂਰਤੀ ਦੇ ਨੇੜੇ ਘੁੰਮਦੇ ਹਨ। ਉਹ ਮੂਰਤੀ-ਪੂਜਾ ਦੇ ਅਭਿਆਸ ਵਿੱਚ ਮੂਰਤੀਆਂ ਰਾਹੀਂ ਕੰਮ ਕਰਦੇ ਹਨ (ਜ਼ਕ 10:2)। ਧਰਮ ਦੇ ਇੱਕ ਨਿਸ਼ਚਿਤ ਹਿੱਸੇ ਵਜੋਂ, ਮੂਰਤੀ-ਪੂਜਾ ਕੁਦਰਤੀ ਏਜੰਸੀਆਂ ਨੂੰ ਬ੍ਰਹਮ ਸ਼ਕਤੀ ਦਾ ਸਿਹਰਾ ਦਿੰਦੀ ਹੈ ਅਤੇ ਇੱਕ ਬਣਾਈ ਗਈ ਵਸਤੂ ਨੂੰ ਬ੍ਰਹਮ ਸਨਮਾਨ ਦਿੰਦੀ ਹੈ (ਰੋਮੀਆਂ 1:18-22)। ਧਰਮ-ਗ੍ਰੰਥ ਮੂਰਤੀ-ਪੂਜਾ ਨੂੰ ਅਧਿਆਤਮਿਕ ਵਿਭਚਾਰ ਵਜੋਂ ਪਰਿਭਾਸ਼ਤ ਕਰਦਾ ਹੈ (ਯਿਰਮਿਯਾਹ 3:8-10)। ਇਸ ਲਈ ਪਰਮੇਸ਼ੁਰ ਦੇ ਬੱਚੇ ਦਾ ਮੂਰਤੀ-ਪੂਜਾ ਨਾਲ ਸਿੱਧੇ ਜਾਂ ਅਸਿੱਧੇ ਤੌਰ 'ਤੇ ਕੋਈ ਸਬੰਧ ਨਹੀਂ ਹੋਣਾ ਚਾਹੀਦਾ। ਅਖੌਤੀ ਉੱਚ ਜੀਵਨ, ਜੁਜੂ ਅਤੇ ਡਿਸਕੋ ਸੰਗੀਤ ਸ਼ੈਤਾਨ ਅਤੇ ਉਸਦੇ ਭੂਤਾਂ ਦੁਆਰਾ ਪ੍ਰੇਰਿਤ ਹਨ।

*[ਟਿੱਪਣੀ: **ਸੱਭਿਆਚਾਰ ਨੂੰ ਮਸੀਹ ਦੀ ਪ੍ਰਭੂਤਾ ਦੁਆਰਾ ਫਿਲਟਰ ਕੀਤਾ***

ਜਾਣਾ ਚਾਹੀਦਾ ਹੈ, ਥੋਕ ਵਿੱਚ ਰੱਦ ਨਹੀਂ ਕੀਤਾ ਜਾਣਾ ਚਾਹੀਦਾ- ਪਰ ਸਾਰੀ ਮੂਰਤੀ-ਪੂਜਾ ਨੂੰ ਤਿਆਗਣਾ ਚਾਹੀਦਾ ਹੈ।]

ਮੈਨੂੰ ਯਾਦ ਹੈ, ਕਿ ਪ੍ਰਭੂ ਨੇ ਮੈਨੂੰ ਬਚਾਉਣ ਤੋਂ ਪਹਿਲਾਂ, ਸ਼ੈਤਾਨ ਨਾਲ ਸਾਡੀ ਇੱਕ ਮੀਟਿੰਗ ਵਿੱਚ, ਉਸਨੇ ਕਿਹਾ ਸੀ: "ਇਹ ਦੁਨੀਆਂ ਮੇਰੀ ਹੈ ਅਤੇ ਮੈਂ ਆਪਣੀ ਸ਼ਕਤੀ ਨਾਲ ਸਾਰੀ ਦੁਨੀਆਂ ਉੱਤੇ ਰਾਜ ਕਰਨ ਜਾ ਰਿਹਾ ਹਾਂ, ਅਤੇ ਧਰਮੀ ਦੇ ਨਾਮ ਵਿੱਚ ਵਿਸ਼ਵਾਸ ਕਰਨ ਵਾਲੇ ਸਾਰਿਆਂ ਨੂੰ ਤਬਾਹ ਕਰ ਦਿਆਂਗਾ।" ਸ਼ੈਤਾਨ ਯਿਸੂ ਦੇ ਨਾਮ ਦਾ ਜ਼ਿਕਰ ਨਹੀਂ ਕਰਦਾ। ਜੇਕਰ ਕੋਈ ਉਸਦੀ ਮੌਜੂਦਗੀ ਵਿੱਚ ਅਜਿਹਾ ਕਰਦਾ ਹੈ ਤਾਂ ਉਸਨੂੰ ਆਪਣੀ ਜਾਨ ਗੁਆਉਣ ਦਾ ਖ਼ਤਰਾ ਹੈ। ਉਸਨੇ ਸਾਡੇ ਵਿੱਚੋਂ ਉਨ੍ਹਾਂ ਨੂੰ ਆਪਣਾ ਏਜੰਟ, ਰਾਜਪਾਲ, ਆਦਿ ਬਣਾਉਣ ਦਾ ਵਾਅਦਾ ਕੀਤਾ ਸੀ। ਸ਼ੈਤਾਨ ਝੂਠਾ ਹੈ ਅਤੇ ਅਸਲ ਵਿੱਚ ਝੂਠ ਦਾ ਪਿਤਾ ਹੈ।

ਨਾਈਜੀਰੀਆ ਵਿੱਚ ਈਸਾਈਆਂ ਨੂੰ ਬਾਈਬਲਾਂ ਅਤੇ ਈਸਾਈ ਸਾਹਿਤ ਦੇ ਆਯਾਤ 'ਤੇ ਪਾਬੰਦੀ ਲਗਾ ਕੇ ਚੁੱਪ ਕਰਾਉਣ ਦੀਆਂ ਵੀ ਯੋਜਨਾਵਾਂ ਸਨ। ਉਹ ਲੀਡਰਸ਼ਿਪ ਅਤੇ ਅਧਿਕਾਰ ਦੇ ਅਹੁਦਿਆਂ 'ਤੇ ਅਵਿਸ਼ਵਾਸੀਆਂ ਰਾਹੀਂ ਕੰਮ ਕਰਦਾ ਹੈ, ਈਸਾਈ-ਵਿਰੋਧੀ ਨੀਤੀਆਂ ਅਤੇ ਪ੍ਰੋਗਰਾਮ ਸ਼ੁਰੂ ਕਰਨ ਲਈ। ਉਹ ਇਲਾਜ ਕੇਂਦਰ ਸਥਾਪਤ ਕਰਦਾ ਹੈ ਜੋ ਬਹੁਤ ਧਾਰਮਿਕ ਦਿਖਾਈ ਦਿੰਦੇ ਹਨ ਅਤੇ ਉਨ੍ਹਾਂ ਰਾਹੀਂ ਆਤਮਾਵਾਂ ਦਾ ਦਾਅਵਾ ਕਰਦੇ ਹਨ। ਇਹ ਕੇਂਦਰ ਜਿਨ੍ਹਾਂ ਨੂੰ ਆਮ ਤੌਰ 'ਤੇ ਅਧਿਆਤਮਿਕ ਇਲਾਜ ਘਰ ਕਿਹਾ ਜਾਂਦਾ ਹੈ, ਸਾਡੇ ਆਲੇ-ਦੁਆਲੇ ਹਨ। ਇੱਥੇ ਉਨ੍ਹਾਂ ਦੇ ਗਾਹਕਾਂ ਨੂੰ ਧੋਖਾ ਦੇਣ ਲਈ ਬਹੁਤ ਸਾਰੇ ਝੂਠੇ ਅਜੂਬੇ ਕੀਤੇ ਜਾਂਦੇ ਹਨ।

*[ਟਿੱਪਣੀ: **ਝੂਠੇ ਚਿੰਨ੍ਹ ਅਤੇ ਨਕਲੀ ਅਧਿਆਤਮਿਕਤਾ ਸ਼ੈਤਾਨ ਦੀ ਨਕਲ ਹਨ- ਹਰ ਆਤਮਾ ਦੀ ਜਾਂਚ ਕਰੋ** (1 ਯੂਹੰਨਾ 4:1) ।]*

ਸ਼ੈਤਾਨ ਯਿਸੂ ਮਸੀਹ ਦੇ ਦੂਜੇ ਆਉਣ ਬਾਰੇ ਬਹੁਤ ਜਾਣੂ ਹੈ ਅਤੇ ਆਪਣੇ ਏਜੰਟਾਂ ਨੂੰ ਜਲਦੀ ਕਰਨ ਅਤੇ ਆਪਣੇ ਕੰਮਾਂ ਵਿੱਚ ਜੋਸ਼ੀਲਾ ਰਹਿਣ ਲਈ ਲਗਾਤਾਰ ਤਾਕੀਦ ਕਰਦਾ ਹੈ, ਹਮੇਸ਼ਾ ਕਹਿੰਦਾ ਹੈ: "ਸਾਡੇ ਕੋਲ ਸਮਾਂ ਨਹੀਂ ਬਚਿਆ ਹੈ।" ਪਰਮੇਸ਼ੁਰ ਦੇ ਪਿਆਰੇ ਬੱਚੇ, ਸ਼ੈਤਾਨ ਸੌਂ ਨਹੀਂ ਰਿਹਾ, ਤੁਹਾਨੂੰ ਕਿਉਂ ਸੌਣਾ ਚਾਹੀਦਾ ਹੈ?

*[ਟਿੱਪਣੀ: **ਰੋਮੀਆਂ 13:11 — " ਨੀਂਦ ਤੋਂ ਜਾਗਣ ਦਾ ਸਮਾਂ ਆ ਗਿਆ ਹੈ।" ਇਹ ਜ਼ਰੂਰੀ ਹੈ, ਪਰ ਪਰਮੇਸ਼ੁਰ ਦੀ ਜਿੱਤ ਵੀ।]***

ਪ੍ਰਤੀਬਿੰਬ: ਅਧਿਆਤਮਿਕ ਯੁੱਧ ਵਿੱਚ ਮਜ਼ਬੂਤੀ ਨਾਲ ਖੜ੍ਹੇ ਰਹਿਣਾ

ਪਛਾਣੋ: ਬੁਰਾਈ ਅਸਲੀ ਹੈ, ਪਰ ਮਸੀਹ ਵੱਡਾ ਹੈ (1 ਯੂਹੰਨਾ 4:4)।

ਵਿਰੋਧ ਕਰੋ: ਪਰਮੇਸ਼ੁਰ ਦੇ ਅਧੀਨ ਰਹੋ; ਸ਼ੈਤਾਨ ਦਾ ਵਿਰੋਧ ਕਰੋ ਅਤੇ ਉਹ ਭੱਜ ਜਾਵੇਗਾ (ਯਾਕੂਬ 4:7)।

ਨਵੀਨੀਕਰਨ ਕਰੋ: ਆਪਣਾ ਮੂੰਹ ਧਰਮ-ਗ੍ਰੰਥ ਨਾਲ ਭਰੋ ਅਤੇ ਡਰੋ ਨਹੀਂ, ਸਗੋਂ ਭਗਤੀ ਕਰੋ।

ਸੰਬੰਧ ਬਣਾਓ: ਆਤਮਾ ਦੀ ਅਗਵਾਈ ਵਾਲੀ ਸੰਗਤ ਵਿੱਚ ਅਤੇ ਈਸ਼ਵਰੀ ਅਧਿਕਾਰ ਅਧੀਨ ਰਹੋ।

ਪ੍ਰਗਟ ਕਰੋ: ਸਮਝਦਾਰੀ ਦੀ ਵਰਤੋਂ ਕਰੋ; ਹਨੇਰੇ ਨੂੰ ਰੌਸ਼ਨੀ ਨਾਲ ਉਜਾਗਰ ਕਰੋ, ਦੋਸ਼ ਨਾਲ ਨਹੀਂ।

ਆਰਾਮ ਕਰੋ: ਮਸੀਹ ਵਿੱਚ ਆਪਣੀ ਬੈਠੀ ਸਥਿਤੀ ਤੋਂ ਜੀਓ - ਸਾਰੀਆਂ ਸ਼ਕਤੀਆਂ ਤੋਂ ਬਹੁਤ ਉੱਪਰ।

ਸ਼ਸਤ੍ਰ ਬਸਤ੍ਰ ਅਤੇ ਸਮਝਦਾਰੀ ਦੀ ਪ੍ਰਾਰਥਨਾ

ਪ੍ਰਭੂ ਯਿਸੂ ਮਸੀਹ, ਤੁਸੀਂ ਰਿਆਸਤਾਂ ਅਤੇ ਸ਼ਕਤੀਆਂ ਨੂੰ ਜਿੱਤ ਲਿਆ ਹੈ। ਮੈਨੂੰ ਹਰ ਰੋਜ਼ ਆਪਣੇ ਸ਼ਸਤਰ ਪਹਿਨਾਓ - ਸੱਚਾਈ ਦੀ ਪੇਟੀ, ਧਾਰਮਿਕਤਾ ਦੀ ਛਾਤੀ, ਵਿਸ਼ਵਾਸ ਦੀ ਢਾਲ, ਮੁਕਤੀ ਦਾ ਟੋਪ, ਅਤੇ ਆਤਮਾ ਦੀ ਤਲਵਾਰ। ਮੈਨੂੰ ਦ੍ਰਿੜ ਰਹਿਣਾ, ਹਰ ਨਕਲੀ ਨੂੰ ਪਛਾਣਨਾ, ਅਤੇ ਪਿਆਰ ਅਤੇ ਨਿਮਰਤਾ ਵਿੱਚ ਆਪਣੇ ਅਧਿਕਾਰ ਦੀ ਵਰਤੋਂ ਕਰਨਾ ਸਿਖਾਓ। ਮੈਨੂੰ ਪ੍ਰਾਰਥਨਾ ਕਰਨ, ਦੇਖਣ ਅਤੇ ਹਨੇਰੇ ਦੇ ਵਿਚਕਾਰ ਰੌਸ਼ਨੀ ਵਾਂਗ ਚਮਕਣ ਲਈ ਜਗਾਓ। ਤੁਹਾਡੇ ਨਾਮ ਵਿੱਚ, ਧੋਖੇ ਦੀ ਹਰ ਜੀਭ ਚੁੱਪ ਹੋ ਜਾਂਦੀ ਹੈ, ਹਰ ਜਾਲ ਦਾ ਪਰਦਾਫਾਸ਼ ਹੋ ਜਾਂਦਾ ਹੈ, ਅਤੇ ਹਨੇਰੇ ਦੀ ਹਰ ਸ਼ਕਤੀ ਟੁੱਟ ਜਾਂਦੀ ਹੈ। ਮੈਂ ਮਸੀਹ ਦੇ ਨਾਲ ਪਰਮੇਸ਼ੁਰ ਵਿੱਚ ਲੁਕਿਆ ਹੋਇਆ ਹਾਂ - ਅਟੱਲ ਅਤੇ ਜੇਤੂ। ਆਮੀਨ।

(ਅਫ਼ਸੀਆਂ 6:10-18; ਕੁਲੁੱਸੀਆਂ 2:15; ਜ਼ਬੂਰ 91)

ਅਧਿਆਇ 8: ਵਿਸ਼ਵਾਸੀ ਦੇ ਹਥਿਆਰ

(ਯਿਸੂ ਦਾ ਨਾਮ · ਯਿਸੂ ਦਾ ਲਹੂ · ਪਰਮਾਤਮਾ ਦਾ ਬਚਨ · ਈਸਾਈ ਉਸਤਤ)

"ਅੰਤ ਵਿੱਚ, ਭਰਾਵੋ, ਪ੍ਰਭੂ ਵਿੱਚ ਅਤੇ ਉਸਦੀ ਸ਼ਕਤੀ ਦੇ ਬਲ ਵਿੱਚ ਤਕੜੇ ਹੋਵੋ। ਪਰਮੇਸ਼ੁਰ ਦੇ ਸਾਰੇ ਸ਼ਸਤ੍ਰ ਬਸਤ੍ਰ ਧਾਰੋ ਤਾਂ ਜੋ ਤੁਸੀਂ ਸ਼ੈਤਾਨ ਦੇ ਛਲ ਛਿੱਦ੍ਰਾਂ ਦੇ ਸਾਹਮਣੇ ਖਲੋ ਸਕੋ।" — *ਅਫ਼ਸੀਆਂ 6:10-11*

"ਅਤੇ ਉਨ੍ਹਾਂ ਨੇ ਲੇਲੇ ਦੇ ਲਹੂ ਅਤੇ ਆਪਣੀ ਗਵਾਹੀ ਦੇ ਬਚਨ ਨਾਲ ਉਸਨੂੰ ਜਿੱਤ ਲਿਆ..." - *ਪ੍ਰਕਾਸ਼ ਦੀ ਪੋਥੀ 12:11*

ਮੈਂ ਇਸ ਬਾਰੇ ਪਹਿਲਾਂ ਹੀ ਬਹੁਤ ਕੁਝ ਕਿਹਾ ਹੈ, ਪਰ ਕੁਝ ਉਦਾਹਰਣਾਂ ਦੇਣ ਲਈ। ਕਿਰਪਾ ਕਰਕੇ ਇਹ ਸਮਝੋ ਕਿ ਯਿਸੂ ਦੇ ਨਾਮ ਵਿੱਚ ਸ਼ਕਤੀ ਹੈ! ਯਿਸੂ ਦੇ ਲਹੂ ਵਿੱਚ ਸ਼ਕਤੀ ਹੈ!

ਪੋਥੀ ਕਹਿੰਦੀ ਹੈ:

"ਅਤੇ ਮਨੁੱਖ ਦੇ ਰੂਪ ਵਿੱਚ ਪ੍ਰਗਟ ਹੋ ਕੇ, ਉਸਨੇ ਆਪਣੇ ਆਪ ਨੂੰ ਨੀਵਾਂ ਕੀਤਾ, ਅਤੇ ਮੌਤ ਤੱਕ, ਸਗੋਂ ਸਲੀਬ ਦੀ ਮੌਤ ਤੱਕ ਆਗਿਆਕਾਰ ਬਣਿਆ। ਇਸ ਲਈ ਪਰਮੇਸ਼ੁਰ ਨੇ ਉਸਨੂੰ ਬਹੁਤ ਉੱਚਾ ਕੀਤਾ ਹੈ, ਅਤੇ ਉਸਨੂੰ ਇੱਕ ਨਾਮ ਦਿੱਤਾ ਹੈ ਜੋ ਹਰ ਨਾਮ ਤੋਂ ਉੱਪਰ ਹੈ: ਕਿ ਯਿਸੂ ਦੇ ਨਾਮ ਤੇ ਹਰ ਗੋਡਾ ਝੁਕੇ, ਸਵਰਗ ਵਿੱਚ, ਧਰਤੀ ਉੱਤੇ ਅਤੇ ਧਰਤੀ ਦੇ ਹੇਠਲੀਆਂ ਚੀਜ਼ਾਂ ਵਿੱਚੋਂ:

ਅਤੇ ਹਰ ਜੀਭ ਇਹ ਕਬੂਲ ਕਰੇ ਕਿ ਯਿਸੂ ਮਸੀਹ ਪ੍ਰਭੂ ਹੈ, ਪਿਤਾ ਪਰਮੇਸ਼ੁਰ ਦੀ ਮਹਿਮਾ ਲਈ।" (ਫ਼ਿਲਿੱਪੀਆਂ 2:8-11)

ਪੋਥੀ ਫਿਰ ਕਹਿੰਦੀ ਹੈ:

"ਅਤੇ ਉਨ੍ਹਾਂ ਨੇ ਲੇਲੇ ਦੇ ਲਹੂ ਅਤੇ ਆਪਣੀ ਗਵਾਹੀ ਦੇ ਬਚਨ ਦੁਆਰਾ ਉਸਨੂੰ ਜਿੱਤ ਲਿਆ।" (ਪ੍ਰਕਾਸ਼ ਦੀ ਪੋਥੀ 12:11)

"ਯਿਸੂ" ਨਾਮ ਹਮੇਸ਼ਾ ਤੁਹਾਡੇ ਬੁੱਲ੍ਹਾਂ 'ਤੇ ਰਹੇ! ਇਹ ਦੋਵੇਂ, ਨਾਮ ਅਤੇ ਲਹੂ, ਸ਼ੈਤਾਨ ਦੀਆਂ ਯੋਜਨਾਵਾਂ ਨੂੰ ਖਿੰਡਾਉਂਦੇ ਹਨ, ਅਤੇ ਅਸਲ ਵਿੱਚ ਸ਼ੈਤਾਨ ਅਤੇ ਉਸਦੇ ਏਜੰਟਾਂ ਦੀਆਂ ਰਣਨੀਤੀਆਂ ਨੂੰ ਨਸ਼ਟ ਕਰਦੇ ਹਨ।
[*ਟਿੱਪਣੀ:* ***ਯਿਸੂ ਦਾ ਨਾਮ ਕੋਈ ਫਾਰਮੂਲਾ ਨਹੀਂ ਹੈ- ਇਹ ਅਧਿਕਾਰ ਦਿੱਤਾ ਗਿਆ ਹੈ। ਲਹੂ ਅੰਧਵਿਸ਼ਵਾਸ ਨਹੀਂ ਹੈ- ਇਹ ਨੇਮ ਦਾ ਢੱਕਣ ਹੈ। ਇਕੱਠੇ, ਉਹ ਮੁਕਤੀ ਨੂੰ ਲਾਗੂ ਕਰਦੇ ਹਨ।]***

ਪ੍ਰਸ਼ੰਸਾ ਵਿੱਚ ਸ਼ਕਤੀ

ਦੂਜਾ, ਤੁਹਾਨੂੰ ਹਮੇਸ਼ਾ ਪਰਮਾਤਮਾ ਦੀ ਉਸਤਤਿ ਗਾਉਣਾ ਸਿੱਖਣਾ ਚਾਹੀਦਾ ਹੈ। ਉਸਤਤਿ ਵਿੱਚ ਸ਼ਕਤੀ ਹੈ।

ਉੱਥੇ ਇੱਕ ਪਾਦਰੀ ਸੀ — ਪਾਸਟਰ ਆਈ.ਕੇ. (ਨਾਮ ਗੁਪਤ ਰੱਖਿਆ ਗਿਆ)। ਉਹ ਏਬੂਟ ਮੇਟਾ ਵਿੱਚ ਇੱਕ ਚਰਚ ਦਾ ਪਾਦਰੀ ਸੀ। ਉਹ ਮੇਰਾ ਨਿਸ਼ਾਨਾ ਬਣ ਗਿਆ ਅਤੇ ਉਸਦੇ ਅਪਰਾਧ ਸਨ:

1. ਉਸਨੇ ਸਵੇਰੇ-ਸਵੇਰੇ ਫੋਨ ਕਰਕੇ ਯਾਨੀ ਸਵੇਰੇ-ਸਵੇਰੇ ਪ੍ਰਚਾਰ ਕਰਕੇ ਸਾਡੀ ਸ਼ਾਂਤੀ ਭੰਗ ਕੀਤੀ।
2. ਉਹ ਆਪਣੇ ਮੈਗਾਫੋਨ ਨਾਲ ਘੁੰਮਦਾ ਫਿਰਦਾ ਸੀ ਅਤੇ ਅਕਿੰਟੋਲਾ ਰੋਡ, ਏਬੂਟ ਮੇਟਾ ਦੇ ਨਾਲ ਨੰਬਰ 2 ਬੱਸ-ਸਟਾਪ 'ਤੇ ਖੜ੍ਹਾ ਹੋ ਜਾਂਦਾ ਸੀ। ਉੱਥੇ ਉਹ ਪ੍ਰਚਾਰ ਕਰਦਾ ਸੀ। ਉਹ ਇੱਥੇ ਹੀ ਨਹੀਂ ਰੁਕਦਾ ਸੀ ਸਗੋਂ ਭੂਤਾਂ ਨੂੰ ਬੰਨ੍ਹਦਾ ਰਹਿੰਦਾ ਸੀ, ਆਦਿ।
3. ਉਹ ਆਪਣੇ ਚਰਚ ਵਿੱਚ ਪ੍ਰਚਾਰ ਕਰਦਾ ਸੀ, ਹਨੇਰੇ ਦੇ ਕੰਮਾਂ ਦਾ ਪਰਦਾਫਾਸ਼ ਕਰਦਾ ਸੀ, ਜਿਸ ਤੋਂ ਬਾਅਦ ਉਸਨੇ ਭੂਤਾਂ ਨੂੰ ਬੰਨ੍ਹਣਾ ਸ਼ੁਰੂ ਕਰ ਦਿੱਤਾ।
4. ਉਸਨੇ ਬਹੁਤ ਪ੍ਰਾਰਥਨਾ ਕੀਤੀ।
5. ਉਹ ਹਮੇਸ਼ਾ ਗਾਉਂਦਾ ਅਤੇ ਪਰਮਾਤਮਾ ਦੀ ਉਸਤਤ ਕਰਦਾ ਰਹਿੰਦਾ ਸੀ।

   [ਟਿੱਪਣੀ: ***ਪ੍ਰਸ਼ੰਸਾ ਭਰੀ ਨਹੀਂ ਹੁੰਦੀ - ਇਹ ਯੁੱਧ ਹੈ। ਜ਼ਬੂਰ 149 ਕਹਿੰਦਾ ਹੈ ਕਿ ਪ੍ਰਸ਼ੰਸਾ ਰਾਜਿਆਂ ਨੂੰ ਜ਼ੰਜੀਰਾਂ ਨਾਲ ਬੰਨ੍ਹਦੀ ਹੈ।]***

ਮੈਂ ਆਪਣੇ ਦੂਤ ਉਸ ਕੋਲ ਭੇਜੇ ਪਰ ਉਹ ਉਸਨੂੰ ਮਾਰ ਨਹੀਂ ਸਕੇ, ਇਸ ਲਈ ਮੈਂ ਖੁਦ ਮਿਸ਼ਨ ਨੂੰ ਪੂਰਾ ਕਰਨ ਦਾ ਫੈਸਲਾ ਕੀਤਾ। ਉਸ ਦਿਨ, ਮੈਂ ਉਸਨੂੰ ਨਵੇਂ GRA ਦੇ ਨਾਲ-ਨਾਲ ਤੁਰਦੇ ਦੇਖਿਆ।

ਇਸ ਪਾਦਰੀ ਬਾਰੇ ਇੱਥੇ ਇੱਕ ਗੱਲ ਦੱਸਣ ਯੋਗ ਹੈ: ਜਦੋਂ ਵੀ ਅਸੀਂ ਉਸਨੂੰ ਲੈਣ ਜਾਂਦੇ ਸੀ, ਅਸੀਂ ਉਸਦੇ ਸੱਜੇ ਅਤੇ ਖੱਬੇ ਹੱਥਾਂ ਵਿੱਚ ਬੱਦਲ ਦੇ ਥੰਮ੍ਹ ਦੇਖਦੇ ਸੀ, ਜੋ ਉਸਦੇ ਨਾਲ-ਨਾਲ ਤੁਰਦੇ ਸਨ, ਇਸ ਲਈ ਇਹ ਸਾਨੂੰ ਰੋਕਦੇ ਸਨ।

ਪਰ ਇਸ ਖਾਸ ਦਿਨ ਮੈਨੂੰ ਕੁਝ ਨਹੀਂ ਦਿਖਾਈ ਦਿੱਤਾ, ਇਸ ਲਈ ਮੈਨੂੰ ਦੁੱਗਣਾ ਯਕੀਨ ਸੀ ਕਿ ਮੇਰਾ ਮਿਸ਼ਨ ਬਹੁਤ ਸਫਲ ਹੋਵੇਗਾ।

ਮੈਂ ਮੀਂਹ ਵਰ੍ਹਾਉਣ ਦਾ ਹੁਕਮ ਦਿੱਤਾ ਤਾਂ ਜੋ ਮੈਂ ਉਸ ਨੂੰ ਗਰਜ ਨਾਲ ਮਾਰ ਸਕਾਂ। ਮੀਂਹ ਸ਼ੁਰੂ ਹੋ ਗਿਆ ਅਤੇ ਗਰਜ ਸ਼ੁਰੂ ਹੋ ਗਈ। ਇਲਾਕੇ ਦੇ ਸਾਰੇ ਰੁੱਖ ਆਪਣੀਆਂ ਟਾਹਣੀਆਂ ਗੁਆਉਣ ਲੱਗ ਪਏ, ਪਰ ਇਹ ਪਾਦਰੀ ਖੁਸ਼ੀ ਨਾਲ ਗਾ ਰਿਹਾ ਸੀ। ਮੈਨੂੰ ਅਜੇ ਵੀ ਕੋਰਸ ਯਾਦ ਹੈ:

"ਯਿਸੂ ਦੇ ਨਾਮ ਵਿੱਚ ਹਰ ਗੋਡਾ ਝੁਕੇਗਾ।"

ਜਿਵੇਂ ਹੀ ਉਹ ਇਸ ਕੋਰਸ ਨੂੰ ਜਾਰੀ ਰੱਖਦਾ ਸੀ, ਮੀਂਹ ਬੰਦ ਹੋ ਗਿਆ, ਗਰਜਣਾ ਬੰਦ ਹੋ ਗਈ। ਤੁਰੰਤ ਦੋ ਦੂਤ ਪ੍ਰਗਟ ਹੋਏ, ਹਰ ਪਾਸੇ ਇੱਕ, ਬਲਦੀਆਂ ਤਲਵਾਰਾਂ ਨਾਲ। ਉਨ੍ਹਾਂ ਦੀਆਂ ਅੱਖਾਂ ਅਤੇ ਤਲਵਾਰਾਂ ਅੱਗ ਦੀਆਂ ਲਾਟਾਂ ਵਰਗੀਆਂ ਸਨ। ਫਿਰ ਇੱਕ ਤੇਜ਼ ਹਵਾ ਮੈਨੂੰ ਉਡਾ ਕੇ ਲੈ ਗਈ ਅਤੇ ਮੈਂ ਆਪਣੇ ਆਪ ਨੂੰ ਕਿਸੇ ਹੋਰ ਸ਼ਹਿਰ ਵਿੱਚ ਪਾਇਆ! ਦਰਅਸਲ ਮੈਂ ਹੈਰਾਨ ਸੀ, ਪਰ ਕਿਉਂਕਿ ਅਸੀਂ ਇੰਨੇ ਕਠੋਰ ਸੀ, ਮੈਂ ਜੋ ਕਿਹਾ ਉਹ ਸੀ: "ਇਹ ਆਦਮੀ ਫਿਰ ਬਚ ਗਿਆ ਹੈ!"

ਪਾਦਰੀ ਨੂੰ ਉਸ ਅਧਿਆਤਮਿਕ ਯੁੱਧ ਦਾ ਪਤਾ ਨਹੀਂ ਸੀ ਜੋ ਉਸ ਵੱਲੋਂ ਲੜਿਆ ਜਾ ਰਿਹਾ ਸੀ। ਇਸ ਲਈ, ਤੁਸੀਂ ਦੇਖ ਸਕਦੇ ਹੋ, ਪਰਮੇਸ਼ੁਰ ਦਾ ਬੱਚਾ ਚੰਗੀ ਤਰ੍ਹਾਂ ਸੁਰੱਖਿਅਤ ਹੈ। ਜਦੋਂ ਬਾਈਬਲ ਕਹਿੰਦੀ ਹੈ: *"ਕੁਝ ਵੀ ਤੁਹਾਨੂੰ ਕਿਸੇ ਵੀ ਤਰ੍ਹਾਂ ਨੁਕਸਾਨ ਨਹੀਂ ਪਹੁੰਚਾਏਗਾ,"* ਤਾਂ ਇਸਦਾ ਅਰਥ ਉਹੀ ਹੈ ਜੋ ਇਹ ਕਹਿੰਦੀ ਹੈ!

*[ਟਿੱਪਣੀ: **ਪ੍ਰਸ਼ੰਸਾ ਬ੍ਰਹਮ ਮੌਜੂਦਗੀ ਨੂੰ ਸੱਦਾ ਦਿੰਦੀ ਹੈ— ਜ਼ਬੂਰ** 22:3 /*
ਜਿੱਥੇ ਪਰਮੇਸ਼ੁਰ ਵੱਸਦਾ ਹੈ, ਉੱਥੇ ਹਨੇਰਾ ਭੱਜ ਜਾਂਦਾ ਹੈ।]

ਖ਼ੂਨ ਦੀ ਸ਼ਕਤੀ

ਦੂਜੀ ਗਵਾਹੀ ਇੱਕ ਈਸਾਈ ਬਾਰੇ ਹੈ ਜੋ ਮੇਰੇ ਨਾਲ ਉਸੇ ਟੈਕਸੀ ਵਿੱਚ ਸਵਾਰ ਹੋਇਆ ਸੀ। ਉਹ ਬਹੁਤ ਜੋਸ਼ੀਲਾ ਸੀ ਅਤੇ ਟੈਕਸੀ ਦੇ ਅੰਦਰ ਇੰਜੀਲ ਟ੍ਰੈਕਟ ਵੰਡਣ ਲੱਗ ਪਿਆ। ਜਦੋਂ ਉਸਨੇ ਮੈਨੂੰ ਟ੍ਰੈਕਟ ਦਿੱਤਾ ਤਾਂ ਮੈਂ ਇਸਨੂੰ ਰੱਦ ਕਰ ਦਿੱਤਾ। ਉਸਨੇ ਪ੍ਰਚਾਰ ਕਰਨਾ ਸ਼ੁਰੂ ਕਰ ਦਿੱਤਾ। ਇਸ ਲਈ ਮੈਂ ਪਰੇਸ਼ਾਨ ਹੋ ਗਿਆ ਅਤੇ ਉਸਨੂੰ ਆਪਣੀ ਉਂਗਲੀ ਦੀ ਅੰਗੂਠੀ ਨਾਲ ਮਾਰਿਆ। ਇਹ ਉਸਨੂੰ ਮਾਰਨ ਲਈ ਸੀ।

ਇਸ ਮੁੰਡੇ ਨੇ ਚੀਕਿਆ: "ਯਿਸੂ ਦਾ ਲਹੂ!" ਤੁਰੰਤ ਬਿਜਲੀ ਅਤੇ ਅੱਗ ਅਤੇ ਇੱਕ ਦੂਤ ਪ੍ਰਗਟ ਹੋਇਆ। ਇੱਕ ਤੇਜ਼ ਹਵਾ ਨੇ ਮੈਨੂੰ ਫਿਰ ਤੋਂ ਟੈਕਸੀ ਵਿੱਚੋਂ ਕੱਢ ਕੇ ਸੰਘਣੇ ਜੰਗਲ ਵਿੱਚ ਬਹੁਤ ਜ਼ੋਰ ਨਾਲ ਸੁੱਟ ਦਿੱਤਾ। ਜੇ ਮੈਂ ਦੁਸ਼ਟ ਸ਼ਕਤੀਆਂ ਦੁਆਰਾ ਸਮਰਥਤ ਇੱਕ ਆਦਮੀ ਨਾ ਹੁੰਦਾ ਤਾਂ ਮੈਂ ਜੰਗਲ ਵਿੱਚ ਗੁਆਚ ਸਕਦਾ ਸੀ। ਈਸਾਈ ਨੂੰ ਉਸ ਯੁੱਧ ਦਾ ਪਤਾ ਨਹੀਂ ਸੀ ਜੋ ਉਸਦੇ ਵੱਲੋਂ ਚੱਲ ਰਿਹਾ ਸੀ। ਉਹ ਸਿਰਫ਼ ਇਹੀ ਜਾਣਦਾ ਸੀ, ਹੋਰ ਯਾਤਰੀਆਂ ਸਮੇਤ, ਇਹੀ ਸੀ ਕਿ ਮੈਂ ਟੈਕਸੀ ਵਿੱਚੋਂ ਗਾਇਬ ਹੋ ਗਿਆ ਸੀ!

*[ਟਿੱਪਣੀ: **ਲਹੂ ਅਜੇ ਵੀ ਬੋਲਦਾ ਹੈ (ਇਬਰਾਨੀਆਂ** 12:24) / **ਹਰ ਵਿਸ਼ਵਾਸੀ ਦਾ ਤੁਰੰਤ ਜਵਾਬ- " ਯਿਸੂ ਦਾ ਲਹੂ!" - ਸਵਰਗ ਦੀ ਰੱਖਿਆ ਨੂੰ ਸਰਗਰਮ ਕਰਦਾ ਹੈ।]***

ਯਿਸੂ ਦਾ ਨਾਮ ਜਾਂ ਵਿਸ਼ਵਾਸੀ ਦੇ ਮੂੰਹ ਵਿੱਚ ਯਿਸੂ ਦਾ ਲਹੂ ਅੱਗ ਆਦਿ ਭੇਜਦਾ ਹੈ। ਧਰਮ-ਗ੍ਰੰਥ ਕਹਿੰਦਾ ਹੈ:

"ਯਹੋਵਾਹ ਦਾ ਨਾਮ ਇੱਕ ਪੱਕਾ ਬੁਰਜ ਹੈ: ਧਰਮੀ ਇਸ ਵਿੱਚ ਭੱਜ ਕੇ ਜਾਂਦਾ ਹੈ ਅਤੇ ਬਚਿਆ ਰਹਿੰਦਾ ਹੈ।" (ਕਹਾਉਤਾਂ 18:10)

ਪਿਆਰੇ ਪਾਠਕ, ਜੇਕਰ ਤੁਸੀਂ ਪ੍ਰਮਾਤਮਾ ਦੇ ਬੱਚੇ ਹੋ, ਤਾਂ ਯਾਦ ਰੱਖੋ ਕਿ ਪ੍ਰਮਾਤਮਾ ਨੇ ਆਪਣੇ ਸਾਰੇ ਨਾਮਾਂ ਤੋਂ ਵੱਧ ਆਪਣੇ ਬਚਨ ਨੂੰ ਉੱਚਾ ਕੀਤਾ ਹੈ (ਜ਼ਬੂਰ 138:2)। ਇਸ ਲਈ ਬਚਨ (ਪਰਮਾਤਮਾ ਦੇ ਬਚਨ) ਨੂੰ ਇਹ ਵਿਸ਼ਵਾਸ ਕਰਦੇ ਹੋਏ ਸਵੀਕਾਰ ਕਰੋ ਕਿ ਜੋ ਤੁਸੀਂ ਕਿਹਾ ਹੈ ਉਹ ਪੂਰਾ ਹੋਵੇਗਾ, ਅਤੇ ਇਹ ਹੋਵੇਗਾ। ਇਹ ਪ੍ਰਮਾਤਮਾ ਦਾ ਵਾਅਦਾ ਹੈ!
[ਟਿੱਪਣੀ: ***ਸ਼ਬਦ ਲਹੂ ਨੂੰ ਆਵਾਜ਼ ਦਿੰਦਾ ਹੈ ਅਤੇ ਨਾਮ ਨੂੰ ਸ਼ਕਤੀ ਦਿੰਦਾ ਹੈ। ਤਿੰਨੋਂ— ਸ਼ਬਦ, ਲਹੂ, ਨਾਮ— ਵਿਸ਼ਵਾਸੀ ਦੀ ਜਿੱਤ ਦੀ ਤਿੱਕੜੀ ਬਣਾਉਂਦੇ ਹਨ।]***

ਫਿਰ ਇਹ ਦੱਸਣਾ ਚਾਹੁੰਦਾ ਹਾਂ ਕਿ ਤੁਸੀਂ ਸਿਰਫ਼ ਉਹੀ ਕਬੂਲ ਕਰ ਸਕਦੇ ਹੋ ਜੋ ਤੁਸੀਂ ਜਾਣਦੇ ਹੋ। ਧਰਮ-ਗ੍ਰੰਥ ਸਾਨੂੰ ਪਰਮੇਸ਼ੁਰ ਦੇ ਬਚਨ ਵਿੱਚ ਆਨੰਦ ਮਾਣਨ, ਦਿਨ ਰਾਤ ਇਸ ਉੱਤੇ ਮਨਨ ਕਰਨ ਦਾ ਹੁਕਮ ਦਿੰਦਾ ਹੈ। (ਜ਼ਬੂਰ 1:2) ਸੱਚ ਦੇ ਬਚਨ ਨੂੰ ਸਹੀ ਢੰਗ ਨਾਲ ਵੰਡਣ ਲਈ, ਤੁਹਾਨੂੰ ਇਸਨੂੰ ਜਾਣਨਾ ਚਾਹੀਦਾ ਹੈ।

"ਮਸੀਹ ਦੇ ਬਚਨ ਨੂੰ ਸਾਰੀ ਬੁੱਧੀ ਨਾਲ ਤੁਹਾਡੇ ਵਿੱਚ ਭਰਪੂਰ ਢੰਗ ਨਾਲ ਵਸਣ ਦਿਓ।" (ਕੁਲੁੱਸੀਆਂ 3:16)
"ਧੰਨ ਹੈ ਉਹ ਮਨੁੱਖ ਜੋ ਦੁਸ਼ਟਾਂ ਦੀ ਸਲਾਹ ਉੱਤੇ ਨਹੀਂ ਚੱਲਦਾ, ਨਾ ਪਾਪੀਆਂ

ਦੇ ਰਾਹ ਵਿੱਚ ਖੜ੍ਹਾ ਹੁੰਦਾ , ਨਾ ਮਖੌਲ ਕਰਨ ਵਾਲਿਆਂ ਦੀ ਗੱਦੀ ਵਿੱਚ ਬੈਠਦਾ ਹੈ। ਪਰ ਉਸਦੀ ਖੁਸ਼ੀ ਪ੍ਰਭੂ ਦੇ ਕਾਨੂੰਨ ਵਿੱਚ ਹੈ; ਅਤੇ ਉਹ ਦਿਨ ਰਾਤ ਉਸਦੀ ਕਾਨੂੰਨ ਵਿੱਚ ਧਿਆਨ ਕਰਦਾ ਹੈ। ਅਤੇ ਉਹ ਪਾਣੀ ਦੀਆਂ ਨਦੀਆਂ ਦੇ ਕੰਢੇ ਲਗਾਏ ਗਏ ਰੁੱਖ ਵਰਗਾ ਹੋਵੇਗਾ, ਜੋ ਆਪਣੇ ਮੌਸਮ ਵਿੱਚ ਆਪਣਾ ਫਲ ਦਿੰਦਾ ਹੈ; ਉਸਦਾ ਪੱਤਾ ਵੀ ਨਹੀਂ ਮੁਰਝਾਏਗਾ; ਅਤੇ ਜੋ ਕੁਝ ਉਹ ਕਰਦਾ ਹੈ ਉਹ ਸਫਲ ਹੋਵੇਗਾ।" (ਜ਼ਬੂਰ 1:1-3)

ਆਪਣੀ ਬਾਈਬਲ ਦੇ ਨੇੜੇ ਜਾਓ; ਬਿਨਾਂ ਰੁਕੇ ਪ੍ਰਾਰਥਨਾ ਕਰੋ; ਪ੍ਰਭੂ ਯਿਸੂ ਮਸੀਹ ਦੁਆਰਾ ਦਿੱਤੇ ਗਏ ਅਧਿਕਾਰ ਦੀ ਵਰਤੋਂ ਕਰਦੇ ਹੋਏ, ਗਾਉਣ ਵਾਲਾ ਦਿਲ ਰੱਖੋ ਅਤੇ ਖੜ੍ਹੇ ਰਹੋ!

*[ਟਿੱਪਣੀ: **ਗਿਆਨ ਅਧਿਕਾਰ ਨੂੰ ਵਧਾਉਂਦਾ ਹੈ। ਗਾਉਣ ਵਾਲਾ ਦਿਲ ਜਿੱਤ ਨੂੰ ਕਾਇਮ ਰੱਖਦਾ ਹੈ। ਇਹ ਰਸਮ ਨਹੀਂ ਹੈ- ਇਹ ਰਿਸ਼ਤਾ ਹੈ।]***

ਪ੍ਰਤੀਬਿੰਬ: ਮੁਕਤੀ ਪ੍ਰਾਪਤ ਲੋਕਾਂ ਦਾ ਚਾਰ-ਪੱਖੀ ਹਥਿਆਰ

1. **ਨਾਮ**: ਇਸਦਾ ਐਲਾਨ ਕਰੋ—ਯਿਸੂ ਹਰ ਹਾਲਾਤ ਦਾ ਪ੍ਰਭੂ ਹੈ (ਫ਼ਿਲਿੱਪੀਆਂ 2:9-11)।
2. **ਲਹੂ**: ਇਸਨੂੰ ਲਗਾਓ—ਦੋਸ਼ਾਂ ਅਤੇ ਨੁਕਸਾਨ ਦੇ ਵਿਰੁੱਧ ਆਪਣੀ ਨੇਮ ਦੀ ਢਾਲ (ਪ੍ਰਕਾ. 12:11)।
3. **ਬਚਨ**: ਇਸਨੂੰ ਬੋਲੋ—ਆਪਣੀ ਆਤਮਾ ਦੀ ਤਲਵਾਰ ਅਤੇ ਸੱਚਾਈ ਦਾ

ਮਿਆਰ (ਅਫ਼. 6:17)।

4. ਪ੍ਰਸ਼ੰਸਾ: ਇਸਨੂੰ ਜੀਓ—ਆਪਣੀ ਜਿੱਤ ਦਾ ਝੰਡਾ ਜੋ ਪਰਮੇਸ਼ੁਰ ਦੀ ਮੌਜੂਦਗੀ ਨੂੰ ਖਿੱਚਦਾ ਹੈ (ਜ਼ਬੂਰ 149:6-9)।

ਰੋਜ਼ਾਨਾ ਅਭਿਆਸ ਕਰੋ:

- ਹਰ ਸਵੇਰ ਨੂੰ ਬਚਨ ਨੂੰ ਇਕਬਾਲ ਕਰਦੇ ਹੋਏ ਸ਼ੁਰੂ ਕਰੋ।
- ਆਪਣੇ ਘਰ ਵਾਲਿਆਂ ਉੱਤੇ ਖ਼ੂਨ ਦਾ ਦੋਸ਼ ਲਾਓ।
- ਬੇਨਤੀ ਕਰਨ ਤੋਂ ਪਹਿਲਾਂ ਪ੍ਰਸ਼ੰਸਾ ਕਰੋ।
- ਨਾਮ ਨੂੰ ਅਧਿਕਾਰ ਨਾਲ ਵਰਤੋ, ਡਰ ਨਾਲ ਨਹੀਂ।

ਅਧਿਕਾਰ ਅਤੇ ਪ੍ਰਸ਼ੰਸਾ ਦੀ ਪ੍ਰਾਰਥਨਾ

ਪ੍ਰਭੂ ਯਿਸੂ, ਤੇਰਾ ਨਾਮ ਹਰ ਨਾਮ ਤੋਂ ਉੱਪਰ ਹੈ।
ਤੇਰਾ ਲਹੂ ਹਾਬਲ ਦੇ ਲਹੂ ਨਾਲੋਂ ਬਿਹਤਰ ਗੱਲਾਂ ਬੋਲਦਾ ਹੈ। ਤੇਰਾ ਬਚਨ ਜੀਵਨ, ਚਾਨਣ ਅਤੇ ਮੇਰੇ ਮੂੰਹ ਵਿੱਚ ਅੱਗ ਹੈ। ਅੱਜ ਮੈਂ ਤੇਰੀ ਜਿੱਤ ਨੂੰ ਪਹਿਨਦਾ ਹਾਂ। ਹਨੇਰੇ ਦੀ ਹਰ ਯੋਜਨਾ ਖਿੰਡ ਜਾਵੇ; ਦੋਸ਼ ਦੀ ਹਰ ਜੀਭ ਚੁੱਪ ਹੋ ਜਾਵੇ। ਮੈਨੂੰ ਆਤਮਾ ਦੀ ਤਲਵਾਰ ਚਲਾਉਣਾ ਅਤੇ ਉਸਤਤ ਦੇ ਗੀਤਾਂ ਵਿੱਚ ਜੀਣਾ ਸਿਖਾਓ। ਮੈਂ ਤੇਰੇ ਲਹੂ, ਤੇਰੇ ਬਚਨ ਅਤੇ ਤੇਰੇ ਨਾਮ ਦੁਆਰਾ ਜਿੱਤ ਪ੍ਰਾਪਤ ਕੀਤੀ ਹੈ। ਦੂਤਾਂ ਨੂੰ ਨਿਯੁਕਤੀ ਅਤੇ ਸ਼ਾਂਤੀ ਲਈ ਧੰਨਵਾਦ ਜੋ ਸਮਝ ਤੋਂ ਪਰੇ ਹੈ। ਮੈਂ ਤੇਰੇ ਵਿੱਚ ਛੁਪਿਆ ਹੋਇਆ ਹਾਂ, ਹਮੇਸ਼ਾ ਲਈ ਜੇਤੂ।

ਆਮੀਨ।

(ਫ਼ਿਲਿੱਪੀਆਂ 2:9-11; ਪ੍ਰਕਾਸ਼ 12:11; ਅਫ਼ਸੀਆਂ 6:10-18; ਜ਼ਬੂਰ 149)

ਅਧਿਆਇ 9: ਹੁਣ ਅੱਗੇ ਕੀ?

« *ਆਤਮਾ ਅਤੇ ਲਾੜੀ ਆਖਦੇ ਹਨ, "ਆਓ!" ਅਤੇ ਜਿਹੜਾ ਸੁਣਦਾ ਹੈ ਉਹ ਕਹੇ, "ਆਓ!" ਜਿਹੜਾ ਪਿਆਸਾ ਹੈ, ਉਹ ਆਵੇ; ਅਤੇ ਜਿਹੜਾ ਚਾਹੇ, ਉਹ ਜੀਵਨ ਦੇ ਪਾਣੀ ਦਾ ਮੁਫ਼ਤ ਦਾਨ ਲਵੇ।"* —ਪ੍ਰਕਾਸ਼ **ਦੀ ਪੋਥੀ 22:17**

ਇਸ ਗਵਾਹੀ ਨੂੰ ਪੜ੍ਹਨ ਤੋਂ ਬਾਅਦ, ਤੁਹਾਨੂੰ ਯਿਸੂ ਮਸੀਹ ਨੂੰ ਆਪਣੀ ਜਾਨ ਦੇਣ ਲਈ ਹੋਰ ਪ੍ਰਚਾਰ ਕਰਨ ਦੀ ਲੋੜ ਨਹੀਂ ਹੈ। ਧਰਮ-ਗ੍ਰੰਥ ਕਹਿੰਦਾ ਹੈ: "ਚੋਰ (ਸ਼ੈਤਾਨ) ਚੋਰੀ ਕਰਨ, ਮਾਰਨ ਅਤੇ ਨਾਸ਼ ਕਰਨ ਤੋਂ ਇਲਾਵਾ ਹੋਰ ਕੁਝ ਨਹੀਂ ਆਉਂਦਾ। ਮੈਂ (ਯਿਸੂ ਮਸੀਹ) ਇਸ ਲਈ ਆਇਆ ਹਾਂ ਤਾਂ ਜੋ ਤੁਹਾਨੂੰ ਜੀਵਨ ਮਿਲੇ, ਅਤੇ ਇਸਨੂੰ ਹੋਰ ਵੀ ਭਰਪੂਰ ਮਿਲੇ" (ਯੂਹੰਨਾ 10:10)।

[**ਸੰਪਾਦਕ ਦਾ ਨੋਟ: *ਇਹ ਵਿਪਰੀਤ ਜਾਣਬੁੱਝ ਕੇ ਕੀਤਾ ਗਿਆ ਹੈ: ਸ਼ੈਤਾਨ ਚੋਰੀ ਕਰਦਾ/ਨਸ਼ਟ ਕਰਦਾ ਹੈ; ਯਿਸੂ ਜੀਵਨ ਦਿੰਦਾ ਹੈ— ਹੁਣ ਅਤੇਸਦੀਵੀ ਤੌਰ 'ਤੇ ।]***

ਸ਼ੈਤਾਨ ਤੁਹਾਨੂੰ ਨਫ਼ਰਤ ਕਰਦਾ ਹੈ ਅਤੇ ਤੁਹਾਨੂੰ ਆਪਣੇ ਨਾਲ ਨਰਕ ਵਿੱਚ ਲਿਜਾਣ ਦੇ ਕਈ ਤਰੀਕੇ ਕੱਢਦਾ ਹੈ। ਤੁਸੀਂ ਇਸ ਗਵਾਹੀ ਤੋਂ ਇਹ ਗਵਾਹੀ ਦੇ ਸਕਦੇ ਹੋ। ਜੇਕਰ ਸ਼ੈਤਾਨ ਤੁਹਾਨੂੰ ਕੋਈ ਵਾਅਦਾ ਕਰਦਾ ਹੈ ਜਾਂ ਤੁਹਾਨੂੰ ਕੋਈ ਤੋਹਫ਼ਾ ਵੀ ਦਿੰਦਾ ਹੈ, ਤਾਂ ਜਾਣੋ ਕਿ ਇਹ ਗਲਤ ਇਰਾਦਾ ਹੈ। ਸ਼ੈਤਾਨ ਝੂਠਾ ਹੈ ਅਤੇ ਝੂਠ ਦਾ ਪਿਤਾ ਹੈ। (ਯੂਹੰਨਾ 8:44) ਪਰਮੇਸ਼ੁਰ ਨੇ ਉਸਨੂੰ ਤੁਹਾਡਾ ਦੁਸ਼ਮਣ ਕਿਹਾ, ਕਿਉਂ ਨਾ ਪਰਮੇਸ਼ੁਰ ਅਤੇ ਉਸਦੇ ਬਚਨ 'ਤੇ ਵਿਸ਼ਵਾਸ ਕਰੋ?

[**ਸੰਪਾਦਕ ਦਾ ਨੋਟ:** ***ਹਨੇਰੇ ਤੋਂ ਹਰ "ਦਾਤ" ਲੁਕੀਆਂ ਹੋਈਆਂ ਜ਼ੰਜੀਰਾਂ ਵਾਲਾ ਇੱਕ ਜਾਲ ਹੈ। ਆਜ਼ਾਦੀ ਸਿਰਫ਼ ਮਸੀਹ ਵਿੱਚ ਮਿਲਦੀ ਹੈ।]***

ਇਹ ਕੋਈ ਇਤਫ਼ਾਕ ਨਹੀਂ ਹੈ ਕਿ ਤੁਸੀਂ ਇਸ ਗਵਾਹੀ ਨੂੰ ਦੇਖਿਆ। ਆਪਣੇ ਆਪ ਦੀ ਜਾਂਚ ਕਰੋ ਅਤੇ ਯਕੀਨੀ ਬਣਾਓ ਕਿ ਤੁਸੀਂ ਮਸੀਹ ਵਿੱਚ ਹੋ। ਤੁਸੀਂ ਸਿਰਫ਼ ਤਾਂ ਹੀ ਆਪਣੇ ਆਪ ਨੂੰ ਧੋਖਾ ਦੇਣ ਵਿੱਚ ਸਫਲ ਹੋਵੋਗੇ ਜੇਕਰ ਤੁਸੀਂ 'ਚਰਚ ਜਾਣ ਵਾਲੇ' ਬਣੇ ਰਹਿਣਾ ਚੁਣਦੇ ਹੋ ਅਤੇ ਸਭ ਤੋਂ ਮਾੜੀ ਗੱਲ, ਜੇਕਰ ਤੁਸੀਂ ਅਜੇ ਵੀ ਆਪਣੀ ਜ਼ਿੰਦਗੀ ਦੇ ਇਸ ਸਭ ਤੋਂ ਮਹੱਤਵਪੂਰਨ ਫੈਸਲੇ ਪ੍ਰਤੀ ਲਾਪਰਵਾਹੀ ਵਾਲਾ ਰਵੱਈਆ ਅਪਣਾਉਣ ਦਾ ਫੈਸਲਾ ਕਰਦੇ ਹੋ।

[**ਸੰਪਾਦਕ ਦਾ ਨੋਟ:** ***ਇਹ ਹਾਜ਼ਰੀ ਤੋਂ ਵੱਧ ਹੈ; ਇਹ ਵਫ਼ਾਦਾਰੀ ਹੈ। ਯਿਸੂ ਪ੍ਰਸ਼ੰਸਕਾਂ ਨੂੰ ਸੱਦਾ ਨਹੀਂ ਦਿੰਦਾ- ਉਹ ਚੇਲਿਆਂ ਨੂੰ ਬੁਲਾਉਂਦਾ ਹੈ।]***

ਅਸੀਂ ਤੁਹਾਨੂੰ ਮਸੀਹ ਵੱਲੋਂ ਬੇਨਤੀ ਕਰਦੇ ਹਾਂ: ਪਰਮੇਸ਼ੁਰ ਨਾਲ ਮੇਲ ਮਿਲਾਪ ਕਰੋ। ਜੇਕਰ ਤੁਸੀਂ ਅਜੇ ਤੱਕ ਬਚਾਏ ਨਹੀਂ ਗਏ ਹੋ, ਤਾਂ ਇਸਦਾ ਮਤਲਬ ਹੈ ਕਿ ਜੇਕਰ ਤੁਸੀਂ ਪਰਮੇਸ਼ੁਰ ਦੇ ਬਚਨ ਦੇ ਅਨੁਸਾਰ ਅਜੇ ਤੱਕ ਪ੍ਰਭੂ ਯਿਸੂ ਮਸੀਹ ਨੂੰ ਆਪਣੇ ਪ੍ਰਭੂ ਅਤੇ ਨਿੱਜੀ ਮੁਕਤੀਦਾਤਾ ਵਜੋਂ ਸਵੀਕਾਰ ਨਹੀਂ ਕੀਤਾ ਹੈ, ਤਾਂ ਪਾਣੀ ਵਿੱਚ ਬਪਤਿਸਮਾ ਲੈ ਕੇ ਡੁੱਬਕੀ ਲੈ ਕੇ, ਅਸੀਂ ਤੁਹਾਨੂੰ ਬਿਨਾਂ ਦੇਰੀ ਕੀਤੇ ਅਜਿਹਾ ਕਰਨ ਲਈ ਉਤਸ਼ਾਹਿਤ ਕਰਦੇ ਹਾਂ।

ਕੱਲ੍ਹ ਬਹੁਤ ਦੇਰ ਹੋ ਸਕਦੀ ਹੈ।

(ਇਬਰਾਨੀਆਂ 3:15)

ਪ੍ਰਤੀਬਿੰਬ: ਹੁਣੇ ਕਾਲ ਦਾ ਜਵਾਬ ਦਿਓ

- **ਕਿਰਪਾ ਮੌਜੂਦ ਹੈ:** ਜੇਕਰ ਤੁਸੀਂ ਦ੍ਰਿੜਤਾ ਮਹਿਸੂਸ ਕਰਦੇ ਹੋ, *ਤਾਂ ਇਹ* ਪਵਿੱਤਰ ਆਤਮਾ ਹੈ ਜੋ ਤੁਹਾਨੂੰ ਸੱਦਾ ਦੇ ਰਿਹਾ ਹੈ (ਯੂਹੰਨਾ 16:8,13)।
- **ਨਿਰਪੱਖਤਾ ਸੁਰੱਖਿਅਤ ਨਹੀਂ ਹੈ:** ਦੇਰੀ ਇੱਕ ਫੈਸਲਾ ਹੈ; ਮੁਲਤਵੀ ਕਰਨਾ ਪੁਰਾਣੀਆਂ ਜ਼ੰਜੀਰਾਂ ਨੂੰ ਮਜ਼ਬੂਤ ਕਰਦਾ ਹੈ।
- **ਮਸੀਹ ਕਾਫ਼ੀ ਹੈ:** ਉਸਦਾ ਲਹੂ ਦੋਸ਼ ਨੂੰ ਰੱਦ ਕਰਦਾ ਹੈ, ਹਨੇਰੇ ਨਾਲ ਨੇਮ ਤੋੜਦਾ ਹੈ, ਅਤੇ ਤੁਹਾਨੂੰ ਨਵੇਂ ਜੀਵਨ ਵਿੱਚ ਪਹਿਨਾਉਂਦਾ ਹੈ (ਕੁਲੁੱਸੀਆਂ 1:13-14)।

ਮੁਕਤੀ ਦੀ ਪ੍ਰਾਰਥਨਾ (ਜੇ ਤੁਸੀਂ ਹੁਣ ਯਿਸੂ ਵੱਲ ਮੁੜ ਰਹੇ ਹੋ)

ਪ੍ਰਭੂ ਯਿਸੂ ਮਸੀਹ, ਮੈਂ ਅੱਜ ਤੁਹਾਡੇ ਕੋਲ ਆਇਆ ਹਾਂ।
ਮੈਂ ਵਿਸ਼ਵਾਸ ਕਰਦਾ ਹਾਂ ਕਿ ਤੁਸੀਂ ਮੇਰੇ ਪਾਪਾਂ ਲਈ ਮਰ ਗਏ ਅਤੇ ਮੁਰਦਿਆਂ ਵਿੱਚੋਂ ਜੀ ਉੱਠੇ।
ਮੈਂ ਤੁਹਾਨੂੰ ਆਪਣੇ ਪ੍ਰਭੂ ਅਤੇ ਮੁਕਤੀਦਾਤਾ ਵਜੋਂ ਸਵੀਕਾਰ ਕਰਦਾ ਹਾਂ। ਮੈਨੂੰ ਮਾਫ਼ ਕਰੋ, ਮੈਨੂੰ ਆਪਣੇ ਲਹੂ ਨਾਲ ਸ਼ੁੱਧ ਕਰੋ, ਅਤੇ ਮੈਨੂੰ ਇੱਕ ਨਵਾਂ ਦਿਲ ਦਿਓ। ਮੈਂ ਸ਼ੈਤਾਨ ਅਤੇ ਹਨੇਰੇ ਨਾਲ ਹਰ ਨੇਮ ਨੂੰ ਤਿਆਗਦਾ ਹਾਂ। ਮੈਨੂੰ ਤੁਹਾਡੀ ਪਵਿੱਤਰ ਆਤਮਾ ਅਤੇ ਇੱਕ ਨਵੀਂ ਜ਼ਿੰਦਗੀ ਜਿਉਣ ਦੀ ਤੁਹਾਡੀ

ਸ਼ਕਤੀ ਮਿਲਦੀ ਹੈ। ਮੈਨੂੰ ਬਚਾਉਣ ਲਈ ਤੁਹਾਡਾ ਧੰਨਵਾਦ। ਆਮੀਨ।

(ਯੂਹੰਨਾ 1:12; ਰੋਮੀਆਂ 10:9-10; ਕੁਲੁੱਸੀਆਂ 1:13-14)

ਤਿਆਗ ਅਤੇ ਆਜ਼ਾਦੀ ਦੀ ਪ੍ਰਾਰਥਨਾ (ਜੇਕਰ ਤੁਹਾਡੇ ਕੋਈ ਗੁਪਤ ਸਬੰਧ ਰਹੇ ਹਨ)

ਯਿਸੂ ਮਸੀਹ ਦੇ ਨਾਮ ਤੇ:

ਮੈਂ ਹਰ ਇਕਰਾਰ, ਸਹੁੰ, ਸ਼ੁਰੂਆਤ, ਰਸਮ, ਅਤੇ ਵਸਤੂ ਨੂੰ ਤਿਆਗਦਾ ਹਾਂ ਜੋ ਜਾਦੂਗਰੀ, ਜਾਦੂ-ਟੂਣਾ, ਜਾਦੂ-ਟੂਣਾ, ਸਮੁੰਦਰੀ ਸ਼ਕਤੀਆਂ, ਗੁਪਤ ਸਮਾਜਾਂ ਅਤੇ ਸ਼ੈਤਾਨੀ ਜਗਵੇਦੀਆਂ ਨਾਲ ਜੁੜੇ ਹੋਏ ਹਨ। ਮੈਂ ਇਨ੍ਹਾਂ ਅਭਿਆਸਾਂ ਦੁਆਰਾ ਬਣੇ ਹਰ ਰੂਹ-ਬੰਧਨ ਨੂੰ ਤੋੜਦਾ ਹਾਂ। ਮੈਂ ਯਿਸੂ ਦੇ ਲਹੂ ਦੁਆਰਾ ਹਨੇਰੇ ਦੁਆਰਾ ਦਾਅਵਾ ਕੀਤੇ ਗਏ ਹਰ ਕਾਨੂੰਨੀ ਆਧਾਰ ਨੂੰ ਰੱਦ ਕਰਦਾ ਹਾਂ। ਮੈਂ ਸਾਰੀਆਂ ਅਸ਼ੁੱਧ ਆਤਮਾਵਾਂ ਨੂੰ ਹੁਕਮ ਦਿੰਦਾ ਹਾਂ ਕਿ ਉਹ ਹੁਣ ਮੈਨੂੰ ਛੱਡ ਦੇਣ ਅਤੇ ਕਦੇ ਵਾਪਸ ਨਾ ਆਉਣ। ਮੈਂ ਆਪਣਾ ਸਰੀਰ, ਆਤਮਾ ਅਤੇ ਆਤਮਾ ਇਕੱਲੇ ਪ੍ਰਭੂ ਯਿਸੂ ਮਸੀਹ ਨੂੰ ਸਮਰਪਿਤ ਕਰਦਾ ਹਾਂ। ਆਮੀਨ।

(ਪ੍ਰਕਾ. 12:11; ਕੁਲੁੱਸੀਆਂ 2:14-15; ਲੂਕਾ 10:19)

ਤੁਹਾਡੇ ਅਗਲੇ ਪੰਜ ਕਦਮ

1. **ਪਾਣੀ ਵਿੱਚ ਬਪਤਿਸਮਾ ਲਓ (ਡੁੱਬਕੀ ਦੁਆਰਾ)** — ਆਗਿਆਕਾਰੀ ਦੇ ਇੱਕ ਕਾਰਜ ਵਜੋਂ ਅਤੇ ਮਸੀਹ ਨਾਲ ਜਨਤਕ ਪਛਾਣ ਵਜੋਂ (ਰਸੂਲਾਂ ਦੇ ਕਰਤੱਬ 2:38; ਰੋਮੀਆਂ 6:3-4)।
2. **ਇੱਕ ਬਚਨ-ਆਤਮਾ ਚਰਚ ਵਿੱਚ ਸ਼ਾਮਲ ਹੋਵੋ** — ਇੱਕ ਮਸੀਹ-ਕੇਂਦ੍ਰਿਤ, ਬਾਈਬਲ-ਪ੍ਰਚਾਰਕ ਭਾਈਚਾਰਾ ਜੋ ਪ੍ਰਾਰਥਨਾ ਕਰਦਾ ਹੈ ਅਤੇ ਚੇਲੇ ਬਣਾਉਂਦਾ ਹੈ।
3. **ਜਾਦੂਈ ਚੀਜ਼ਾਂ ਨੂੰ ਤਬਾਹ ਕਰੋ** - ਕਿਤਾਬਾਂ, ਤਵੀਤਾਂ, ਵੇਦੀਆਂ, ਅੰਗੂਠੀਆਂ, ਕੱਪੜੇ; ਹਟਾਓ ਅਤੇ ਸਾੜ ਦਿਓ (ਰਸੂਲਾਂ ਦੇ ਕਰਤੱਬ 19:19)।
4. **ਇੱਕ ਸਧਾਰਨ ਰੋਜ਼ਾਨਾ ਤਾਲ ਸ਼ੁਰੂ ਕਰੋ** — ਧਰਮ ਗ੍ਰੰਥ (ਉੱਚੀ ਆਵਾਜ਼ ਵਿੱਚ ਪੜ੍ਹੋ), ਪ੍ਰਾਰਥਨਾ, ਪੂਜਾ; ਜੋ ਪ੍ਰਮਾਤਮਾ ਤੁਹਾਨੂੰ ਦਿਖਾਉਂਦਾ ਹੈ ਉਸਨੂੰ ਜਰਨਲ ਕਰੋ।
5. **ਕਿਸੇ ਨੂੰ ਦੱਸੋ** — ਆਪਣੀ ਗਵਾਹੀ ਸਮਝਦਾਰੀ ਨਾਲ ਸਾਂਝੀ ਕਰੋ; ਇਹ ਤੁਹਾਡੀ ਆਜ਼ਾਦੀ ਨੂੰ ਮਜ਼ਬੂਤ ਬਣਾਉਂਦਾ ਹੈ ਅਤੇ ਦੂਜਿਆਂ ਦੀ ਮਦਦ ਕਰਦਾ ਹੈ (ਪ੍ਰਕਾਸ਼ ਦੀ ਪੋਥੀ 12:11)।

ਫੀਲਡ ਗਾਈਡ: ਮੁਕਤੀ ਤੋਂ ਬਾਅਦ ਪ੍ਰਫੁੱਲਤ ਹੋਣਾ

- **ਸੰਬੰਧਿਤ:** ਇੱਕ ਸ਼ਬਦ-ਆਤਮਾ ਚਰਚ ਵਿੱਚ ਸਥਾਪਿਤ ਕਰੋ; ਸਲਾਹ-ਮਸ਼ਵਰਾ ਪ੍ਰਾਪਤ ਕਰੋ।

- **ਰਚਨਾ:** ਰੋਜ਼ਾਨਾ ਧਰਮ ਗ੍ਰੰਥ + ਪ੍ਰਾਰਥਨਾ (ਉੱਚੀ ਬੋਲੋ); ਸਮੇਂ-ਸਮੇਂ ਤੇ ਵਰਤ ਰੱਖੋ।
- **ਤੋੜੋ:** ਪੁਰਾਣੇ ਨੇਮਾਂ ਨੂੰ ਤਿਆਗ ਦਿਓ; ਗੁਪਤ ਚੀਜ਼ਾਂ ਨੂੰ ਨਸ਼ਟ ਕਰੋ (ਰਸੂਲਾਂ ਦੇ ਕਰਤੱਬ 19:19)।
- **ਸੀਮਾਵਾਂ:** ਕੋਈ ਗੁਪਤ ਸੌਦੇਬਾਜ਼ੀ ਨਹੀਂ; ਗੁਪਤ "ਦੋਸਤਾਂ" ਨਾਲ ਕੋਈ ਸੰਪਰਕ ਨਹੀਂ।
- **ਲੜਾਈ:** ਇਕਬਾਲ, ਸੰਗਤ, ਅਤੇ ਹੁਕਮ ਪ੍ਰਾਰਥਨਾ ਦੀ ਵਰਤੋਂ ਕਰੋ (ਅਫ਼ਸੀਆਂ 6:10-18)।
- **ਗਵਾਹੀ ਦਿਓ:** ਆਪਣੀ ਗਵਾਹੀ ਸਮਝਦਾਰੀ ਨਾਲ ਸਾਂਝੀ ਕਰੋ; ਇਹ ਦੋਸ਼ਾਂ ਨੂੰ ਬੇਅਸਰ ਕਰਦਾ ਹੈ (ਪ੍ਰਕਾ. 12:11)।

ਸੁਰੱਖਿਆ ਅਤੇ ਦ੍ਰਿੜਤਾ ਦੀ ਪ੍ਰਾਰਥਨਾ

ਪ੍ਰਭੂ ਯਿਸੂ, ਤੂੰ ਮੇਰਾ ਚਰਵਾਹਾ ਹੈਂ। ਮੈਂ ਤੇਰੀ ਆਵਾਜ਼ ਸੁਣਦਾ ਹਾਂ ਅਤੇ ਤੇਰਾ ਪਾਲਣ ਕਰਦਾ ਹਾਂ।

ਮੈਂ ਹਰ ਧਮਕੀ, ਸੌਦੇਬਾਜ਼ੀ ਅਤੇ ਹਨੇਰੇ ਦੀ ਧਮਕੀ ਨੂੰ ਤਿਆਗਦਾ ਹਾਂ। ਮੈਨੂੰ ਆਪਣੀ ਅੱਗ ਨਾਲ ਘੇਰੋ, ਮੇਰੇ ਮਾਰਗ 'ਤੇ ਦੂਤ ਨਿਯੁਕਤ ਕਰੋ, ਅਤੇ ਮੈਨੂੰ ਆਪਣੇ ਬਚਨ ਅਤੇ ਭਾਈਚਾਰੇ ਵਿੱਚ ਸਥਾਪਿਤ ਰੱਖੋ। ਮੇਰੇ ਵਿਰੁੱਧ ਬਣਾਇਆ ਗਿਆ ਕੋਈ ਵੀ ਹਥਿਆਰ ਸਫਲ ਨਹੀਂ ਹੋਵੇਗਾ। ਮੈਂ ਤੇਰੇ ਹੱਥ ਵਿੱਚ ਰਹਿੰਦਾ ਹਾਂ - ਹੁਣ ਅਤੇ ਹਮੇਸ਼ਾ ਲਈ। ਆਮੀਨ।

(ਯੂਹੰਨਾ 10:27-28; ਯਸਾਯਾਹ 54:17; ਜ਼ਬੂਰ 91)

40-ਦਿਨਾਂ ਦਾ ਔਨ-ਰੈਂਪ (ਵਿਕਲਪਿਕ, ਉਹਨਾਂ ਪਾਠਕਾਂ ਲਈ ਜੋ ਇੱਕ ਗਾਈਡਡ ਯਾਤਰਾ ਚਾਹੁੰਦੇ ਹਨ)

ਇੱਕ ਸੰਖੇਪ ਰੋਜ਼ਾਨਾ ਫਾਰਮੈਟ (ਅੱਧਾ ਪੰਨਾ ਪ੍ਰਤੀ ਦਿਨ) ਲਈ, ਸਾਥੀ ਭਗਤੀ ਵੇਖੋ ਜਿਸਦਾ ਅਸੀਂ ਪਹਿਲਾਂ ਹਵਾਲਾ ਦਿੱਤਾ ਸੀ: ***ਹਨੇਰੇ ਤੋਂ ਡੋਮੀਨੀਅਨ ਤੱਕ: ਹਨੇਰੇ ਦੀ ਲੁਕਵੀਂ ਪਕੜ ਤੋਂ ਮੁਕਤ ਹੋਣ ਲਈ 40 ਦਿਨ*** - ਇਹ ਜਾਗਰੂਕਤਾ, ਮੁਕਤੀ ਅਤੇ ਸ਼ਕਤੀ ਲਈ ਧਰਮ-ਗ੍ਰੰਥ, ਸੰਖੇਪ ਸੂਝ ਅਤੇ ਨਿਸ਼ਾਨਾਬੱਧ ਪ੍ਰਾਰਥਨਾਵਾਂ ਨੂੰ ਜੋੜਦਾ ਹੈ।

ਆਪਣੀ ਗਵਾਹੀ ਸਾਂਝੀ ਕਰੋ / ਮਦਦ ਮੰਗੋ

ਸਾਨੂੰ ਤੁਹਾਡੇ ਨਾਲ ਖੜ੍ਹਨਾ ਬਹੁਤ ਪਸੰਦ ਆਵੇਗਾ। ਯਿਸੂ ਨੇ ਜੋ ਕੀਤਾ ਹੈ ਉਸਨੂੰ ਸਾਂਝਾ ਕਰੋ ਜਾਂ ਇੱਥੇ ਸਲਾਹ ਦੀ ਬੇਨਤੀ ਕਰੋ:

ਆਪਣੀ ਗਵਾਹੀ ਸਾਂਝੀ ਕਰੋ ਜਾਂ ਸੰਪਰਕ ਕਰੋ:

https://www.otakada.org/contact-us-otakada/

ਪਾਠਕਾਂ ਦੇ ਸਵਾਲ, ਗਲੋਬਲ ਗੱਲਬਾਤ ਅਤੇ ਮੁਕਤੀ ਦਾ ਸਕੂਲ

"ਜਦੋਂ ਸੱਚਾਈ ਦਾ ਆਤਮਾ ਆਵੇਗਾ, ਉਹ ਤੁਹਾਨੂੰ ਸਾਰੀ ਸੱਚਾਈ ਵਿੱਚ ਅਗਵਾਈ ਕਰੇਗਾ।" —ਯੂਹੰਨਾ 16:13

ਦੁਨੀਆ ਭਰ ਵਿੱਚ, ਇਹ ਗਵਾਹੀ ਵਿਸ਼ਵਾਸੀਆਂ ਵਿੱਚ ਸਵਾਲ ਅਤੇ ਪ੍ਰਗਟਾਵੇ ਨੂੰ ਭੜਕਾਉਂਦੀ ਰਹਿੰਦੀ ਹੈ। ਅਜਿਹੀ ਹੀ ਇੱਕ ਗੱਲਬਾਤ ਇਟਲੀ ਦੇ ਇੱਕ ਵਿਸ਼ਵਾਸੀ, **ਭਰਾ ਫ੍ਰਾਂਸਿਸਕੋ ਤੋਂ ਆਈ** । ਉਸਦੇ ਸ਼ਬਦ ਇੱਕ ਵਧ ਰਹੇ ਵਿਸ਼ਵਵਿਆਪੀ ਪਰਿਵਾਰ ਦੀ ਭੁੱਖ ਨੂੰ ਦਰਸਾਉਂਦੇ ਹਨ ਜੋ ਇਹ ਖੋਜ ਕਰ ਰਹੇ ਹਨ ਕਿ ਅਧਿਆਤਮਿਕ ਯੁੱਧ ਇੱਕ ਸਿਧਾਂਤ ਨਹੀਂ ਬਲਕਿ ਇੱਕ ਹਕੀਕਤ ਹੈ - ਅਤੇ ਇਹ ਕਿ ਪਵਿੱਤਰ ਆਤਮਾ ਅਚਾਨਕ ਥਾਵਾਂ 'ਤੇ ਰਾਖਿਆਂ ਨੂੰ ਜਗਾ ਰਿਹਾ ਹੈ।

ਫ੍ਰਾਂਸਿਸਕੋ (ਇਟਲੀ) ਨਾਲ ਗੱਲਬਾਤ

ਫ੍ਰਾਂਸਿਸਕੋ ਨੇ ਲਿਖਿਆ , *ਰੈਵ. ਇਮੈਨੁਅਲ ਅਮੋਸ ਏਨੀ ਦੀ ਗਵਾਹੀ ਪੜ੍ਹਨ ਤੋਂ ਪਹਿਲਾਂ, ਮੈਨੂੰ ਸ਼ੈਤਾਨ ਕਿਵੇਂ ਸੰਗਠਿਤ ਹੈ- ਕਮਾਂਡ ਅਤੇ ਕੰਟਰੋਲ ਢਾਂਚਾ, ਭੂਤਾਂ ਦੇ ਵੱਖ-ਵੱਖ ਕੰਮ, ਅਤੇ ਉਹਨਾਂ ਨੂੰ ਕੀ ਚਲਾਉਂਦਾ ਹੈ, ਇਸ ਬਾਰੇ ਦਰਸ਼ਨ ਅਤੇ ਖੁਲਾਸੇ ਹੋਏ ਸਨ। ਮੇਰਾ ਆਪਣੇ ਅਤੀਤ ਵਿੱਚ ਕਦੇ ਵੀ ਸ਼ੈਤਾਨ ਨਾਲ ਕੋਈ ਸੰਪਰਕ ਨਹੀਂ ਹੋਇਆ ਹੈ, ਨਾ ਹੀ ਮੇਰੇ ਪਰਿਵਾਰ ਦਾ। ਇੱਥੇ*

ਇਟਲੀ ਵਿੱਚ, ਈਸਾਈਆਂ ਨੂੰ ਅਜਿਹੇ ਅਨੁਭਵ ਘੱਟ ਹੀ ਹੁੰਦੇ ਹਨ, ਅਤੇ ਸਾਡੇ ਵਿੱਚੋਂ ਜ਼ਿਆਦਾਤਰ ਕਦੇ ਵੀ ਅਧਿਆਤਮਿਕ ਯੁੱਧ ਬਾਰੇ ਗੱਲ ਨਹੀਂ ਕਰਦੇ। ਮਸੀਹ ਵਿੱਚ ਇੱਕ ਭਰਾ ਨੇ ਸੁਝਾਅ ਦਿੱਤਾ ਕਿ ਮੈਂ ਰੈਵ. ਏਨੀ ਦੀ ਕਿਤਾਬ ਪੜ੍ਹਾਂ - ਅਤੇ ਇਹ ਬਹੁਤ ਵਧੀਆ ਸੀ! ਸਭ ਕੁਝ ਅਚਾਨਕ ਸਮਝ ਵਿੱਚ ਆ ਗਿਆ। ਮੈਨੂੰ ਅਹਿਸਾਸ ਹੋਇਆ ਕਿ ਸਾਡੇ ਆਲੇ ਦੁਆਲੇ ਇੱਕ ਅਦਿੱਖ ਸੰਸਾਰ ਹੈ। ਮੈਂ ਜਾਣਦਾ ਸੀ ਕਿ ਸ਼ੈਤਾਨ ਮੌਜੂਦ ਹੈ, ਪਰ ਮੈਂ ਸੋਚਿਆ ਕਿ ਉਹ ਬਹੁਤ ਦੂਰ ਹੈ। ਹੁਣ ਮੈਂ ਉਸਦੇ ਕੰਮਾਂ ਨੂੰ ਸਪਸ਼ਟ ਤੌਰ 'ਤੇ ਦੇਖਦਾ ਹਾਂ।

ਤਾਂ ਕਿਰਪਾ ਕਰਕੇ, ਮੈਨੂੰ ਪੁੱਛਣ ਦਿਓ:

1. ਮੇਰੇ ਵਰਗੇ ਸਧਾਰਨ ਵਿਸ਼ਵਾਸੀ ਨੂੰ ਸ਼ੈਤਾਨ ਬਾਰੇ ਅਜਿਹੇ ਖੁਲਾਸੇ ਕਿਉਂ ਮਿਲਣਗੇ ਜਦੋਂ ਤੱਕ ਉਹ ਕਦੇ ਵੀ ਉਸ ਨਾਲ ਜੁੜਿਆ ਨਹੀਂ ਹੁੰਦਾ?
2. ਮੈਨੂੰ ਇੱਕ ਆਵਾਜ਼ ਕਿਉਂ ਸੁਣਾਈ ਦਿੱਤੀ - ਸਪੱਸ਼ਟ ਤੌਰ 'ਤੇ ਰੱਬ ਦੀ ਨਹੀਂ - ਜੋ ਮੈਨੂੰ ਇਸ ਬਾਰੇ ਖੁਲਾਸੇ ਦਿੰਦੀ ਹੈ ਕਿ ਡਿੱਗੇ ਹੋਏ ਦੂਤਾਂ ਨੂੰ ਸਵਰਗ ਵਿੱਚੋਂ ਕਿਵੇਂ ਕੱਢਿਆ ਗਿਆ ਸੀ?
3. ਉਸੇ ਆਵਾਜ਼ ਨੇ ਮੈਨੂੰ ਚੀਜ਼ਾਂ ਨੂੰ ਵਾਪਰਨ ਦੀ ਸ਼ਕਤੀ ਕਿਉਂ ਦਿੱਤੀ?
4. ਇਹਨਾਂ ਪੇਸ਼ਕਸ਼ਾਂ ਨੂੰ ਠੁਕਰਾਉਣ ਤੋਂ ਬਾਅਦ, ਮੇਰਾ ਹਾਦਸਾ ਕਿਉਂ ਹੋਇਆ ਅਤੇ ਮੇਰਾ ਪੈਰ ਕਿਉਂ ਟੁੱਟ ਗਿਆ, ਜਿਸ ਕਾਰਨ ਸਰਜਰੀ ਹੋਈ ਅਤੇ ਮੇਰੇ ਪਰਿਵਾਰ 'ਤੇ ਦਬਾਅ ਪਿਆ?

ਗੱਲਬਾਤ ਰਾਹੀਂ ਚੇਲਾਪਨ

ਜਦੋਂ ਫ੍ਰਾਂਸਿਸਕੋ ਨੇ ਸੰਪਰਕ ਕੀਤਾ, ਤਾਂ *ਗੌਡਜ਼ ਈਗਲ ਮਿਨਿਸਟ੍ਰੀਜ਼* ਦੇ ਰਾਜਦੂਤ **ਸੋਮਵਾਰ ਓ. ਓਗਬੇ ਨੇ ਜਵਾਬ ਦਿੱਤਾ - ਤੇਜ਼ ਜਵਾਬਾਂ ਨਾਲ ਨਹੀਂ, ਸਗੋਂ ਉਸਨੂੰ ਧਰਮ-ਗ੍ਰੰਥ ਰਾਹੀਂ ਪਵਿੱਤਰ ਆਤਮਾ** ਨਾਲ ਗੱਲਬਾਤ ਕਰਨ ਲਈ ਸੱਦਾ ਦੇ ਕੇ।

"ਪਵਿੱਤਰ ਆਤਮਾ ਹਮੇਸ਼ਾ ਉਹ ਜਵਾਬ ਪ੍ਰਦਾਨ ਕਰੇਗਾ ਜੋ ਤੁਹਾਡੇ ਆਲੇ ਦੁਆਲੇ ਕੀ ਹੋ ਰਿਹਾ ਹੈ, ਨੂੰ ਸੰਬੋਧਿਤ ਕਰਦੇ ਹਨ," ਉਸਨੇ ਲਿਖਿਆ। "ਉਸਦਾ ਮੁੱਖ ਕੰਮ ਸਾਨੂੰ ਸਾਰੀ ਸੱਚਾਈ ਵਿੱਚ ਲੈ ਜਾਣਾ ਹੈ। ਇਸ ਲਈ ਮੈਂ ਤੁਹਾਨੂੰ ਜਵਾਬ ਦੇਣ ਤੋਂ ਪਹਿਲਾਂ, ਮੈਂ ਚਾਹੁੰਦਾ ਹਾਂ ਕਿ ਤੁਸੀਂ ਇਨ੍ਹਾਂ ਆਇਤਾਂ - ਯੂਹੰਨਾ 16:5-15 - 'ਤੇ ਮਨਨ ਕਰੋ ਅਤੇ ਜੋ ਤੁਸੀਂ ਸਿੱਖਦੇ ਹੋ ਉਸਨੂੰ ਲਿਖੋ। ਆਤਮਾ ਨੂੰ, ਤਰਕ ਨੂੰ ਨਹੀਂ, ਤੁਹਾਡੀ ਅਗਵਾਈ ਕਰਨ ਦਿਓ।"

ਫ੍ਰਾਂਸਿਸਕੋ ਸਹਿਮਤ ਹੋ ਗਿਆ। ਕੁਝ ਘੰਟਿਆਂ ਬਾਅਦ, ਉਸਨੇ ਜਵਾਬ ਦਿੱਤਾ:

"ਯਿਸੂ ਆਪਣੇ ਚੇਲਿਆਂ ਨਾਲ ਗੱਲ ਕਰ ਰਿਹਾ ਹੈ, ਉਨ੍ਹਾਂ ਨੂੰ ਦੱਸ ਰਿਹਾ ਹੈ ਕਿ ਉਹ ਜਲਦੀ ਹੀ ਚਲਾ ਜਾਵੇਗਾ। ਉਹ ਵਾਅਦਾ ਕਰਦਾ ਹੈ ਕਿ ਪਵਿੱਤਰ ਆਤਮਾ ਉਨ੍ਹਾਂ ਗੱਲਾਂ ਨੂੰ ਸਮਝਾਉਣ ਲਈ ਆਵੇਗਾ ਜੋ ਉਹ ਅਜੇ ਸਮਝ ਨਹੀਂ ਸਕੇ, ਭਵਿੱਖ ਦੀਆਂ ਘਟਨਾਵਾਂ ਨੂੰ ਪ੍ਰਗਟ ਕਰਨ ਲਈ, ਅਤੇ ਉਨ੍ਹਾਂ ਨੂੰ ਅਲੌਕਿਕ ਗਿਆਨ ਅਤੇ ਸ਼ਕਤੀ ਨਾਲ ਸ਼ਕਤੀ ਪ੍ਰਦਾਨ ਕਰਨ ਲਈ। ਚੇਲੇ ਆਤਮਾ ਰਾਹੀਂ ਉਹ ਪ੍ਰਾਪਤ ਕਰਨਗੇ ਜੋ ਉਨ੍ਹਾਂ ਨੇ ਉਸਦੇ ਸਰੀਰਕ ਵਿਦਾਇਗੀ ਦੁਆਰਾ ਗੁਆ ਦਿੱਤਾ ਸੀ।"

ਗੱਲਬਾਤ ਜਾਰੀ ਰਹੀ ਕਿਉਂਕਿ ਰਾਜਦੂਤ ਓਗਬੇ ਨੇ ਉਸਨੂੰ **ਲੂਕਾ** 4:1-28 , **ਉਤਪਤ** 3 , **ਉਤਪਤ** 6 , ਅਤੇ **ਪ੍ਰਕਾਸ਼ ਦੀ ਪੋਥੀ** 12 **ਦਾ ਅਧਿਐਨ ਕਰਨ ਲਈ ਮਾਰਗਦਰਸ਼ਨ ਕੀਤਾ** , ਅਤੇ ਉਸਨੂੰ ਜੋ ਦੇਖਿਆ ਉਸਨੂੰ ਲਿਖਣ ਲਈ ਕਿਹਾ।

ਫ੍ਰਾਂਸਿਸਕੋ ਨੇ ਵਫ਼ਾਦਾਰੀ ਨਾਲ ਜਵਾਬ ਦਿੱਤਾ, ਆਇਤ ਦਰ ਆਇਤ – ਮਸੀਹ ਦੇ ਪਰਤਾਵੇ, ਆਦਮ ਅਤੇ ਹੱਵਾਹ ਦੇ ਪਤਨ, ਨੂਹ ਦੀ ਆਗਿਆਕਾਰੀ, ਅਤੇ ਹੜ੍ਹ ਦੀ ਵਿਆਖਿਆ ਕਰਦੇ ਹੋਏ। ਉਸਨੇ ਨੋਟ ਕੀਤਾ ਕਿ ਸੱਪ ਕਿਵੇਂ ਤਰਕ, ਭਾਵਨਾ ਅਤੇ ਇੱਛਾ ਸ਼ਕਤੀ ਨੂੰ ਹੇਰਾਫੇਰੀ ਕਰਦਾ ਹੈ; ਕਿਵੇਂ ਆਗਿਆਕਾਰੀ ਕਿਸਮਤ ਨੂੰ ਸੁਰੱਖਿਅਤ ਰੱਖਦੀ ਹੈ; ਅਤੇ ਕਿਵੇਂ ਨਿਰਣਾ ਵੀ ਪਰਮਾਤਮਾ ਦੀ ਦਇਆ ਨੂੰ ਪ੍ਰਗਟ ਕਰਦਾ ਹੈ।

ਪ੍ਰਕਾਸ਼ ਦੀ ਪੋਥੀ 12 ਨੂੰ ਪੂਰੀ ਤਰ੍ਹਾਂ ਨਹੀਂ ਸਮਝਦਾ ਸੀ। "ਮੈਂ ਇਹ ਤੁਹਾਡੇ 'ਤੇ ਛੱਡਦਾ ਹਾਂ," ਉਸਨੇ ਲਿਖਿਆ, "ਕਿਉਂਕਿ ਮੈਨੂੰ ਉਸ ਅਧਿਆਇ ਬਾਰੇ ਪਵਿੱਤਰ ਆਤਮਾ ਤੋਂ ਕੋਈ ਪ੍ਰਕਾਸ਼ ਨਹੀਂ ਹੈ।"

ਸਿੱਖਿਆ ਦੇਣ ਦਾ ਪਲ – ਪ੍ਰਕਾਸ਼ ਦੀ ਪੋਥੀ 12 ਅਤੇ ਅਧਿਆਤਮਿਕ ਯੁੱਧ

ਰਾਜਦੂਤ ਓਗਬੇ ਨੇ ਡੂੰਘੀ ਸਿੱਖਿਆ ਦੇ ਨਾਲ ਜਵਾਬ ਦਿੱਤਾ, ਫ੍ਰਾਂਸਿਸਕੋ ਨੂੰ *ਪਰਕਾਸ਼ ਦੀ ਪੋਥੀ 12* ਦੇ ਬ੍ਰਹਿਮੰਡੀ ਨਾਟਕ ਵਿੱਚੋਂ ਲੰਘਾਉਂਦੇ ਹੋਏ :

"ਇਹ ਅਧਿਆਇ ਅਣਦੇਖੇ ਟਕਰਾਅ ਨੂੰ ਦਰਸਾਉਂਦਾ ਹੈ - ਔਰਤ, ਬੱਚਾ, ਅਤੇ ਅਜਗਰ। ਔਰਤ ਪਰਮੇਸ਼ੁਰ ਦੇ ਨੇਮ ਵਾਲੇ ਭਾਈਚਾਰੇ ਨੂੰ ਦਰਸਾਉਂਦੀ ਹੈ; ਬੱਚਾ, ਯਿਸੂ ਮਸੀਹ; ਅਤੇ ਅਜਗਰ, ਸ਼ੈਤਾਨ, ਪ੍ਰਾਚੀਨ ਸੱਪ।

ਸਵਰਗ ਵਿੱਚ ਯੁੱਧ (ਆਇਤਾਂ 7-9) ਦਰਸਾਉਂਦਾ ਹੈ ਕਿ ਕਿਵੇਂ ਸ਼ੈਤਾਨ ਅਤੇ ਉਸਦੇ ਦੂਤਾਂ ਨੂੰ ਸੁੱਟਿਆ ਗਿਆ ਸੀ - ਭੌਤਿਕ ਹਥਿਆਰਾਂ ਦੁਆਰਾ ਨਹੀਂ ਬਲਕਿ ਬ੍ਰਹਮ ਅਧਿਕਾਰ ਦੁਆਰਾ। ਸਲੀਬ 'ਤੇ ਮਸੀਹ ਦੀ ਜਿੱਤ ਨੇ ਉਨ੍ਹਾਂ ਨੂੰ ਨਿਹੱਥੇ ਕਰ ਦਿੱਤਾ, ਫਿਰ ਵੀ ਧਰਤੀ 'ਤੇ ਉਨ੍ਹਾਂ ਦਾ ਕਹਿਰ ਵਧ ਗਿਆ। ਅਜਗਰ ਦਾ ਗੁੱਸਾ ਹੁਣ ਵਿਸ਼ਵਾਸੀਆਂ ਨੂੰ ਨਿਸ਼ਾਨਾ ਬਣਾਉਂਦਾ ਹੈ, ਪਰ ਆਇਤ 11 ਸਾਨੂੰ ਜਿੱਤ ਦੀ ਕੁੰਜੀ ਦਿੰਦੀ ਹੈ:

'ਉਨ੍ਹਾਂ ਨੇ ਲੇਲੇ ਦੇ ਲਹੂ ਨਾਲ, ਆਪਣੀ ਗਵਾਹੀ ਦੇ ਬਚਨ ਨਾਲ ਉਸਨੂੰ ਜਿੱਤ ਲਿਆ, ਅਤੇ ਉਨ੍ਹਾਂ ਨੇ ਮੌਤ ਤੱਕ ਆਪਣੀਆਂ ਜਾਨਾਂ ਨੂੰ ਪਿਆਰ ਨਹੀਂ ਕੀਤਾ।'

ਇਹ ਕੋਈ ਪ੍ਰਤੀਕ ਨਹੀਂ ਹੈ; ਇਹ ਹਰ ਈਸਾਈ ਲਈ ਇੱਕ ਹਕੀਕਤ ਹੈ। ਸ਼ੈਤਾਨ ਧੋਖੇ, ਹੰਕਾਰ, ਡਰ, ਦੋਸ਼ ਅਤੇ ਇਕੱਲਤਾ ਰਾਹੀਂ ਹਮਲਾ ਕਰਦਾ ਹੈ। ਪਰ ਵਿਸ਼ਵਾਸੀ ਦਾ ਬਚਾਅ ਯਿਸੂ ਦਾ ਲਹੂ, ਵਿਸ਼ਵਾਸ ਦਾ ਇਕਬਾਲ ਅਤੇ ਪੂਰੀ ਤਰ੍ਹਾਂ ਸਮਰਪਣ ਹੈ।

ਪ੍ਰਕਾਸ਼, ਪਰਤਾਵੇ, ਹਮਲਾ, ਅਤੇ ਬਹਾਲੀ - ਇਹ ਅਧਿਆਤਮਿਕ ਵਿਕਾਸ ਦਾ ਆਵਰਤੀ ਪੈਟਰਨ ਹੈ।

ਫ੍ਰਾਂਸਿਸਕੋ ਦੇ ਸਵਾਲਾਂ ਦੇ ਜਵਾਬ ਦੇਣਾ

"ਭਰਾ ਫ੍ਰਾਂਸਿਸਕੋ," ਰਾਜਦੂਤ ਓਗਬੇ ਨੇ ਅੱਗੇ ਕਿਹਾ, "ਤੁਸੀਂ ਉਸ ਆਵਾਜ਼ ਨੂੰ ਠੁਕਰਾ ਕੇ ਚੰਗਾ ਕੀਤਾ ਜੋ ਪ੍ਰਗਟਾਵੇ ਅਤੇ ਸ਼ਕਤੀ ਦੀ ਪੇਸ਼ਕਸ਼ ਕਰਦੀ ਸੀ। ਉਹ ਪਵਿੱਤਰ ਆਤਮਾ ਨਹੀਂ ਸੀ ਸਗੋਂ ਇੱਕ ਧੋਖੇਬਾਜ਼ ਆਤਮਾ ਸੀ ਜੋ ਤੁਹਾਨੂੰ ਮਸੀਹ ਉੱਤੇ ਨਿਰਭਰਤਾ ਤੋਂ ਦੂਰ ਕਰਨ ਦੀ ਕੋਸ਼ਿਸ਼ ਕਰ ਰਹੀ ਸੀ। ਜਿਵੇਂ ਸ਼ੈਤਾਨ ਨੇ ਹੱਵਾਹ ਨੂੰ ਪਰਤਾਇਆ ਅਤੇ ਬਾਅਦ ਵਿੱਚ ਯਿਸੂ ਨੂੰ ਪਰਤਾਇਆ, ਉਹ ਅਕਸਰ ਵਿਸ਼ਵਾਸੀਆਂ ਕੋਲ ਅਧਿਆਤਮਿਕ ਸ਼ਾਰਟਕੱਟਾਂ ਦੀ ਪੇਸ਼ਕਸ਼ ਨਾਲ ਪਹੁੰਚਦਾ ਹੈ। ਤੁਸੀਂ ਵਿਰੋਧ ਕੀਤਾ - ਅਤੇ ਉਸ ਆਗਿਆਕਾਰੀ ਨੇ ਦੁਸ਼ਮਣ ਨੂੰ ਗੁੱਸਾ ਦਿੱਤਾ।

ਇਸ ਤੋਂ ਬਾਅਦ ਵਾਪਰੀ ਦੁਰਘਟਨਾ ਅਤੇ ਮੁਸ਼ਕਲ ਸੰਭਾਵਤ ਤੌਰ 'ਤੇ ਜਵਾਬੀ ਹਮਲੇ ਸਨ, ਸਜ਼ਾਵਾਂ ਨਹੀਂ। ਪਰ ਪਰਮਾਤਮਾ ਅਜਿਹੇ ਟੈਸਟਾਂ ਨੂੰ ਸਮਝਦਾਰੀ ਅਤੇ ਅਧਿਕਾਰ ਨੂੰ ਮਜ਼ਬੂਤ ਕਰਨ ਲਈ ਆਗਿਆ ਦਿੰਦਾ ਹੈ। ਤੁਹਾਨੂੰ ਹੁਣ ਇਟਲੀ ਲਈ ਇੱਕ ਚੌਕੀਦਾਰ ਵਜੋਂ ਸਿਖਲਾਈ ਦਿੱਤੀ ਜਾ ਰਹੀ ਹੈ, ਜਿੱਥੇ ਬਹੁਤ ਸਾਰੇ ਅਜੇ ਵੀ ਵਿਸ਼ਵਾਸ ਕਰਦੇ ਹਨ ਕਿ ਦੁਸ਼ਮਣ ਦੂਰ ਜਾਂ ਪ੍ਰਤੀਕਾਤਮਕ ਹੈ।

ਆਪਣੀਆਂ ਨਜ਼ਰਾਂ ਯਿਸੂ 'ਤੇ ਰੱਖੋ, ਹਨੇਰੇ 'ਤੇ ਨਹੀਂ। ਜਦੋਂ ਬੇਚੈਨੀ ਹੋਵੇ, ਤਾਂ ਉੱਚੀ ਆਵਾਜ਼ ਵਿੱਚ ਐਲਾਨ ਕਰੋ:

'ਮੈਂ ਯਿਸੂ ਮਸੀਹ ਦਾ ਹਾਂ। ਲੇਲੇ ਦਾ ਲਹੂ ਮੈਨੂੰ ਢੱਕਦਾ ਹੈ। ਮੈਂ ਸਿਰਫ਼ ਉਹੀ ਪ੍ਰਾਪਤ ਕਰਦਾ ਹਾਂ ਜੋ ਪਵਿੱਤਰ ਆਤਮਾ ਤੋਂ ਆਉਂਦਾ ਹੈ ਅਤੇ ਯਿਸੂ ਦੇ ਨਾਮ ਵਿੱਚ ਹਰ ਦੂਜੀ ਆਵਾਜ਼ ਨੂੰ ਰੱਦ ਕਰਦਾ ਹਾਂ।'

ਦੁਸ਼ਮਣ ਨੂੰ ਦੇਖਣ ਨਾਲੋਂ ਪੂਜਾ ਕਰਨ ਵਿੱਚ ਜ਼ਿਆਦਾ ਸਮਾਂ ਬਿਤਾਓ। ਪ੍ਰਕਾਸ਼ ਤੁਹਾਨੂੰ ਡਰਾਉਣ ਲਈ ਨਹੀਂ ਸਗੋਂ ਜਗਾਉਣ ਅਤੇ ਤਿਆਰ ਕਰਨ ਲਈ ਦਿੱਤਾ ਜਾਂਦਾ ਹੈ। ਪ੍ਰਭੂ ਨੇ ਤੁਹਾਨੂੰ ਆਪਣੀ ਕੌਮ ਲਈ ਵਿਚੋਲਗੀ ਕਰਨ ਲਈ ਚੁਣਿਆ ਹੈ।

ਅੰਤ ਵਿੱਚ, ਰਾਜਦੂਤ ਓਗਬੇ ਨੇ ਉਸਨੂੰ ਕਾਰਵਾਈ ਕਰਨ ਲਈ ਚੁਣੌਤੀ ਦਿੱਤੀ:

"ਹੁਣ ਜਦੋਂ ਤੁਸੀਂ ਅਦਿੱਖ ਸੰਸਾਰ ਦੀ ਅਸਲੀਅਤ ਨੂੰ ਵੇਖਦੇ ਹੋ, ਤਾਂ ਜੋ ਤੁਸੀਂ ਪ੍ਰਾਪਤ ਕੀਤਾ ਹੈ ਉਸਨੂੰ ਸਾਂਝਾ ਕਰਨ ਦੇ ਤਰੀਕੇ ਲੱਭੋ - ਲਿਖਤੀ ਰੂਪ ਵਿੱਚ, ਸਿੱਖਿਆ ਵਿੱਚ, ਜਾਂ ਗਵਾਹੀ ਵਿੱਚ - ਤਾਂ ਜੋ ਦੂਜਿਆਂ ਨੂੰ ਵੀ ਤੁਹਾਡੇ ਵਾਂਗ ਮੁਕਤ ਕੀਤਾ ਜਾ ਸਕੇ। ਤੁਸੀਂ ਹੁਣ ਸਿਰਫ਼ ਇੱਕ ਸਿੱਖਣ ਵਾਲੇ ਨਹੀਂ ਹੋ; ਤੁਸੀਂ ਇੱਕ ਮੁਕਤੀਦਾਤਾ ਬਣ ਰਹੇ ਹੋ।"

ਫ੍ਰਾਂਸਿਸਕੋ ਦਾ ਜਵਾਬ ਸਰਲ ਸੀ:

"ਧੰਨਵਾਦ, ਮੇਰੇ ਭਰਾ। ਮੈਂ ਇਸਨੂੰ ਗੰਭੀਰਤਾ ਨਾਲ ਲਵਾਂਗਾ।"

ਫ੍ਰਾਂਸਿਸਕੋ ਦੀ ਵਚਨਬੱਧਤਾ ਅਤੇ ਭੇਜਣ ਦੀ ਪ੍ਰਾਰਥਨਾ

"ਮੈਂ ਤੁਹਾਡਾ ਦਿਲ ਦੀਆਂ ਗਹਿਰਾਈਆਂ ਤੋਂ ਬਹੁਤ ਧੰਨਵਾਦ ਕਰਦਾ ਹਾਂ,"
ਉਸਨੇ ਬਾਅਦ ਵਿੱਚ ਅੱਗੇ ਕਿਹਾ।
"ਮੈਂ ਭਾਸ਼ਾਵਾਂ ਵਿੱਚ ਪ੍ਰਾਰਥਨਾ ਕਰਨ ਲਈ ਆਪਣਾ ਸਮਾਂ ਵਧਾਵਾਂਗਾ; ਮੈਂ

ਆਪਣੀ ਨੋਟਬੁੱਕ ਵਿੱਚ ਪਵਿੱਤਰ ਆਤਮਾ ਦੁਆਰਾ ਦਿੱਤੇ ਗਏ ਹਰ ਪ੍ਰਕਾਸ਼ ਨੂੰ ਲਿਖਾਂਗਾ; ਅਤੇ ਮੈਂ ਪਵਿੱਤਰ ਆਤਮਾ ਨੂੰ ਬੇਨਤੀ ਕਰਾਂਗਾ ਕਿ ਉਹ ਮੈਨੂੰ ਹਰ ਰੋਜ਼ ਆਪਣੀ ਰੀਮਾ ਨਾਲ ਭੋਜਨ ਦੇਵੇ।"

ਰਾਜਦੂਤ ਓਗਬੇ ਨੇ ਜਵਾਬ ਦਿੱਤਾ:

"ਅਤੇ ਇਸ ਤੋਂ ਵੀ ਮਹੱਤਵਪੂਰਨ ਗੱਲ ਇਹ ਹੈ ਕਿ, ਵਿਚਾਰ ਕਰੋ ਕਿ ਇਹ ਸੂਝ ਅਜੇ ਅਣਜੰਮੀਆਂ ਪੀੜ੍ਹੀਆਂ 'ਤੇ ਕਿਵੇਂ ਪ੍ਰਭਾਵ ਪਾਵੇਗੀ - ਬਿਲਕੁਲ ਇਮੈਨੁਅਲ ਏਨੀ ਦੀ ਕਹਾਣੀ ਵਾਂਗ। ਪਰਮਾਤਮਾ ਨੇ ਤੁਹਾਨੂੰ ਇਹ ਲੁਕਾਉਣ ਲਈ ਨਹੀਂ ਸਗੋਂ ਸਾਂਝਾ ਕਰਨ ਲਈ ਦਿਖਾਇਆ ਹੈ। ਤੁਸੀਂ ਦੁਨੀਆ ਭਰ ਦੇ ਇੱਕ ਵੱਡੇ ਖੋਜੀ ਭਾਈਚਾਰੇ ਦੇ ਗਵਾਹ ਬਣਨਾ ਹੈ।"

'ਉਹ ਮੈਨੂੰ ਦਿਖਾਏਗਾ ਕਿ ਇਸਨੂੰ ਕਿਵੇਂ ਫੈਲਾਉਣਾ ਹੈ,' ਫ੍ਰਾਂਸਿਸਕੋ ਨੇ ਜਵਾਬ ਦਿੱਤਾ।

ਰਾਜਦੂਤ ਓਗਬੇ ਨੇ ਜਵਾਬ ਵਿੱਚ ਲਿਖਿਆ:

"ਆਮੀਨ! ਕੀ ਇਹ ਠੀਕ ਰਹੇਗਾ ਜੇਕਰ ਮੈਂ ਹੁਣ ਤੁਹਾਡੇ ਨਾਲ ਪ੍ਰਾਰਥਨਾ ਕਰਾਂ?"

ਅਤੇ ਉਸਨੇ ਕੀਤਾ - ਇੱਕ ਪ੍ਰਾਰਥਨਾ ਜੋ ਇਟਲੀ ਤੋਂ ਬਹੁਤ ਦੂਰ ਤੱਕ ਪਹੁੰਚ ਗਈ, ਇਹਨਾਂ ਸ਼ਬਦਾਂ ਨੂੰ ਪੜ੍ਹਨ ਵਾਲੇ ਹਰੇਕ ਵਿਸ਼ਵਾਸੀ ਤੱਕ।

ਕਮਿਸ਼ਨਿੰਗ ਦੀ ਪ੍ਰਾਰਥਨਾ

ਸਵਰਗੀ ਪਿਤਾ,

ਅਸੀਂ ਤੁਹਾਡੇ ਸੇਵਕ ਫ੍ਰਾਂਸਿਸਕੋ ਅਤੇ ਉਨ੍ਹਾਂ ਸਾਰਿਆਂ ਲਈ ਤੁਹਾਡਾ ਧੰਨਵਾਦ ਕਰਦੇ ਹਾਂ ਜੋ ਕੌਮਾਂ ਵਿੱਚ ਤੁਹਾਡੀ ਸੱਚਾਈ ਲਈ ਜਾਗ ਰਹੇ ਹਨ।

ਅਣਦੇਖੇ ਖੇਤਰ ਦੀ ਅਸਲੀਅਤ ਨੂੰ ਪ੍ਰਗਟ ਕਰਨ ਲਈ ਤੁਹਾਡਾ ਧੰਨਵਾਦ- ਡਰਾਉਣ ਲਈ ਨਹੀਂ, ਸਗੋਂ ਤਿਆਰ ਕਰਨ ਲਈ।

ਅਸੀਂ ਯਿਸੂ ਮਸੀਹ ਦੇ ਲਹੂ ਹੇਠ ਉਸਨੂੰ ਪ੍ਰਾਪਤ ਹੋਏ ਹਰ ਪ੍ਰਕਾਸ਼ ਨੂੰ ਸੀਲ ਕਰਦੇ ਹਾਂ।

ਉਸਦੀ ਆਤਮਾ ਤੁਹਾਡੇ ਬਚਨ ਵਿੱਚ ਟਿਕੀ ਰਹੇ, ਉਸਦਾ ਦਿਲ ਤੁਹਾਡੇ ਪਿਆਰ ਨਾਲ ਬਲਦਾ ਰਹੇ, ਅਤੇ ਉਸਦੀ ਆਵਾਜ਼ ਉਸਦੀ ਪੀੜ੍ਹੀ ਲਈ ਸੱਚਾਈ ਦਾ ਤੁਰ੍ਹੀ ਬਣ ਜਾਵੇ।

ਉਸਨੂੰ ਪਵਿੱਤਰ ਆਤਮਾ ਨਾਲ ਨਵੇਂ ਸਿਰੇ ਤੋਂ ਭਰ ਦਿਓ।

ਉਸਦੇ ਵਿਰੁੱਧ ਉੱਠਣ ਵਾਲੀ ਹਰ ਜੀਭ ਨੂੰ ਚੁੱਪ ਕਰਵਾਓ; ਉਸਦੇ ਉਦੇਸ਼ ਦੇ ਵਿਰੁੱਧ ਹਨੇਰੇ ਦੀ ਹਰ ਯੋਜਨਾ ਨੂੰ ਉਲਟਾ ਦਿੱਤਾ ਜਾਵੇ।

ਉਸਨੂੰ, ਇਮੈਨੁਅਲ ਏਨੀ ਵਾਂਗ, ਆਪਣੀ ਬਚਾਉਣ ਵਾਲੀ ਸ਼ਕਤੀ ਦਾ ਇੱਕ ਜੀਵਤ ਗਵਾਹ ਬਣਾਓ - ਉਨ੍ਹਾਂ ਲਈ ਰੋਸ਼ਨੀ ਦਾ ਵਾਹਕ ਜੋ ਅਜੇ ਵੀ ਪਰਛਾਵੇਂ ਵਿੱਚ ਚੱਲਦੇ ਹਨ।

ਇਟਲੀ, ਯੂਰਪ ਅਤੇ ਇਸ ਤੋਂ ਪਰੇ ਉਸਦੇ ਵਰਗੇ ਬਹੁਤ ਸਾਰੇ ਲੋਕਾਂ ਨੂੰ ਉਭਾਰੋ- ਮਰਦ ਅਤੇ ਔਰਤਾਂ ਜੋ ਨਿਡਰਤਾ ਨਾਲ ਖੁਸ਼ਖਬਰੀ ਦੀ ਅੱਗ ਨੂੰ ਚੁੱਕਣਗੇ।

ਅਤੇ ਹੁਣ, ਪ੍ਰਭੂ, ਜਿਵੇਂ ਕਿ ਅਸੀਂ ਇਸ ਪ੍ਰਾਰਥਨਾ ਨੂੰ "ਆਮੀਨ" ਕਹਿੰਦੇ ਹਾਂ,

ਅਸੀਂ ਹਰ ਪਾਠਕ ਨੂੰ ਵੀ ਸਮਰਪਿਤ ਕਰਦੇ ਹਾਂ ਜੋ ਸਾਡੇ ਨਾਲ ਆਪਣੀ ਨਿਹਚਾ ਵਿੱਚ ਜੁੜਦਾ ਹੈ।
ਉਹ ਪ੍ਰਕਾਸ਼ ਵਿੱਚ ਚੱਲਣ, ਪਰਤਾਵੇ ਦਾ ਵਿਰੋਧ ਕਰਨ, ਹਮਲੇ 'ਤੇ ਕਾਬੂ ਪਾਉਣ, ਅਤੇ ਬਹਾਲੀ ਵਿੱਚ ਜੀਉਣ।
ਯਿਸੂ ਦੇ ਸ਼ਕਤੀਸ਼ਾਲੀ ਨਾਮ ਵਿੱਚ - ***ਆਮੀਨ।***

ਫ੍ਰਾਂਸਿਸਕੋ ਨੇ ਗਰਮਜੋਸ਼ੀ ਨਾਲ ਜਵਾਬ ਦਿੱਤਾ:

"ਆਮੀਨ!!! ਪ੍ਰਮਾਤਮਾ ਤੁਹਾਨੂੰ ਅਸੀਸ ਦੇਵੇ, ਭਰਾ ਰਾਜਦੂਤ ਸੋਮਵਾਰ ਓਗਬੇ, ਉਸਦੀ ਬੇਅੰਤ ਕਿਰਪਾ ਅਨੁਸਾਰ!"

ਅਤੇ ਜਵਾਬ ਆਇਆ:

"ਆਮੀਨ ਅਤੇ ਆਮੀਨ। ਪ੍ਰਮਾਤਮਾ ਤੁਹਾਨੂੰ ਵੀ ਅਸੀਸ ਦੇਵੇ, ਭਰਾ ਫ੍ਰਾਂਸਿਸਕੋ। ਕਿਰਪਾ ਕਰਕੇ, ਕਿਸੇ ਵੀ ਸਮੇਂ, ਪ੍ਰਸ਼ਨਾਂ ਨਾਲ ਸੰਪਰਕ ਕਰੋ ਜਾਂ ਜੋ ਵੀ ਆਤਮਾ ਤੁਹਾਡੇ ਦਿਲ 'ਤੇ ਪਾਉਂਦੀ ਹੈ। ਮੈਂ ਹੋਰ ਖੁਲਾਸੇ ਆਉਣ ਲਈ ਪ੍ਰਾਰਥਨਾ ਕੀਤੀ ਹੈ - ਉਹ ਆਉਣਗੇ। ਉਨ੍ਹਾਂ ਨੂੰ ਡਾਇਰੀ ਕਰਨਾ ਸ਼ੁਰੂ ਕਰੋ; ਉਹ ਹੁਣ ਪੂਰੀ ਤਰ੍ਹਾਂ ਸਮਝ ਨਹੀਂ ਆਉਣਗੇ, ਪਰ ਉਹ ਉਸਦੇ ਸਮੇਂ ਵਿੱਚ, ਯਿਸੂ ਦੇ ਨਾਮ 'ਤੇ ਆਉਣਗੇ।"

ਅਸੀਂ ਇਹ ਗੱਲਾਂਬਾਤਾਂ ਕਿਉਂ ਸਾਂਝੀਆਂ ਕਰਦੇ ਹਾਂ

ਇਸ ਤਰ੍ਹਾਂ ਦੀਆਂ ਮੁਲਾਕਾਤਾਂ ਦਿਖਾਉਂਦੀਆਂ ਹਨ ਕਿ ਆਧੁਨਿਕ ਚੇਲਾਪਣ ਕਿਹੋ ਜਿਹਾ ਦਿਖਾਈ ਦਿੰਦਾ ਹੈ - ਜੀਵਤ, ਸੰਬੰਧਤ, ਆਤਮਾ-ਅਗਵਾਈ ਵਾਲਾ, ਅਤੇ ਵਿਸ਼ਵਵਿਆਪੀ। ਅਜਿਹੀਆਂ ਗੱਲਬਾਤਾਂ ਰਾਹੀਂ, ਪਰਮਾਤਮਾ ਵਿਸ਼ਵਾਸੀਆਂ ਦੀ ਇੱਕ ਨਵੀਂ ਨਸਲ ਪੈਦਾ ਕਰ ਰਿਹਾ ਹੈ ਜੋ ਦੁਸ਼ਮਣ ਦੀਆਂ ਯੋਜਨਾਵਾਂ ਨੂੰ ਸਮਝਦੇ ਹਨ ਪਰ ਫਿਰ ਵੀ ਧਰਮ-ਗ੍ਰੰਥ ਅਤੇ ਪਿਆਰ ਵਿੱਚ ਜੜ੍ਹਾਂ ਰੱਖਦੇ ਹਨ।

ਇਹ ਗੱਲਬਾਤ ਸਿਰਫ ਇਟਲੀ ਲਈ ਨਹੀਂ ਹੈ; ਇਹ ਹਰ ਪਾਠਕ ਲਈ ਹੈ ਜੋ ਸੋਚਦਾ ਹੈ, *"ਕੀ ਪਰਮਾਤਮਾ ਅੱਜ ਵੀ ਆਮ ਲੋਕਾਂ ਨਾਲ ਗੱਲ ਕਰ ਸਕਦਾ ਹੈ?"*

ਹਾਂ - ਅਤੇ ਉਹ ਅਜੇ ਵੀ ਸੱਚ ਦੀ ਉਸੇ ਆਤਮਾ ਦੁਆਰਾ ਪ੍ਰਦਾਨ ਕਰਦਾ ਹੈ, ਸਿਖਾਉਂਦਾ ਹੈ ਅਤੇ ਕਮਿਸ਼ਨ ਦਿੰਦਾ ਹੈ।

ਡੋਮੀਨੀਅਨ ਤੋਂ ਛੁਟਕਾਰਾ ਪਾਉਣ ਦੀਆਂ ਸੱਚੀਆਂ ਕਹਾਣੀਆਂ: ਆਧੁਨਿਕ ਸਬੂਤ ਅਤੇ 40-ਦਿਨਾਂ ਦੀ ਯਾਤਰਾ

ਜਾਣ-ਪਛਾਣ - ਉਹੀ ਸ਼ਕਤੀ, ਅਜੇ ਵੀ ਕੰਮ ਕਰ ਰਹੀ ਹੈ

ਇਮੈਨੁਅਲ ਏਨੀ ਦੀ ਕਹਾਣੀ ਸਾਬਤ ਕਰਦੀ ਹੈ ਕਿ ਯਿਸੂ ਮਸੀਹ ਦੀ ਹਨੇਰੇ ਤੋਂ ਛੁਟਕਾਰਾ ਪਾਉਣ ਦੀ ਸ਼ਕਤੀ ਸਮੇਂ ਦੇ ਨਾਲ ਘੱਟਦੀ ਨਹੀਂ ਹੈ।
ਲਾਗੋਸ ਤੋਂ ਲੰਡਨ, ਨੈਰੋਬੀ ਤੋਂ ਨਿਊਯਾਰਕ ਤੱਕ, ਉਹ ਆਦਮੀ ਅਤੇ ਔਰਤਾਂ ਜੋ ਕਦੇ ਸ਼ੈਤਾਨੀ ਨੇਮਾਂ ਅੱਗੇ ਝੁਕਦੇ ਸਨ, ਹੁਣ ਪੂਜਾ ਵਿੱਚ ਆਪਣੇ ਹੱਥ ਚੁੱਕਦੇ ਹਨ, ਅੰਤ ਵਿੱਚ ਆਜ਼ਾਦ ਹੋ ਗਏ ਹਨ। ਹਰ ਪੀੜ੍ਹੀ ਵਿੱਚ, ਪਰਮਾਤਮਾ ਅਜਿਹੀਆਂ ਆਵਾਜ਼ਾਂ ਉਠਾਉਂਦਾ ਹੈ ਜੋ ਇੱਕੋ ਪੁਕਾਰ ਨੂੰ ਗੂੰਜਦੀਆਂ ਹਨ:
"ਯਿਸੂ ਅਜੇ ਵੀ ਬਚਾਉਂਦਾ ਹੈ।"

ਹੇਠ ਲਿਖੇ ਆਧੁਨਿਕ ਬਿਰਤਾਂਤ ਜੀਉਂਦੇ-ਜਾਗਦੇ ਸਬੂਤ ਹਨ। ਉਹ ਛੋਟੇ, ਕੱਚੇ ਅਤੇ ਅਸਲੀ ਹਨ - ਸਿਧਾਂਤ ਨਹੀਂ, ਸਗੋਂ ਗਵਾਹੀ।
ਹਰੇਕ ਗਵਾਹ ਬੰਧਨ ਵਿੱਚ ਇੱਕ ਵੱਖਰੇ ਦਰਵਾਜ਼ੇ ਦੀ ਗੱਲ ਕਰਦਾ ਹੈ - ਗੁਪਤ ਸ਼ੁਰੂਆਤ, ਸਮੁੰਦਰੀ ਸਮਝੌਤੇ, ਸੂਖਮ ਯਾਤਰਾ, ਗੁਪਤ ਸਹੁੰਆਂ - ਅਤੇ ਇੱਕ ਬਾਹਰ ਜਾਣ ਵਾਲੇ ਦਰਵਾਜ਼ੇ ਦੀ: **ਲੇਲੇ ਦਾ ਲਹੂ** (ਪ੍ਰਕਾਸ਼ ਦੀ ਪੋਥੀ 12:11)।

1. ਜੌਨ ਰਮੀਰੇਜ਼ - ਉੱਚ-ਦਰਜਾਬੰਦੀ ਵਾਲੇ ਸ਼ੈਤਾਨਵਾਦੀ ਤੋਂ ਪ੍ਰਚਾਰਕ ਤੱਕ (ਅਮਰੀਕਾ)

ਇੱਕ ਵਾਰ ਨਿਊਯਾਰਕ ਵਿੱਚ ਖੇਤਰੀ ਭੂਤਾਂ ਨੂੰ ਹੁਕਮ ਦੇਣ ਵਾਲੇ ਇੱਕ ਜੰਗੀ, ਜੌਨ ਰਮੀਰੇਜ਼ ਨੇ ਖੂਨ ਨਾਲ ਮੋਹਰਬੰਦ ਸਮਝੌਤੇ ਕੀਤੇ। ਇੱਕ ਰਾਤ, ਇੱਕ ਰਸਮ ਦੀ ਤਿਆਰੀ ਕਰਦੇ ਸਮੇਂ, ਇੱਕ ਅਣਦੇਖੇ ਹੱਥ ਨੇ ਉਸਨੂੰ ਮਾਰਿਆ; ਉਸਨੇ ਅੱਗ ਨਾਲੋਂ ਚਮਕਦਾਰ ਇੱਕ ਰੋਸ਼ਨੀ ਦੇਖੀ ਅਤੇ ਸੁਣਿਆ, *"ਮੈਂ ਤੁਹਾਨੂੰ ਪਿਆਰ ਕਰਦਾ ਹਾਂ, ਜੌਨ।"*

ਉਹ ਹਮੇਸ਼ਾ ਲਈ ਬਦਲ ਗਿਆ। ਅੱਜ ਉਹ ਦੁਨੀਆ ਭਰ ਵਿੱਚ ਮੁਕਤੀ ਸਿਖਾਉਂਦਾ ਹੈ।

ਧਰਮ ਗ੍ਰੰਥ: *"ਪਰਮੇਸ਼ੁਰ ਦਾ ਪੁੱਤਰ ਸ਼ੈਤਾਨ ਦੇ ਕੰਮਾਂ ਨੂੰ ਨਸ਼ਟ ਕਰਨ ਲਈ ਪ੍ਰਗਟ ਹੋਇਆ।"* — 1 ਯੂਹੰਨਾ 3:8

ਦੇਖੋ: ਯੂਟਿਊਬ ਲਿੰਕ | ਸਕੈਨ QR → *ਜੌਨ ਰਮੀਰੇਜ਼ ਗਵਾਹੀ*

ਡੋਮੀਨੀਅਨ ਟੇਕਅਵੇਅ: ਕੋਈ ਵੀ ਨੇਮ ਇੰਨਾ ਡੂੰਘਾ ਨਹੀਂ ਹੁੰਦਾ ਕਿ ਸਲੀਬ ਨੂੰ ਰੱਦ ਕੀਤਾ ਜਾ ਸਕੇ।

2. ਟੈਲਾਹ ਸਕ੍ਰੋਗਿੰਸ - ਜਾਦੂਈ ਅਤੇ ਆਤਮਿਕ ਜੀਵਨ ਸਾਥੀ ਤੋਂ ਛੁਟਕਾਰਾ (ਅਮਰੀਕਾ)

ਟੇਲਾਹ ਨੂੰ ਨਵੇਂ ਯੁੱਗ ਦੇ "ਊਰਜਾ ਦੇ ਕੰਮ" ਵੱਲ ਖਿੱਚਿਆ ਗਿਆ। ਅਜੀਬ ਸੁਪਨਿਆਂ ਅਤੇ ਇੱਕ ਆਤਮਿਕ ਪਤੀ ਨੇ ਉਸਨੂੰ ਅੱਧੀ ਰਾਤ ਤੱਕ ਚੀਕਣ ਤੱਕ ਤਸੀਹੇ ਦਿੱਤੇ: *"ਯਿਸੂ, ਜੇ ਤੁਸੀਂ ਸੱਚੇ ਹੋ, ਤਾਂ ਮੈਨੂੰ ਬਚਾਓ।"* ਅਗਲੇ ਹੀ ਪਲ, ਹਨੇਰਾ ਛਾ ਗਿਆ; ਉਸਨੇ ਗਰਮੀ ਮਹਿਸੂਸ ਕੀਤੀ, ਫਿਰ ਸ਼ਾਂਤੀ। ਅੱਜ ਉਹ ਦੂਜਿਆਂ ਨੂੰ ਸੂਖਮ ਗੁਪਤ ਦਰਵਾਜ਼ਿਆਂ ਬਾਰੇ ਚੇਤਾਵਨੀ ਦਿੰਦੀ ਹੈ।
ਧਰਮ ਗ੍ਰੰਥ: *"ਮੁਸੀਬਤ ਦੇ ਦਿਨ ਮੈਨੂੰ ਪੁਕਾਰ, ਮੈਂ ਤੈਨੂੰ ਛੁਡਾਵਾਂਗਾ।"* — ਜ਼ਬੂਰ 50:15
ਦੇਖੋ: ਯੂਟਿਊਬ ਲਿੰਕ | ਸਕੈਨ QR → *ਟੈਲਾਹ ਸਕ੍ਰੋਗਿਨਸ ਡਿਲੀਵਰੈਂਸ*
ਡੋਮੀਨੀਅਨ ਟੇਕਅਵੇਅ: ਲੁਕਵੇਂ ਨੇਮ ਉਦੋਂ ਖਤਮ ਹੁੰਦੇ ਹਨ ਜਦੋਂ ਯਿਸੂ ਹਰ ਪਿਆਰ ਦਾ ਪ੍ਰਭੂ ਬਣ ਜਾਂਦਾ ਹੈ।

3. ਪੀਟਰ ਹਾਕਲੇ - ਜਾਦੂ-ਟੂਣੇ ਅਤੇ ਐਸਟਰਲ ਪ੍ਰੋਜੈਕਸ਼ਨ ਤੋਂ ਬਚਣਾ (ਯੂਕੇ)

ਜਵਾਨੀ ਤੋਂ ਹੀ ਇੱਕ ਜਾਦੂਗਰ, ਪੀਟਰ ਨੇ ਸੂਖਮ ਯਾਤਰਾ ਵਿੱਚ ਮੁਹਾਰਤ ਹਾਸਲ ਕੀਤੀ। ਇੱਕ ਪ੍ਰੋਜੈਕਸ਼ਨ ਦੌਰਾਨ ਉਸਦਾ ਸਾਹਮਣਾ ਅੱਗ ਦੀ ਇੱਕ ਚਮਕਦਾਰ ਕੰਧ ਨਾਲ ਹੋਇਆ - ਅਤੇ ਇੱਕ ਆਵਾਜ਼ ਕਹਿ ਰਹੀ ਸੀ, *"ਤੁਸੀਂ*

ਇਸ ਰੇਖਾ ਨੂੰ ਪਾਰ ਨਹੀਂ ਕਰੋਗੇ।" ਬਾਅਦ ਵਿੱਚ ਉਹ ਵਿਸ਼ਵਾਸੀਆਂ ਨੂੰ ਮਿਲਿਆ ਜਿਨ੍ਹਾਂ ਨੇ ਉਦੋਂ ਤੱਕ ਪ੍ਰਾਰਥਨਾ ਕੀਤੀ ਜਦੋਂ ਤੱਕ ਉਹ ਮਸੀਹ ਦੇ ਅੱਗੇ ਸਮਰਪਣ ਨਹੀਂ ਕਰ ਗਿਆ।

ਧਰਮ-ਗ੍ਰੰਥ: *"ਸਾਡਾ ਪਰਮੇਸ਼ੁਰ ਭਸਮ ਕਰਨ ਵਾਲੀ ਅੱਗ ਹੈ।"* — ਇਬਰਾਨੀਆਂ 12:29

ਦੇਖੋ: ਯੂਟਿਊਬ ਲਿੰਕ | ਸਕੈਨ QR → *ਪੀਟਰ ਹਾਕਲੇ ਗਵਾਹੀ*

ਡੋਮੀਨੀਅਨ ਟੇਕਅਵੇਅ: ਕੋਈ ਵੀ ਸੂਖਮ ਸ਼ਕਤੀ ਪਰਮਾਤਮਾ ਦੀ ਅੱਗ ਵਿੱਚ ਘੁਸਪੈਠ ਨਹੀਂ ਕਰ ਸਕਦੀ।

4. ਵਿਸ਼ਵਾਸ ਕਰੂਰੀ - ਸਮੁੰਦਰੀ ਸ਼ਕਤੀਆਂ ਤੋਂ ਛੁਟਕਾਰਾ (ਕੀਨੀਆ)

ਤੱਟ ਦੇ ਨੇੜੇ ਪਲੀ, ਫੇਥ ਨੂੰ ਸਮੁੰਦਰੀ ਮਹਿਲਾਂ ਦੇ ਵਾਰ-ਵਾਰ ਸੁਪਨੇ ਆਉਂਦੇ ਰਹੇ। ਇੱਕ ਪ੍ਰਾਰਥਨਾ ਸਭਾ ਦੌਰਾਨ, ਉਹ ਚੀਕ ਪਈ ਜਦੋਂ ਅਣਦੇਖੀਆਂ ਜ਼ੰਜੀਰਾਂ ਟੁੱਟ ਗਈਆਂ; ਉਸਨੇ ਬਾਅਦ ਵਿੱਚ ਪਾਣੀ ਦੇ ਹਟਦੇ ਸੁਣ ਕੇ ਦੱਸਿਆ।

ਧਰਮ-ਗ੍ਰੰਥ: *"ਉਸਨੇ ਸਮੁੰਦਰ ਨੂੰ ਝਿੜਕਿਆ ਅਤੇ ਉਸਨੂੰ ਸੁਕਾ ਦਿੱਤਾ।"* — ਨਹੂਮ 1: 4

ਦੇਖੋ: ਯੂਟਿਊਬ ਲਿੰਕ | *ਫੇਥ ਕਰੂਰੀ ਗਵਾਹੀ*

ਡੋਮੀਨੀਅਨ ਟੇਕਅਵੇਅ: ਤੂਫਾਨਾਂ ਨੂੰ ਸ਼ਾਂਤ ਕਰਨ ਵਾਲੀ ਆਵਾਜ਼ ਸਮੁੰਦਰੀ ਇਕਰਾਰਾਂ ਨੂੰ ਵੀ ਚੁੱਪ ਕਰਾਉਂਦੀ ਹੈ।

5. "ਮੈਂ ਸ਼ੈਤਾਨ ਦੀ ਪੂਜਾ ਕੀਤੀ ਫਿਰ ਜੇਲ੍ਹ ਵਿੱਚ ਯਿਸੂ ਨੂੰ ਮਿਲਿਆ" – ਅਗਿਆਤ (ਅਮਰੀਕਾ)

ਸ਼ੈਤਾਨ ਨੂੰ ਸਮਰਪਿਤ ਇੱਕ ਗੈਂਗ ਲੀਡਰ ਨੂੰ ਇਕਾਂਤ ਕੈਦ ਵਿੱਚ ਬੰਦ ਕਰ ਦਿੱਤਾ ਗਿਆ। ਹਨੇਰੇ ਵਿੱਚ, ਉਸਨੇ ਚਿੱਟੇ ਰੰਗ ਦੇ ਇੱਕ ਚਿੱਤਰ ਨੂੰ ਦੇਖਿਆ ਅਤੇ ਸੁਣਿਆ, *"ਮੈਂ ਤੁਹਾਡੇ ਲਈ ਮਰਿਆ।"* ਉਹ ਘੰਟਿਆਂ ਤੱਕ ਰੋਂਦਾ ਰਿਹਾ। ਅੱਜ ਉਹ ਜੇਲ੍ਹ ਵਿੱਚ ਇੱਕ ਆਊਟਰੀਚ ਚਲਾਉਂਦਾ ਹੈ।

ਧਰਮ-ਗ੍ਰੰਥ: *"ਭਾਵੇਂ ਮੈਂ ਆਪਣਾ ਬਿਸਤਰਾ ਨਰਕ ਵਿੱਚ ਵਿਛਾਵਾਂ, ਵੇਖ, ਤੂੰ ਉੱਥੇ ਹੈਂ।"* —ਜ਼ਬੂਰ 139: 8

ਦੇਖੋ: ਯੂਟਿਊਬ ਲਿੰਕ | *ਜੇਲ੍ਹ ਮੁਕਤੀ ਗਵਾਹੀ*

ਡੋਮੀਨੀਅਨ ਟੇਕਅਵੇਅ: ਗ੍ਰੇਸ ਸਭ ਤੋਂ ਨੀਵੇਂ ਕਾਲ ਕੋਠੜੀ ਤੱਕ ਪਹੁੰਚ ਸਕਦੀ ਹੈ।

6. ਸਾਬਕਾ ਫ੍ਰੀਮੇਸਨ - ਗੁਪਤ ਇਕਰਾਰਨਾਮੇ ਅਤੇ ਸਹੁੰਆਂ ਨੂੰ ਤੋੜਨਾ

ਇੱਕ ਸੀਨੀਅਰ ਲਾਜ ਮੈਂਬਰ ਸਾਲਾਂ ਤੋਂ ਰਸਮੀ ਸਹੁੰਆਂ ਖਾਣ ਤੋਂ ਬਾਅਦ ਸ਼ਾਂਤੀ ਗੁਆਉਣ ਲੱਗ ਪਿਆ। ਮੱਤੀ 5:34 - "ਬਿਲਕੁਲ ਸਹੁੰ ਨਾ ਖਾਓ" - ਪੜ੍ਹਦਿਆਂ ਉਸਨੇ ਹਰ ਸਹੁੰ ਨੂੰ ਉੱਚੀ ਆਵਾਜ਼ ਵਿੱਚ ਤਿਆਗ ਦਿੱਤਾ ਅਤੇ ਆਪਣੀ ਛਾਤੀ ਤੋਂ ਕੁਝ ਉੱਠਿਆ ਮਹਿਸੂਸ ਕੀਤਾ। ਉਹ ਹੁਣ ਦੂਜਿਆਂ ਨੂੰ ਮਸੀਹ ਵਿੱਚ ਸਹੁੰਆਂ ਨੂੰ ਨੇਮ ਨਾਲ ਬਦਲਣ ਦੀ ਸਿੱਖਿਆ ਦਿੰਦਾ ਹੈ।

ਧਰਮ-ਗ੍ਰੰਥ: *"ਤੁਸੀਂ ਦੋ ਮਾਲਕਾਂ ਦੀ ਸੇਵਾ ਨਹੀਂ ਕਰ ਸਕਦੇ।"* — ਮੱਤੀ 6: 24

ਦੇਖੋ: ਯੂਟਿਊਬ 'ਤੇ ਖੋਜ ਕਰੋ → *ਸਾਬਕਾ ਫ੍ਰੀਮੇਸਨ ਗਵਾਹੀ ਛੁਟਕਾਰਾ (1 ਮਿਲੀਅਨ+ ਵਿਊ)* | ਸਕੈਨ QR → *ਫ੍ਰੀਮੇਸਨ ਛੁਟਕਾਰਾ*

ਡੋਮੀਨੀਅਨ ਟੇਕਅਵੇ: ਹਰ ਗੁਪਤ ਸੁੱਖਣਾ ਯਿਸੂ ਦੇ ਨਾਮ ਅੱਗੇ ਝੁਕਦੀ ਹੈ।

7. ਅਮਾ ਬੋਟੇਂਗ - ਆਤਮਿਕ ਜੀਵਨਸਾਥੀ (ਘਾਨਾ) ਤੋਂ ਛੁਡਾਇਆ ਗਿਆ ਕਿਸ਼ੋਰ

ਪੰਦਰਾਂ ਸਾਲ ਦੀ ਉਮਰ ਵਿੱਚ, ਅਮਾ ਨੂੰ ਬੁਰੇ ਸੁਪਨੇ ਅਤੇ ਅਦਿੱਖ ਹਮਲਿਆਂ ਦਾ ਸਾਹਮਣਾ ਕਰਨਾ ਪਿਆ। ਜਵਾਨੀ ਦੇ ਇੱਕ ਰਿਟਰੀਟ ਦੌਰਾਨ, ਜਿਵੇਂ ਹੀ ਪੂਜਾ ਉੱਠੀ, ਉਹ ਡਿੱਗ ਪਈ, ਚੀਕਦੀ ਹੋਈ, *"ਮੈਨੂੰ ਛੱਡ ਦਿਓ!"* ਮਿੰਟਾਂ ਬਾਅਦ ਉਹ ਆਜ਼ਾਦ ਹੋ ਗਈ।

ਧਰਮ-ਗ੍ਰੰਥ: *"ਜਿਸਨੂੰ ਪੁੱਤਰ ਆਜ਼ਾਦ ਕਰਦਾ ਹੈ ਉਹ ਸੱਚਮੁੱਚ ਆਜ਼ਾਦ ਹੈ।"* — ਯੂਹੰਨਾ 8: 36

ਦੇਖੋ: ਯੂਟਿਊਬ 'ਤੇ ਖੋਜ ਕਰੋ → *ਆਤਮਿਕ ਜੀਵਨ ਸਾਥੀ ਘਾਨਾ ਤੋਂ ਕਿਸ਼ੋਰ ਮੁਕਤ (1 ਮਿਲੀਅਨ+ ਵਿਊ)* | ਸਕੈਨ QR → *ਅਮਾ ਬੋਟੇਂਗ ਮੁਕਤੀ*

ਡੋਮੀਨੀਅਨ ਟੇਕਅਵੇ: ਪਵਿੱਤਰਤਾ ਉਦੋਂ ਸ਼ੁਰੂ ਹੁੰਦੀ ਹੈ ਜਦੋਂ ਪਰਮਾਤਮਾ ਦੀ ਹਜ਼ੂਰੀ ਵਿੱਚ ਲੁਕੀਆਂ ਹੋਈਆਂ ਜ਼ੰਜੀਰਾਂ ਟੁੱਟ ਜਾਂਦੀਆਂ ਹਨ।

ਇਹ ਆਵਾਜ਼ਾਂ ਗਵਾਹ ਹਨ - ਇਸ ਗੱਲ ਦਾ ਸਬੂਤ ਕਿ ਇਮੈਨੁਅਲ ਏਨੀ ਦੀ ਮੁਕਤੀ ਇੱਕ ਵਿਸ਼ਾਲ, ਚੱਲ ਰਹੀ ਕਹਾਣੀ ਦਾ ਹਿੱਸਾ ਹੈ: ਹਨੇਰੇ ਉੱਤੇ ਯਿਸੂ ਮਸੀਹ ਦੀ ਵਿਸ਼ਵਵਿਆਪੀ ਜਿੱਤ।

ਆਪਣੀ ਗਵਾਹੀ ਨੂੰ ਕਿਵੇਂ ਸ਼ਾਮਲ ਕਰਨਾ ਹੈ ਜਾਂ ਸਾਂਝਾ ਕਰਨਾ ਹੈ

"ਆਪਣੇ ਘਰ ਆਪਣੇ ਦੋਸਤਾਂ ਕੋਲ ਜਾਹ ਅਤੇ ਉਨ੍ਹਾਂ ਨੂੰ ਦੱਸ ਕਿ ਪ੍ਰਭੂ ਨੇ ਤੇਰੇ ਲਈ ਕੀ ਕੁਝ ਕੀਤਾ ਹੈ, ਅਤੇ ਉਸ ਨੇ ਤੇਰੇ ਉੱਤੇ ਕਿਵੇਂ ਦਯਾ ਕੀਤੀ ਹੈ।" — ਮਰਕੁਸ 5:19.

ਇਮੈਨੁਅਲ ਅਮੋਸ ਏਨੀ ਦੀ ਕਹਾਣੀ ਨੇ ਲੱਖਾਂ ਲੋਕਾਂ ਨੂੰ ਅਣਦੇਖੀ ਦੁਨੀਆਂ ਦੀ ਹਕੀਕਤ ਅਤੇ ਯਿਸੂ ਮਸੀਹ ਦੀ ਸਰਵਉੱਚਤਾ ਪ੍ਰਤੀ ਜਗਾਇਆ ਹੈ। ਹੁਣ ਤੁਹਾਡੀ ਵਾਰੀ ਹੈ - ਸੱਚਾਈ ਵਿੱਚ ਚੱਲਣ ਦੀ, ਉਸਦੀ ਸ਼ਕਤੀ ਦੀ ਗਵਾਹੀ ਦੇਣ ਦੀ, ਅਤੇ ਦੂਜਿਆਂ ਨੂੰ ਆਜ਼ਾਦ ਹੋਣ ਵਿੱਚ ਮਦਦ ਕਰਨ ਦੀ।

ਇੱਥੇ ਦੱਸਿਆ ਗਿਆ ਹੈ ਕਿ ਤੁਸੀਂ ਅਗਲਾ ਕਦਮ ਕਿਵੇਂ ਚੁੱਕ ਸਕਦੇ ਹੋ

1. ਆਪਣੀ ਗਵਾਹੀ ਸਾਂਝੀ ਕਰੋ

ਕੀ ਤੁਸੀਂ ਇਸ ਕਿਤਾਬ ਨੂੰ ਪੜ੍ਹਨ ਤੋਂ ਬਾਅਦ ਮੁਕਤੀ, ਇਲਾਜ, ਜਾਂ ਅਧਿਆਤਮਿਕ ਜਾਗ੍ਰਿਤੀ ਦਾ ਅਨੁਭਵ ਕੀਤਾ ਹੈ?
ਸਾਨੂੰ ਤੁਹਾਡੀ ਕਹਾਣੀ ਸੁਣਨਾ ਪਸੰਦ ਆਵੇਗਾ।

ਈਮੇਲ: ambassador@otakada.org

WhatsApp (ਸਿੱਧਾ): +1 804 778 2759 (ਅਮਰੀਕਾ) | +234 803 283 5348 (ਨਾਈਜੀਰੀਆ)

ਔਨਲਾਈਨ ਜਮ੍ਹਾਂ ਕਰੋ: https://www.otakada.org/contact-us-otakada/

ਤੁਹਾਡੀ ਗਵਾਹੀ ਦੂਜਿਆਂ ਨੂੰ ਮਜ਼ਬੂਤ ਕਰਦੀ ਹੈ ਅਤੇ ਦੁਸ਼ਮਣ ਨੂੰ ਚੁੱਪ ਕਰਾਉਂਦੀ ਹੈ (ਪ੍ਰਕਾਸ਼ ਦੀ ਪੋਥੀ 12:11)। ਬਹੁਤ ਸਾਰੇ ਲੋਕ ਤੁਹਾਡੀਆਂ ਕਹਾਣੀਆਂ ਪੜ੍ਹ ਕੇ ਹੀ ਮਸੀਹ ਵੱਲ ਪ੍ਰੇਰਿਤ ਹੋਏ ਹਨ।

2. 40-ਦਿਨਾਂ ਗਲੋਬਲ ਚੇਲੇਪਣ ਯਾਤਰਾ ਵਿੱਚ ਸ਼ਾਮਲ ਹੋਵੋ

ਜੇਕਰ ਇਸ ਕਿਤਾਬ ਨੇ ਤੁਹਾਡੀ ਆਤਮਾ ਨੂੰ ਉਤੇਜਿਤ ਕੀਤਾ ਹੈ, ਤਾਂ ਅਸੀਂ ਤੁਹਾਨੂੰ ਅਗਲਾ ਕਦਮ ਚੁੱਕਣ ਲਈ ਸੱਦਾ ਦਿੰਦੇ ਹਾਂ - ਪਰਿਵਰਤਨ ਦੀ ਇੱਕ ਢਾਂਚਾਗਤ 40-ਦਿਨਾਂ ਦੀ ਯਾਤਰਾ ਜਿਸਦਾ ਸਿਰਲੇਖ ਹੈ:

"ਹਨੇਰੇ ਤੋਂ ਡੋਮੀਨੀਅਨ ਤੱਕ: ਹਨੇਰੇ ਦੀ ਲੁਕਵੀਂ ਪਕੜ ਤੋਂ ਮੁਕਤ ਹੋਣ ਦੇ 40 ਦਿਨ।"

ਇਹ ਯਾਤਰਾ ਤੁਹਾਨੂੰ ਇਹਨਾਂ ਵਿੱਚੋਂ ਲੰਘਾਏਗੀ:

ਰੋਜ਼ਾਨਾ ਬਾਈਬਲ ਪੜ੍ਹਨਾ ਅਤੇ ਵਿਚਾਰ ਮੁਕਤੀ ਪ੍ਰਾਰਥਨਾਵਾਂ ਅਤੇ

ਭਵਿੱਖਬਾਣੀ ਘੋਸ਼ਣਾਵਾਂ ਇਲਾਜ ਅਤੇ ਬਹਾਲੀ ਦੇ ਕਦਮ ਵਿਅਕਤੀਆਂ, ਪਰਿਵਾਰਾਂ ਅਤੇ ਕੌਮਾਂ ਲਈ ਵਿਹਾਰਕ ਕਾਰਵਾਈ ਬਿੰਦੂ

ਆਪਣੀ ਯਾਤਰਾ ਇੱਥੋਂ ਸ਼ੁਰੂ ਕਰੋ:

ਹਨੇਰੇ ਤੋਂ ਹਕੂਮਤ ਤੱਕ: ਹਨੇਰੇ ਦੀ ਲੁਕਵੀਂ ਪਕੜ ਤੋਂ ਮੁਕਤ ਹੋਣ ਲਈ 40 ਦਿਨ

–

ਜਾਗਰੂਕਤਾ, ਮੁਕਤੀ ਅਤੇ ਸ਼ਕਤੀ ਦੀ ਇੱਕ ਵਿਸ਼ਵਵਿਆਪੀ ਸ਼ਰਧਾ - ਵਿਅਕਤੀਆਂ, ਪਰਿਵਾਰਾਂ ਅਤੇ ਆਜ਼ਾਦੀ ਲਈ ਤਿਆਰ ਦੇਸ਼ਾਂ ਲਈ

ਪੇਪਰਬੈਕ

https://shop.ingramspark.com/b/084?params=aVgp21QfwJxNANkfMxIQ0yejuFCVY12KFr978SRkZUD

ਐਮਾਜ਼ਾਨ ਲਿੰਕ - https://www.amazon.com/DARKNESS-DOMINION-Devotional-Awareness-Deliverance-ebook/dp/B0FLDH2Y67

3. ਵਾਚਮੈਨ ਦੇ ਇੱਕ ਗਲੋਬਲ ਭਾਈਚਾਰੇ ਵਿੱਚ ਸ਼ਾਮਲ ਹੋਵੋ

ਤੁਹਾਨੂੰ ਇਕੱਲੇ ਤੁਰਨ ਦੀ ਲੋੜ ਨਹੀਂ ਹੈ। ਦੁਨੀਆ ਭਰ ਦੇ ਵਿਸ਼ਵਾਸੀਆਂ ਨਾਲ ਵਧਣ, ਪ੍ਰਾਰਥਨਾ ਕਰਨ ਅਤੇ ਸੇਵਾ ਕਰਨ ਲਈ ਸਾਡੇ ਇੱਕ ਲੈਸ ਭਾਈਚਾਰਿਆਂ ਵਿੱਚ ਸ਼ਾਮਲ ਹੋਵੋ।

ਇਸ ਰਾਹੀਂ ਸ਼ਾਮਲ ਹੋਵੋ:

- ਫੇਸਬੁੱਕ - *10 ਮਿਲੀਅਨ ਮੂਵਮੈਂਟ ਇੰਟਰਸੈਸਰੀ ਕਮਿਊਨਿਟੀ*
- ਵਟਸਐਪ - *GEM ਕਮਿਊਨਿਟੀ 1 ਅਤੇ 2*
- ਟੈਲੀਗ੍ਰਾਮ - *ਹੋਲੀ ਗੋਸਟ ਸਕੂਲ ਚੇਲਾਪਨ*

ਹਰੇਕ ਭਾਈਚਾਰਾ ਤੁਹਾਨੂੰ ਪਵਿੱਤਰ ਆਤਮਾ ਨਾਲ ਨੇੜਤਾ ਬਣਾਉਣ, ਤੁਹਾਡੇ ਤੋਹਫ਼ਿਆਂ ਦੀ ਖੋਜ ਕਰਨ ਅਤੇ ਜਿੱਤ ਵਿੱਚ ਚੱਲਣ ਵਿੱਚ ਮਦਦ ਕਰਨ ਲਈ ਤਿਆਰ ਕੀਤਾ ਗਿਆ ਹੈ।

4. ਮਿਸ਼ਨ ਦਾ ਸਮਰਥਨ ਕਰੋ

ਤੁਹਾਡਾ ਸਮਰਥਨ ਇਸ ਸੁਨੇਹੇ ਨੂੰ ਜ਼ਿੰਦਾ ਰੱਖਣ ਅਤੇ ਹੋਰ ਦੇਸ਼ਾਂ ਤੱਕ ਪਹੁੰਚਣ ਵਿੱਚ ਸਾਡੀ ਮਦਦ ਕਰਦਾ ਹੈ।
ਤੁਸੀਂ ਪ੍ਰਾਰਥਨਾ, ਦਾਨ, ਜਾਂ ਇਸ ਕਿਤਾਬ ਨੂੰ ਦੂਜਿਆਂ ਨਾਲ ਸਾਂਝਾ ਕਰਕੇ ਸਾਡੇ ਨਾਲ ਭਾਈਵਾਲੀ ਕਰ ਸਕਦੇ ਹੋ।

ਭਾਈਵਾਲੀ ਅਤੇ ਦਾਨ:
https://www.otakada.org/partnership

ਤੁਹਾਡੇ ਵੱਲੋਂ ਬੀਜਿਆ ਹਰ ਬੀਜ ਸਾਡੀ ਮਦਦ ਕਰਦਾ ਹੈ:

- ਇਸ ਕਿਤਾਬ ਦਾ ਅਨੁਵਾਦ ਕਰੋ ਅਤੇ ਵਿਸ਼ਵ ਪੱਧਰ 'ਤੇ ਵੰਡੋ
- ਕਈ ਭਾਸ਼ਾਵਾਂ ਵਿੱਚ ਚੇਲੇਪਣ ਸਰੋਤ ਤਿਆਰ ਕਰੋ

- ਇਲਾਜ, ਛੁਟਕਾਰਾ, ਅਤੇ ਬਹਾਲੀ ਦੇ ਕੰਮਾਂ ਦਾ ਸਮਰਥਨ ਕਰੋ

5. ਜੁੜੇ ਰਹੋ ਅਤੇ ਵਧਦੇ ਰਹੋ

ਸੱਚੇ ਮੁਕਤੀ ਮੁਕਾਬਲਿਆਂ ਤੋਂ ਪ੍ਰੇਰਿਤ ਸਿੱਖਿਆਵਾਂ, ਗਵਾਹੀਆਂ ਅਤੇ ਫਿਲਮਾਂ ਲਈ ਸਾਡੇ ਨਾਲ ਪਾਲਣਾ ਕਰੋ:

ਯੂਟਿਊਬ:

- ਰੱਬ ਦੇ ਈਗਲ ਮਿਨਿਸਟ੍ਰੀਜ਼ ਮੇਨ ਚੈਨਲ
- ਰਾਜਦੂਤ ਸੋਮਵਾਰ ੳ. ਓਗਬੇ ਚੈਨਲ

ਕਿਤਾਬਾਂ ਦੀ ਖਰੀਦਦਾਰੀ ਕਰੋ:

https://shop.otakada.org

ਵੈੱਬਸਾਈਟ:

https://www.otakada.org

ਇੱਕ ਅੰਤਿਮ ਸ਼ਬਦ

ਹਰ ਗਵਾਹੀ ਇਮੈਨੁਅਲ ਏਨੀ ਦੀ ਕਹਾਣੀ ਦੀ ਨਿਰੰਤਰਤਾ ਹੈ - ਹਨੇਰੇ ਨੂੰ ਵਿੰਨ੍ਹਦੀ ਰੌਸ਼ਨੀ ਦੀ ਇੱਕ ਲੜੀ।
ਜੇਕਰ ਪਰਮਾਤਮਾ ਨੇ ਤੁਹਾਡੀਆਂ ਅੱਖਾਂ ਖੋਲ੍ਹਣੀਆਂ ਸ਼ੁਰੂ ਕਰ ਦਿੱਤੀਆਂ ਹਨ,

ਤਾਂ ਇੱਥੇ ਨਾ ਰੁਕੋ। ਸੱਚਾਈ ਦੀ ਆਤਮਾ ਨੂੰ ਤੁਹਾਨੂੰ ਪੂਰੀ ਆਜ਼ਾਦੀ ਅਤੇ ਸ਼ਕਤੀ ਵੱਲ ਲੈ ਜਾਣ ਦਿਓ।

"ਉੱਠ, ਚਮਕ; ਕਿਉਂ ਜੋ ਤੇਰਾ ਚਾਨਣ ਆ ਗਿਆ ਹੈ, ਅਤੇ ਯਹੋਵਾਹ ਦਾ ਪਰਤਾਪ ਤੇਰੇ ਉੱਤੇ ਚਮਕਿਆ ਹੈ।" —ਯਸਾਯਾਹ 60:1

ਸ਼ਾਲੋਮ,

ਰਾਜਦੂਤ ਸੋਮਵਾਰ ਓ. ਓਗਬੇ (ਜ਼ੈਕਰੀਆਸ ਗੌਡਸੀਗਲ)

ਸੰਪਾਦਕੀ ਟੀਮ ਲਈ, ਗੌਡਜ਼ ਈਗਲ ਮਿਨਿਸਟ੍ਰੀਜ਼ (GEM)

ambassador@otakada.org | www.otakada.org

ਦੁਬਾਰਾ ਜਨਮ ਕਿਵੇਂ ਲੈਣਾ ਹੈ ਅਤੇ ਮਸੀਹ ਨਾਲ ਇੱਕ ਨਵਾਂ ਜੀਵਨ ਕਿਵੇਂ ਸ਼ੁਰੂ ਕਰਨਾ ਹੈ

ਹੋ ਸਕਦਾ ਹੈ ਕਿ ਤੁਸੀਂ ਪਹਿਲਾਂ ਯਿਸੂ ਦੇ ਨਾਲ ਤੁਰੇ ਹੋਵੋ, ਜਾਂ ਹੋ ਸਕਦਾ ਹੈ ਕਿ ਤੁਸੀਂ ਇਨ੍ਹਾਂ 40 ਦਿਨਾਂ ਵਿੱਚ ਉਸਨੂੰ ਮਿਲੇ ਹੋਵੋ। ਪਰ ਇਸ ਸਮੇਂ, ਤੁਹਾਡੇ ਅੰਦਰ ਕੁਝ ਹਲਚਲ ਮਚਾ ਰਿਹਾ ਹੈ।

ਤੁਸੀਂ ਧਰਮ ਤੋਂ ਵੱਧ ਲਈ ਤਿਆਰ ਹੋ।

ਤੁਸੀਂ **ਰਿਸ਼ਤੇ ਲਈ ਤਿਆਰ ਹੋ** ।

ਤੁਸੀਂ ਇਹ ਕਹਿਣ ਲਈ ਤਿਆਰ ਹੋ, "ਯਿਸੂ, ਮੈਨੂੰ ਤੁਹਾਡੀ ਲੋੜ ਹੈ।"

ਇਹ ਸੱਚ ਹੈ:

"ਕਿਉਂਕਿ ਸਾਰਿਆਂ ਨੇ ਪਾਪ ਕੀਤਾ ਹੈ; ਅਸੀਂ ਸਾਰੇ ਪਰਮੇਸ਼ੁਰ ਦੇ ਸ਼ਾਨਦਾਰ ਮਿਆਰ ਤੋਂ ਘੱਟ ਜਾਂਦੇ ਹਾਂ... ਫਿਰ ਵੀ ਪਰਮੇਸ਼ੁਰ, ਆਪਣੀ ਕਿਰਪਾ ਨਾਲ, ਸਾਨੂੰ ਆਪਣੀ ਨਜ਼ਰ ਵਿੱਚ ਮੁਫ਼ਤ ਵਿੱਚ ਧਰਮੀ ਬਣਾਉਂਦਾ ਹੈ।"

- ਰੋਮੀਆਂ 3:23-24 (NLT)

ਤੁਸੀਂ ਮੁਕਤੀ ਨਹੀਂ ਕਮਾ ਸਕਦੇ।

ਤੁਸੀਂ ਆਪਣੇ ਆਪ ਨੂੰ ਠੀਕ ਨਹੀਂ ਕਰ ਸਕਦੇ। ਪਰ ਯਿਸੂ ਪਹਿਲਾਂ ਹੀ ਪੂਰੀ

ਕੀਮਤ ਚੁਕਾ ਚੁੱਕਾ ਹੈ - ਅਤੇ ਉਹ ਤੁਹਾਡਾ ਘਰ ਸਵਾਗਤ ਕਰਨ ਲਈ ਉਡੀਕ ਕਰ ਰਿਹਾ ਹੈ।

ਦੁਬਾਰਾ ਜਨਮ ਕਿਵੇਂ ਲੈਣਾ ਹੈ

ਦੁਬਾਰਾ ਜਨਮ ਲੈਣ ਦਾ ਮਤਲਬ ਹੈ ਆਪਣੀ ਜ਼ਿੰਦਗੀ ਯਿਸੂ ਨੂੰ ਸਮਰਪਿਤ ਕਰਨਾ - ਉਸਦੀ ਮਾਫ਼ੀ ਨੂੰ ਸਵੀਕਾਰ ਕਰਨਾ, ਇਹ ਵਿਸ਼ਵਾਸ ਕਰਨਾ ਕਿ ਉਹ ਮਰ ਗਿਆ ਅਤੇ ਦੁਬਾਰਾ ਜੀ ਉੱਠਿਆ, ਅਤੇ ਉਸਨੂੰ ਆਪਣੇ ਪ੍ਰਭੂ ਅਤੇ ਮੁਕਤੀਦਾਤਾ ਵਜੋਂ ਸਵੀਕਾਰ ਕਰਨਾ।

ਇਹ ਸਰਲ ਹੈ। ਇਹ ਸ਼ਕਤੀਸ਼ਾਲੀ ਹੈ। ਇਹ ਸਭ ਕੁਝ ਬਦਲ ਦਿੰਦਾ ਹੈ।

ਇਹ ਉੱਚੀ ਆਵਾਜ਼ ਵਿੱਚ ਪ੍ਰਾਰਥਨਾ ਕਰੋ:

"ਪ੍ਰਭੂ ਯਿਸੂ, ਮੈਂ ਵਿਸ਼ਵਾਸ ਕਰਦਾ ਹਾਂ ਕਿ ਤੂੰ ਪਰਮੇਸ਼ੁਰ ਦਾ ਪੁੱਤਰ ਹੈਂ। ਮੇਰਾ ਵਿਸ਼ਵਾਸ ਹੈ ਕਿ ਤੂੰ ਮੇਰੇ ਪਾਪਾਂ ਲਈ ਮਰਿਆ ਅਤੇ ਦੁਬਾਰਾ ਜੀ ਉੱਠਿਆ। ਮੈਂ ਇਕਬਾਲ ਕਰਦਾ ਹਾਂ ਕਿ ਮੈਂ ਪਾਪ ਕੀਤਾ ਹੈ ਅਤੇ ਮੈਨੂੰ ਤੇਰੀ ਮਾਫ਼ੀ ਦੀ ਲੋੜ ਹੈ। ਅੱਜ, ਮੈਂ ਤੋਬਾ ਕਰਦਾ ਹਾਂ ਅਤੇ ਆਪਣੇ ਪੁਰਾਣੇ ਤਰੀਕਿਆਂ ਤੋਂ ਮੁੜਦਾ ਹਾਂ। ਮੈਂ ਤੈਨੂੰ ਆਪਣੇ ਪ੍ਰਭੂ ਅਤੇ ਮੁਕਤੀਦਾਤਾ ਬਣਨ ਲਈ ਆਪਣੀ ਜ਼ਿੰਦਗੀ ਵਿੱਚ ਸੱਦਾ ਦਿੰਦਾ ਹਾਂ। ਮੈਨੂੰ ਸਾਫ਼ ਧੋ। ਮੈਨੂੰ ਆਪਣੀ ਆਤਮਾ ਨਾਲ ਭਰ ਦੇ। ਮੈਂ ਐਲਾਨ ਕਰਦਾ ਹਾਂ ਕਿ ਮੈਂ ਦੁਬਾਰਾ ਜਨਮ ਲਿਆ ਹੈ, ਮਾਫ਼ ਕੀਤਾ ਗਿਆ ਹੈ, ਅਤੇ ਆਜ਼ਾਦ ਹਾਂ। ਇਸ ਦਿਨ ਤੋਂ

ਅੱਗੇ, ਮੈਂ ਤੇਰਾ ਪਿੱਛਾ ਕਰਾਂਗਾ - ਅਤੇ ਮੈਂ ਤੇਰੇ ਕਦਮਾਂ ਵਿੱਚ ਰਹਾਂਗਾ। ਮੈਨੂੰ ਬਚਾਉਣ ਲਈ ਧੰਨਵਾਦ। ਯਿਸੂ ਦੇ ਨਾਮ ਵਿੱਚ, ਆਮੀਨ।"

ਮੁਕਤੀ ਤੋਂ ਬਾਅਦ ਅਗਲੇ ਕਦਮ

1. **ਕਿਸੇ ਨੂੰ ਦੱਸੋ** - ਆਪਣਾ ਫੈਸਲਾ ਕਿਸੇ ਭਰੋਸੇਮੰਦ ਵਿਅਕਤੀ ਨਾਲ ਸਾਂਝਾ ਕਰੋ।
2. **ਇੱਕ ਬਾਈਬਲ-ਅਧਾਰਤ ਚਰਚ ਲੱਭੋ** - ਇੱਕ ਅਜਿਹੇ ਭਾਈਚਾਰੇ ਵਿੱਚ ਸ਼ਾਮਲ ਹੋਵੋ ਜੋ ਪਰਮੇਸ਼ੁਰ ਦੇ ਬਚਨ ਨੂੰ ਸਿਖਾਉਂਦਾ ਹੈ ਅਤੇ ਇਸਨੂੰ ਲਾਗੂ ਕਰਦਾ ਹੈ। https://www.otakada.org ਜਾਂ https://chat.whatsapp.com/H67spSun32DDTma8TLh0ov ਰਾਹੀਂ ਔਨਲਾਈਨ ਪਰਮੇਸ਼ੁਰ ਦੇ ਈਗਲ ਸੇਵਕਾਈਆਂ 'ਤੇ ਜਾਓ।
3. **ਬਪਤਿਸਮਾ ਲਓ** - ਆਪਣੇ ਵਿਸ਼ਵਾਸ ਦਾ ਐਲਾਨ ਕਰਨ ਲਈ ਅਗਲਾ ਕਦਮ ਜਨਤਕ ਤੌਰ 'ਤੇ ਚੁੱਕੋ।
4. **ਰੋਜ਼ਾਨਾ ਬਾਈਬਲ ਪੜ੍ਹੋ** - ਯੂਹੰਨਾ ਦੀ ਇੰਜੀਲ ਨਾਲ ਸ਼ੁਰੂਆਤ ਕਰੋ।
5. **ਹਰ ਰੋਜ਼ ਪ੍ਰਾਰਥਨਾ ਕਰੋ** - ਇੱਕ ਦੋਸਤ ਅਤੇ ਪਿਤਾ ਵਾਂਗ ਰੱਬ ਨਾਲ ਗੱਲ ਕਰੋ।
6. **ਜੁੜੇ ਰਹੋ** - ਆਪਣੇ ਆਪ ਨੂੰ ਉਨ੍ਹਾਂ ਲੋਕਾਂ ਨਾਲ ਘੇਰੋ ਜੋ ਤੁਹਾਡੀ ਨਵੀਂ ਸੈਰ ਨੂੰ ਉਤਸ਼ਾਹਿਤ ਕਰਦੇ ਹਨ।

7. **ਭਾਈਚਾਰੇ ਦੇ ਅੰਦਰ ਚੇਲੇ ਬਣਨ ਦੀ ਪ੍ਰਕਿਰਿਆ ਸ਼ੁਰੂ ਕਰੋ** - ਇਹਨਾਂ ਲਿੰਕਾਂ ਰਾਹੀਂ ਯਿਸੂ ਮਸੀਹ ਨਾਲ ਇੱਕ-ਨਾਲ-ਇੱਕ ਰਿਸ਼ਤਾ ਵਿਕਸਤ ਕਰੋ।

40-ਦਿਨਾਂ ਦਾ ਚੇਲਾਪਨ 1 - https://www.otakada.org/get-free-40-days-online-discipleship-course-in-a-journey-with-jesus/

40 ਚੇਲਾਪਨ 2 - https://www.otakada.org/get-free-40-days-dna-of-discipleship-journey-with-jesus-series-2/

ਮੇਰਾ ਮੁਕਤੀ ਪਲ

ਮਿਤੀ : ______________________

ਦਸਤਖ਼ਤ : ___________________

"ਜੇ ਕੋਈ ਮਸੀਹ ਵਿੱਚ ਹੈ, ਤਾਂ ਉਹ ਇੱਕ ਨਵੀਂ ਸਰਿਸ਼ਟ ਹੈ; ਪੁਰਾਣਾ ਬੀਤ ਗਿਆ ਹੈ, ਨਵਾਂ ਆ ਗਿਆ ਹੈ!"

—2 ਕੁਰਿੰਥੀਆਂ 5:17

ਮਸੀਹ ਵਿੱਚ ਨਵੇਂ ਜੀਵਨ ਦਾ ਸਰਟੀਫਿਕੇਟ

ਮੁਕਤੀ ਘੋਸ਼ਣਾ- ਕਿਰਪਾ ਦੁਆਰਾ ਦੁਬਾਰਾ ਜਨਮ

ਇਹ ਪ੍ਰਮਾਣਿਤ ਕਰਦਾ ਹੈ ਕਿ

____

(ਪੂਰਾ ਨਾਂਮ)

ਯਿਸੂ ਮਸੀਹ ਵਿੱਚ ਪ੍ਰਭੂ ਅਤੇ ਮੁਕਤੀਦਾਤਾ ਵਜੋਂ ਵਿਸ਼ਵਾਸ ਦਾ

ਜਨਤਕ ਤੌਰ 'ਤੇ ਐਲਾਨ ਕੀਤਾ ਹੈ ਅਤੇ ਆਪਣੀ ਮੌਤ ਅਤੇ ਪੁਨਰ ਉਥਾਨ ਦੁਆਰਾ ਮੁਕਤੀ ਦਾ ਮੁਫ਼ਤ ਤੋਹਫ਼ਾ ਪ੍ਰਾਪਤ ਕੀਤਾ ਹੈ।

"ਜੇ ਤੁਸੀਂ ਖੁੱਲ੍ਹੇਆਮ ਐਲਾਨ ਕਰਦੇ ਹੋ ਕਿ ਯਿਸੂ ਪ੍ਰਭੂ ਹੈ ਅਤੇ ਆਪਣੇ ਦਿਲ ਵਿੱਚ ਵਿਸ਼ਵਾਸ ਕਰਦੇ ਹੋ ਕਿ ਪਰਮੇਸ਼ੁਰ ਨੇ ਉਸਨੂੰ ਮੁਰਦਿਆਂ ਵਿੱਚੋਂ ਜਿਵਾਲਿਆ ਹੈ, ਤਾਂ ਤੁਸੀਂ ਬਚ ਜਾਓਗੇ।"

\- ਰੋਮੀਆਂ 10:9 (NLT)

ਇਸ ਦਿਨ, ਸਵਰਗ ਖੁਸ਼ ਹੁੰਦਾ ਹੈ ਅਤੇ ਇੱਕ ਨਵੀਂ ਯਾਤਰਾ ਸ਼ੁਰੂ ਹੁੰਦੀ ਹੈ।

ਫੈਸਲੇ ਦੀ ਮਿਤੀ : ______________________________

ਦਸਤਖ਼ਤ : ______________________________

ਮੁਕਤੀ ਘੋਸ਼ਣਾ

"ਅੱਜ, ਮੈਂ ਆਪਣਾ ਜੀਵਨ ਯਿਸੂ ਮਸੀਹ ਨੂੰ ਸਮਰਪਿਤ ਕਰਦਾ ਹਾਂ। ਮੇਰਾ ਵਿਸ਼ਵਾਸ ਹੈ ਕਿ ਉਹ ਮੇਰੇ ਪਾਪਾਂ ਲਈ ਮਰਿਆ ਅਤੇ ਦੁਬਾਰਾ ਜੀ ਉੱਠਿਆ। ਮੈਂ ਉਸਨੂੰ ਆਪਣੇ ਪ੍ਰਭੂ ਅਤੇ ਮੁਕਤੀਦਾਤਾ ਵਜੋਂ ਸਵੀਕਾਰ ਕਰਦਾ ਹਾਂ। ਮੈਨੂੰ ਮਾਫ਼ ਕੀਤਾ ਗਿਆ ਹੈ, ਦੁਬਾਰਾ ਜਨਮ ਲਿਆ ਗਿਆ ਹੈ, ਅਤੇ ਨਵਾਂ ਬਣਾਇਆ ਗਿਆ ਹੈ। ਇਸ ਪਲ ਤੋਂ ਅੱਗੇ, ਮੈਂ ਉਸਦੇ ਕਦਮਾਂ ਵਿੱਚ ਚੱਲਾਂਗਾ।"

ਰੱਬ ਦੇ ਪਰਿਵਾਰ ਵਿੱਚ ਤੁਹਾਡਾ ਸਵਾਗਤ ਹੈ!

ਤੁਹਾਡਾ ਨਾਮ ਲੇਲੇ ਦੀ ਜੀਵਨ ਦੀ ਕਿਤਾਬ ਵਿੱਚ ਲਿਖਿਆ ਹੋਇਆ ਹੈ। ਤੁਹਾਡੀ ਕਹਾਣੀ ਹੁਣੇ ਸ਼ੁਰੂ ਹੋਈ ਹੈ - ਅਤੇ ਇਹ ਸਦੀਵੀ ਹੈ।

ਰੱਬ ਦੇ ਈਗਲ ਸੇਵਕਾਂ ਨਾਲ ਜੁੜੋ

- ਵੈੱਬਸਾਈਟ: www.otakada.org
- ਵੈਲਥ ਬਿਓਂਡ ਫਿਕਰ ਸੀਰੀਜ਼: www.wealthbeyondworryseries.com
- ਈਮੇਲ: ambassador@otakada.org

- **ਇਸ ਕੰਮ ਦਾ ਸਮਰਥਨ ਕਰੋ:**

ਨੇਮ-ਅਗਵਾਈ ਵਾਲੇ ਦਾਨ ਰਾਹੀਂ ਰਾਜ ਪ੍ਰੋਜੈਕਟਾਂ, ਮਿਸ਼ਨਾਂ ਅਤੇ ਮੁਫਤ ਵਿਸ਼ਵਵਿਆਪੀ ਸਰੋਤਾਂ ਦਾ ਸਮਰਥਨ ਕਰੋ।

ਦਾਨ ਦੇਣ ਲਈ QR ਕੋਡ ਸਕੈਨ ਕਰੋ

https://tithe.ly/give?c=308311

ਤੁਹਾਡੀ ਉਦਾਰਤਾ ਸਾਨੂੰ ਹੋਰ ਰੂਹਾਂ ਤੱਕ ਪਹੁੰਚਣ, ਸਰੋਤਾਂ ਦਾ ਅਨੁਵਾਦ ਕਰਨ, ਮਿਸ਼ਨਰੀਆਂ ਦਾ ਸਮਰਥਨ ਕਰਨ ਅਤੇ ਵਿਸ਼ਵ ਪੱਧਰ 'ਤੇ ਚੇਲੇਪਣ ਪ੍ਰਣਾਲੀਆਂ ਬਣਾਉਣ ਵਿੱਚ ਮਦਦ ਕਰਦੀ ਹੈ। ਧੰਨਵਾਦ!

Give in the Spirit of Luke 6:38

3. ਸਾਡੇ WhatsApp Covenant ਕਮਿਊਨਿਟੀ ਵਿੱਚ ਸ਼ਾਮਲ ਹੋਵੋ

ਅੱਪਡੇਟ, ਭਗਤੀ ਸਮੱਗਰੀ ਪ੍ਰਾਪਤ ਕਰੋ, ਅਤੇ ਦੁਨੀਆ ਭਰ ਦੇ ਨੇਮ-ਮਨ ਵਾਲੇ ਵਿਸ਼ਵਾਸੀਆਂ ਨਾਲ ਜੁੜੋ।

ਸ਼ਾਮਲ ਹੋਣ ਲਈ ਸਕੈਨ ਕਰੋ

https://chat.whatsapp.com/H67spSun32DDTma8TLh0ov

ਸਿਫ਼ਾਰਸ਼ ਕੀਤੀਆਂ ਕਿਤਾਬਾਂ ਅਤੇ ਸਰੋਤ

ਛੁਟਕਾਰਾ ਕਿਉਂ ਅਸਫਲ ਹੁੰਦਾ ਹੈ – ਅਤੇ ਪਰਮਾਤਮਾ ਦੀ ਅੱਗ ਆਤਮਾ ਨੂੰ ਕਿਵੇਂ ਬਹਾਲ ਕਰਦੀ ਹੈ: ਸਰਵ-ਪੱਖੀ ਮੁਕਤੀ ਲਈ 40 ਰੋਜ਼ਾਨਾ ਘੋਸ਼ਣਾਵਾਂ

ਇਸ ਲਿੰਕ ਰਾਹੀਂ ਪੇਪਰਬੈਕ ਆਰਡਰ ਕਰੋ -

https://shop.ingramspark.com/b/084?params=hRHuHyigdcnVpGc9hy9gNCOQLuCHt8ReHNPx1l1xWbZ

ਈ-ਬੁੱਕ - https://www.amazon.com/Why-Deliverance-Fails-Declarations-All-Round-ebook/dp/B0FW74L4G4

QR ਕੋਡ -

ਬਚਾਇਆ ਗਿਆ ਪਰ ਗੁਆਚ ਗਿਆ - ਚੇਲੇ ਨਾ ਹੋਣ ਕਰਕੇ ਬਦਲਿਆ ਗਿਆ - 25 ਭਾਸ਼ਾਵਾਂ ਵਿੱਚ ਅਨੁਵਾਦ ਕੀਤਾ ਗਿਆ

ਪੇਪਰਬੈਕ

https://shop.ingramspark.com/b/084?params=iYNB6S3PLMfREpm0jMM15bMe3BvWlkjcYyLYnHVGAads

ਈ-ਕਿਤਾਬ - https://www.amazon.com/SAVED-BUT-LOST-UNDISCIPLED-heartbreak-ebook/dp/B0FVJ29DF7

7 ਦਿਨ ਦੀ ਅਧਿਆਤਮਿਕ ਜੰਗ ਅਤੇ ਰਿਕਵਰੀ - ਇਹ ਭਾਗ 1 ਹੈ

ਦੁਸ਼ਮਣ ਨੂੰ ਬੰਨ੍ਹਣਾ, ਤੀਰਾਂ ਨੂੰ ਸੱਤ ਗੁਣਾ ਮੋੜਨਾ, ਅਤੇ ਆਪਣੀ ਕਿਸੰਮਤ ਨੂੰ ਬਹਾਲ ਕਰਨਾ

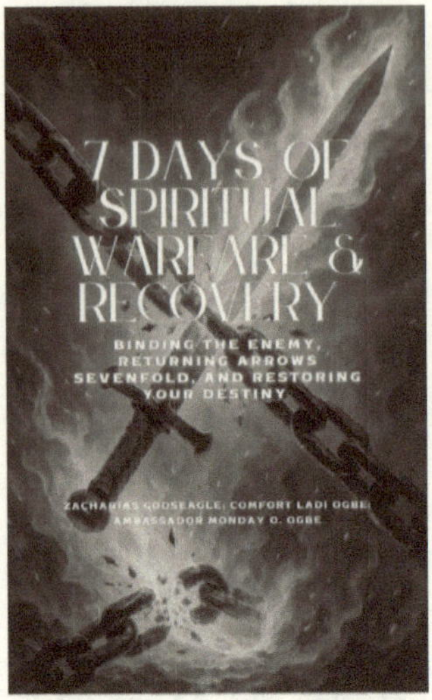

https://shop.ingramspark.com/b/084?params=8mPzqUl73Ex7uPyeO7ydyt8EGkkB6u2gX1jZvWU8j1C

ਈ-ਬੁੱਕ ਲਿੰਕ - https://www.amazon.com/DAYS-SPIRITUAL-WARFARE-RECOVERY-Returning-ebook/dp/B0FMPJM5KZ

7 ਦਿਨ ਅਧਿਆਤਮਿਕ ਯੁੱਧ ਅਤੇ ਰਿਕਵਰੀ - ਭਾਗ 2 - ਜਿੱਤ 'ਤੇ ਮੋਹਰ ਲਗਾਉਣਾ, ਘਰੇਲੂ ਬੁਰਾਈ ਨੂੰ ਤੋੜਨਾ, ਅਤੇ ਆਪਣੀ ਬਹਾਲ ਕਿਸਮਤ ਨੂੰ ਸੁਰੱਖਿਅਤ ਰੱਖਣਾ

ਪੇਪਰਬੈਕ - https://shop.ingramspark.com/b/084?params=LkpNmGSsApHhWhiSO7bW3wFmcXQKIO4ZEBeSbP5rL1S

ਈ-ਕਿਤਾਬ - https://www.amazon.com/DAYS-SPIRITUAL-WARFARE-RECOVERY-Wickedness-ebook/dp/B0FR9YCMY8

ਹਨੇਰੇ ਤੋਂ ਹਕੂਮਤ ਤੱਕ: ਹਨੇਰੇ ਦੀ ਲੁਕਵੀਂ ਪਕੜ ਤੋਂ ਮੁਕਤ ਹੋਣ ਲਈ 40 ਦਿਨ

–

ਜਾਗਰੂਕਤਾ, ਮੁਕਤੀ ਅਤੇ ਸ਼ਕਤੀ ਦੀ ਇੱਕ ਵਿਸ਼ਵਵਿਆਪੀ ਸ਼ਰਧਾ - ਵਿਅਕਤੀਆਂ, ਪਰਿਵਾਰਾਂ ਅਤੇ ਆਜ਼ਾਦੀ ਲਈ ਤਿਆਰ ਦੇਸ਼ਾਂ ਲਈ

ਪੇਪਰਬੈਕ

https://shop.ingramspark.com/b/084?params=aVgp21QfwJxNANkfMxIQ0yejuFCVY12KFr978SRkZUD

ਐਮਾਜ਼ਾਨ ਲਿੰਕ - https://www.amazon.com/DARKNESS-DOMINION-Devotional-Awareness-Deliverance-ebook/dp/B0FLDH2Y67

- ***ਡਿਲੀਵਰਡ ਫਰਾਮ ਦ ਪਾਵਰ ਆਫ਼ ਡਾਰਕਨੇਸ*** (ਪੇਪਰਬੈਕ)
  — ਇੱਥੋਂ ਖਰੀਦੋ | ਐਮਾਜ਼ਾਨ 'ਤੇ ਈ-ਕਿਤਾਬ

- **ਸੰਯੁਕਤ ਰਾਜ ਅਮਰੀਕਾ ਤੋਂ ਪ੍ਰਮੁੱਖ ਸਮੀਖਿਆਵਾਂ**:
    - **ਕਿੰਡਲ ਗਾਹਕ** : "ਹੁਣ ਤੱਕ ਦਾ ਸਭ ਤੋਂ ਵਧੀਆ ਈਸਾਈ ਪਾਠ!" (5 ਸਿਤਾਰੇ)

ਹਰ ਕਿਸੇ ਨੂੰ ਇਹ ਕਿਤਾਬ ਪੜ੍ਹਨ ਦੀ ਸਿਫਾਰਸ਼ ਕਰਾਂਗਾ ... ਕਿਉਂਕਿ ਪਾਪ ਦੀ ਮਜ਼ਦੂਰੀ ਮੌਤ ਹੈ ਪਰ ਪਰਮਾਤਮਾ ਦੀ ਦਾਤ ਸਦੀਵੀ ਜੀਵਨ ਹੈ। ਸ਼ਾਲੋਮ! ਸ਼ਾਲੋਮ!

- **ਡਾ ਗਸਟਰ** : "ਇਹ ਇੱਕ ਬਹੁਤ ਹੀ ਦਿਲਚਸਪ ਅਤੇ ਅਜੀਬ ਕਿਤਾਬ ਹੈ।" (5 ਸਿਤਾਰੇ)

ਜੇਕਰ ਕਿਤਾਬ ਵਿੱਚ ਜੋ ਕਿਹਾ ਗਿਆ ਹੈ ਉਹ ਸੱਚ ਹੈ ਤਾਂ ਅਸੀਂ ਸੱਚਮੁੱਚ ਉਸ ਤੋਂ ਬਹੁਤ ਪਿੱਛੇ ਹਾਂ ਜੋ ਦੁਸ਼ਮਣ ਕਰਨ ਦੇ ਸਮਰੱਥ ਹੈ! ... ਅਧਿਆਤਮਿਕ ਯੁੱਧ ਬਾਰੇ ਸਿੱਖਣ ਦੀ ਇੱਛਾ ਰੱਖਣ ਵਾਲੇ ਕਿਸੇ ਵੀ ਵਿਅਕਤੀ ਲਈ ਇਹ ਜ਼ਰੂਰੀ ਹੈ।

- **ਵੀਜ਼ਾ** : "ਇਹ ਕਿਤਾਬ ਬਹੁਤ ਪਸੰਦ ਹੈ" (5 ਸਟਾਰ)

ਇਹ ਅੱਖਾਂ ਖੋਲ੍ਹਣ ਵਾਲਾ ਹੈ... ਇੱਕ ਸੱਚਾ ਇਕਬਾਲ... ਹਾਲ ਹੀ ਵਿੱਚ ਮੈਂ ਇਸਨੂੰ ਖਰੀਦਣ ਲਈ ਹਰ ਜਗ੍ਹਾ ਲੱਭ ਰਿਹਾ ਹਾਂ। ਇਸਨੂੰ ਐਮਾਜ਼ਾਨ ਤੋਂ ਪ੍ਰਾਪਤ ਕਰਕੇ ਬਹੁਤ ਖੁਸ਼ੀ ਹੋਈ।

- **ਫ੍ਰੈਂਕਜੇਐਮ** : "ਬਿਲਕੁਲ ਵੱਖਰਾ" (4 ਸਟਾਰ)

ਇਹ ਕਿਤਾਬ ਮੈਨੂੰ ਯਾਦ ਦਿਵਾਉਂਦੀ ਹੈ ਕਿ ਅਸਲ ਅਧਿਆਤਮਿਕ ਯੁੱਧ ਕਿੰਨਾ ਹੈ। ਇਹ "ਪਰਮੇਸ਼ੁਰ ਦੇ ਪੂਰੇ ਸ਼ਸਤਰ" ਪਹਿਨਣ ਦੇ ਕਾਰਨ ਨੂੰ ਵੀ ਯਾਦ ਕਰਾਉਂਦੀ ਹੈ।

- **ਜੇਨਜੇਨ** : "ਹਰ ਕੋਈ ਜੋ ਸਵਰਗ ਜਾਣਾ ਚਾਹੁੰਦਾ ਹੈ - ਇਹ ਪੜ੍ਹੋ!" (5 ਸਟਾਰ)

ਇਸ ਕਿਤਾਬ ਨੇ ਮੇਰੀ ਜ਼ਿੰਦਗੀ ਨੂੰ ਬਹੁਤ ਬਦਲ ਦਿੱਤਾ। ਜੌਨ ਰੈਮੀਰੇਜ਼ ਦੀ ਗਵਾਹੀ ਦੇ ਨਾਲ, ਇਹ ਤੁਹਾਨੂੰ ਆਪਣੇ ਵਿਸ਼ਵਾਸ ਨੂੰ ਵੱਖਰੇ ਢੰਗ ਨਾਲ ਦੇਖਣ ਲਈ ਮਜਬੂਰ ਕਰੇਗੀ। ਮੈਂ ਇਸਨੂੰ 6 ਵਾਰ ਪੜ੍ਹਿਆ ਹੈ!

- *ਐਕਸ-ਸ਼ੈਤਾਨਿਸਟ: ਦ ਜੇਮਜ਼ ਐਕਸਚੇਂਜ* (ਪੇਪਰਬੈਕ) – ਇੱਥੋਂ ਖਰੀਦੋ | ਐਮਾਜ਼ਾਨ 'ਤੇ ਈ-ਕਿਤਾਬ

- ***ਇੱਕ ਅਫ਼ਰੀਕੀ ਸਾਬਕਾ ਸ਼ੈਤਾਨੀ ਦੀ ਗਵਾਹੀ*** *- ਪਾਦਰੀ ਜੋਨਸ ਲੁਕੁੰਟੂ ਐਮਪਾਲਾ* (ਪੇਪਰਬੈਕ) — ਇੱਥੋਂ ਖਰੀਦੋ | ਐਮਾਜ਼ਾਨ 'ਤੇ ਈ-ਕਿਤਾਬ

- *ਗ੍ਰੇਟਰ ਐਕਸਪਲੋਇਟਸ 14* (ਪੇਪਰਬੈਕ) — ਇੱਥੋਂ ਖਰੀਦੋ | ਐਮਾਜ਼ਾਨ 'ਤੇ ਈ-ਕਿਤਾਬ

- ਜੌਨ ਰਮੀਰੇਜ਼ ਦੁਆਰਾ *ਆਊਟ ਆਫ਼ ਦ ਡੇਵਿਲਜ਼ ਕੜਾਹੀ* – ਐਮਾਜ਼ਾਨ 'ਤੇ ਉਪਲਬਧ
- *ਉਹ ਕੈਦੀਆਂ ਨੂੰ ਆਜ਼ਾਦ ਕਰਨ ਆਇਆ ਸੀ* - ਰੇਬੇਕਾ ਬ੍ਰਾਊਨ ਦੁਆਰਾ - ਐਮਾਜ਼ਾਨ 'ਤੇ ਲੱਭੋ

ਲੇਖਕ ਦੁਆਰਾ ਪ੍ਰਕਾਸ਼ਿਤ ਹੋਰ ਕਿਤਾਬਾਂ - 1000 ਤੋਂ ਵੱਧ ਸਿਰਲੇਖ

ਪਿਆਰਾ, ਚੁਣਿਆ ਅਤੇ ਪੂਰਾ : ਅਸਵੀਕਾਰ ਤੋਂ ਬਹਾਲੀ ਤੱਕ ਦਾ 30-ਦਿਨਾਂ ਦਾ ਸਫ਼ਰ ਦੁਨੀਆ ਦੀਆਂ 40 ਭਾਸ਼ਾਵਾਂ ਵਿੱਚ ਅਨੁਵਾਦ ਕੀਤਾ ਗਿਆ

https://www.amazon.com/Loved-Chosen-Whole-Rejection-Restoration-ebook/dp/B0F9VSD8WL

https://shop.ingramspark.com/b/084?params=xga0WR16muFUwCoeMUBHQ6HwYjddLGpugQHb3DVa5hE

Loved, Chosen and Whole
A 30-Day Journey from Rejection to Restoration
Zacharias Godseagle; Ambassador
Monday O. Ogbe; Comfort Ladi Ogbe

ਉਸਦੇ ਕਦਮਾਂ ਵਿੱਚ - ਇੱਕ 40-ਦਿਨਾਂ WWJD ਚੁਣੌਤੀ:

ਦੁਨੀਆਂ ਭਰ ਦੀਆਂ ਅਸਲ ਕਹਾਣੀਆਂ ਵਿੱਚ ਯਿਸੂ ਵਾਂਗ ਜੀਉਣਾ

https://www.amazon.com/His-Steps-Challenge-Real-Life-Stories-ebook/dp/B0FCYTL5MG

https://shop.ingramspark.com/b/084?params=DuNTWS59IbkvSKtGFbCbEFdv3Zg0FaITUEvlK49yLzB

ਯਿਸੂ ਦਰਵਾਜ਼ੇ ਤੇ:

40 ਦਿਲ ਦਹਿਲਾ ਦੇਣ ਵਾਲੀਆਂ ਕਹਾਣੀਆਂ ਅਤੇ ਅੱਜ ਦੇ ਚਰਚਾਂ ਲਈ ਸਵਰਗ ਦੀ ਆਖਰੀ ਚੇਤਾਵਨੀ

https://www.amazon.com/dp/B0FDX31L9F

https://shop.ingramspark.com/b/084?params=TpdA5j8WPvw83glJ12N1B3nf8LQte2a1llEy32bHcGg

JESUS AT THE DOOR
40 HEARTBREAKING STORIES AND HEAVEN'S FINAL WARNING TO TODAY'S CHURCHES
ZACHARIAS GODSEAGLE,
COMFORT LADI OGBE,
AMBASSADOR MONDAY O. OGBE

ਨੇਮ ਜੀਵਨ: ਬਿਵਸਥਾ ਸਾਰ 28 ਦੀ ਬਰਕਤ ਵਿੱਚ ਚੱਲਣ ਦੇ 40 ਦਿਨ

- https://www.amazon.com/dp/B0FFJCLDB5

ਅਸਲੀ ਲੋਕਾਂ, ਅਸਲੀ ਆਗਿਆਕਾਰੀ, ਅਤੇ ਅਸਲੀ ਤੋਂ ਕਹਾਣੀਆਂ

https://shop.ingramspark.com/b/084?params=bH3pzfz1zdCOLpbs7tZYJNYgGcYfU32VMz3J3a4e2Qt

20 ਤੋਂ ਵੱਧ ਭਾਸ਼ਾਵਾਂ ਵਿੱਚ ਪਰਿਵਰਤਨ

ਉਸਨੂੰ ਜਾਣਨਾ ਅਤੇ ਉਸਨੂੰ ਜਾਣਨਾ:

ਇਲਾਜ, ਸਮਝ ਅਤੇ ਸਥਾਈ ਪਿਆਰ ਦੇ 40 ਦਿਨ

https://www.amazon.com/KNOWING-HER-HIM-Healing-Understanding-ebook/dp/B0FGC4V3D9

https://shop.ingramspark.com/b/084?params=vC6KCLol
7Nnum24BVmBtSme9i6k59p3oynaZOY4B9Rd

ਪੂਰਾ ਕਰੋ, ਮੁਕਾਬਲਾ ਨਹੀਂ:

ਉਦੇਸ਼, ਏਕਤਾ ਅਤੇ ਸਹਿਯੋਗ ਲਈ 40 ਦਿਨਾਂ ਦੀ ਯਾਤਰਾ

https://shop.ingramspark.com/b/084?params=5E4v1tHgeTqOOuEtfTYUzZDzLyXLee30cqYo0Ov9941

https://www.amazon.com/COMPLETE-NOT-COMPETE-Journey-Collaboration-ebook/dp/B0FGGL1XSQ/

ਬ੍ਰਹਮ ਸਿਹਤ ਨਿਯਮਾਵਲੀ - ਪਰਮਾਤਮਾ ਦੇ ਬਚਨ ਅਤੇ ਸ੍ਰਿਸ਼ਟੀ ਦੁਆਰਾ ਇਲਾਜ ਨੂੰ ਸਰਗਰਮ ਕਰਨ ਲਈ 40 ਰੋਜ਼ਾਨਾ ਕੁੰਜੀਆਂ ਪੌਦਿਆਂ, ਪ੍ਰਾਰਥਨਾ ਅਤੇ ਭਵਿੱਖਬਾਣੀ ਕਿਰਿਆ ਦੀ ਇਲਾਜ ਸ਼ਕਤੀ ਨੂੰ ਅਨਲੌਕ ਕਰੋ।

https://shop.ingramspark.com/b/084?params=xkZMrYcEHnrJDhe1wuHHYixZDViiArCeJ6PbNMTbTux

https://www.amazon.com/dp/B0FHJT42TK

https://www.amazon.com/stores/Ambassador-Monday-O.-Ogbe/author/B07MSBPFNX **'ਤੇ ਮਿਲ ਸਕਦੀਆਂ ਹਨ।**

www.ingramcontent.com/pod-product-compliance
Lightning Source LLC
LaVergne TN
LVHW040429051026
849517LV00002B/524
9798295640667